THIỀN TÔNG
CỬA KHÔNG

NGUYÊN GIÁC

NHÀ XUẤT BẢN
ANANDA VIET FOUNDATION 2024

MỤC LỤC

LỜI GIỚI THIỆU

Tất cả ngàn kinh muôn luận của nhà Phật đã được Đức Thế Tôn tóm gọn thành ba điều: (Thứ nhất) Chư ác mạc tác, (Thứ hai) Chúng thiện phụng hành, và (thứ 3) Tự tịnh kỳ ý.

Có thể nói hai điều đầu tiên là mục tiêu chung của hầu hết các tôn giáo và các định chế xã hội tân tiến loài người. Duy có điều thứ ba, tự tịnh kỳ ý tức tự (*mình*) thanh tịnh tâm (*của mình*), nhằm chấm dứt sự suy nghĩ miên man của ý thức, là cốt tủy của đạo Phật.

Tuy có nhiều phương pháp thực hành tức các pháp môn tu tập khác nhau nhưng cuối cùng đều đưa đến mục đích chung là trở về với bản thể tâm thanh tịch, tịch tĩnh, và vắng lặng vốn sẵn có của mình.

"Thiền Tông: Cửa Không", cuốn sách quý độc giả đang cầm trên tay, có thể nói là một phần của pháp tu Thiền tông, nhưng không phải tất cả thiền cửa không đều là Thiền tông. Tuy nói thiền "Cửa Không" tức không cửa để vào, nhưng vẫn bao gồm ba môn học chính tức ba phép thực tập để đưa đến giải thoát của nhà Phật là Giới, Định, và Tuệ. Thực tập Giới đưa tới Định. Định đưa tới Tuệ tức phá được bức màn vô minh che lấp và tiếp xúc được với thực tại, đạt tới tuệ giác nhà Phật.

Sách dày 240 trang là tuyển tập một số bài viết về Phật học gần đây nhất của Nguyên Giác. Cư sĩ Nguyên Giác là một cây bút chuyên viết về Phật học đầy nội lực và sung mãn, anh viết trong suốt mấy chục năm ở hải ngoại. Anh đã cho xuất bản nhiều tác phẩm về Phật học, văn thơ và sách dịch, ngoài ra còn có hàng trăm bài viết về Phật giáo khác đăng trên các trang mạng Phật giáo trong nước cũng như hải ngoại.

"Thiền Tông: Cửa Không", Nguyên Giác viết phần lớn về thiền, ghi lại một số lời dạy của Đức Phật trong thiền pháp Thiền Tông, còn gọi là Thiền Đông Độ, hay Thiền Đạt Ma, hay Thiền Tổ Sư, và riêng tại Việt Nam còn gọi là Thiền Trúc Lâm. Ngoài ra tác giả còn ghi lại các lời dạy của các thiền sư lỗi lạc tu theo truyền thống Theravada Nam truyền Miến điện và Thái Lan mà thiền pháp y hệt như thiền Nam Phương của ngài Lục Tổ Huệ Năng. Như ngài Luang Pu, một vị Thiền sư Thái Lan nổi tiếng nói rằng sau khi đọc hết kinh điển Pali Tạng Nam Truyền, ngài thấy điểm tận cùng chân lý Đức Phật dạy là an trú trong Tánh Không. Chưa hết, tác giả cho biết trong tác phẩm "Những con đường dễ thành tựu Niết Bàn" gồm 31 bài Kinh trích từ Tạng Pali do các nhà sư Thái Lan sưu tập, đã nhấn mạnh tầm quan trọng lời Đức Phật dạy rằng hễ thấy vô thường, tức thấy vô ngã, tức khắc nhận ra Niết Bàn.

Các bài viết với nhiều dẫn chứng kinh để giúp trả lời các câu hỏi thường gặp của người học Phật. Tuyển tập không có tính bộ phái, vì bao gồm nhiều chủ đề từ đơn giản đến phức tạp, từ thiền Nguyên Thủy, thiền Đông Độ tới thiền Nam Phương.

Nhìn chung, tuyển tập là khảo sát về Thiền tập nhìn từ nhiều truyền thống, trong đó phần lớn là Thiền Tông, còn gọi là Thiền Tổ Sư tức là pháp môn do Tổ Sư Bồ Đề Đạt Ma mang tới Phương Đông.

Trân trọng kính giới thiệu
Nhà xuất bản | Cư sĩ Tâm Diệu

1

HÃY THIỀN NHƯ MỘT KẺ KHỜ

Hãy thiền như một kẻ khờ? Vâng, cần phải tế nhị chữ nghĩa, khi nói về chuyện nên thiền như một kẻ khờ. Bởi vì Phật Giáo là con đường trí tuệ, không thể nào có chuyện tu hành theo một kiểu khờ khạo, ngu ngơ. Hẳn nhiên phải là có ý nghĩa ẩn mật, khi nhiều Thiền sư tự nhận là kẻ ngu, kẻ khờ, mặc dù quý ngài rất là uyên bác kinh điển. Và, ngay cả trong thời Đức Phật sinh tiền, vẫn có những kẻ ngu khờ chứng quả A la hán để giải thoát.

Chỗ này chúng ta cần phân minh chữ nghĩa. Đúng là, căn cơ cũng có người nhanh kẻ chậm. Nói người nào ngu hay khờ là bất nhã. Nhưng nói thế, vì sách cổ từng nói như thế. Điều kiện để có hy vọng giải thoát, bất kể ở căn cơ nhanh hay chậm thế nào, là phải có niềm tin kiên cố vào Tam Bảo, biết thâm tín luật nhân quả, có chánh kiến. Còn chuyện tu nhanh hay chậm, hiểu kinh nhanh hay chậm… lại là chuyện khác. Bởi vì, thiếu chánh kiến là sẽ hỏng, là dễ rơi vào tà kiến để rồi cho rằng có một cái tiểu ngã nào đó cần được đại ngã cứu vớt, hay sẽ tin vào chuyện hồn xác ngày sau sống lại.

Trong lịch sử Thiền Tông Nhật Bản có một Thiền sư nổi tiếng, trong pháp danh có nghĩa "Kẻ rất mực là ngu" nhưng ngài thực sự là một nhà thơ lớn, một nhà thư pháp nổi tiếng: *Ryōkan Taigu* (1758-1831), tên phiên âm là *Lương Khoan Đại Ngu*. Ngài là một thiền sư thi sĩ dòng Tào Động ở Nhật Bản. Ryōkan được nhớ đến nhờ thơ ca và thư pháp, thể hiện tinh hoa của đời sống Thiền. Thơ của Ryōkan đa dạng, từ thơ chữ Hán theo thể Đường luật, đến các thể thơ riêng của Nhật Bản như waka và haiku. Cuộc đời và những dòng thơ của ngài gắn liền nhau trong khung lịch sử thơ mộng của Thiền Tông Nhật Bản.

Một chuyện kể rằng, một đêm, một tên trộm đến thăm túp lều của Ryōkan dưới chân núi và thấy không có gì để trộm. Ryōkan quay lại và thấy anh này. Nhà sư nói, "Bạn đã đi một chặng đường dài để đến thăm tôi, và bạn không nên trở về tay không. Hãy lấy quần áo của tôi làm quà." Tên trộm bối rối. Anh ta lấy quần áo và lẻn đi. Ryokan ngồi trần trụi ngắm trăng, trầm tư, "Tội nghiệp anh bạn. Ước gì tôi có thể tặng anh ta mặt trăng xinh đẹp này." Câu chuyện này có thể là sự diễn giải một bài thơ haiku của Ryōkan:

Tên trộm để lại phía sau:
mặt trăng
nơi cửa sổ của tôi.

Như thế, ngài rất mực trí thức và từ bi. Sao gọi là ngu hay khờ được. Trong Thiền sử Trung Hoa thế kỷ thứ 9 cũng có ngài Đại Ngu (nối pháp Quy Tông Trí Thường). Cũng chính ngài Hoàng Bá khuyên ngài Lâm Tế Nghĩa Huyền tới tham học với ngài Đại Ngu. Hiển nhiên, rất mực bí ẩn, khi một số Thiền sư tự nhận là ngu, là khờ, là ít chữ, là nhà quê, thậm chí có khi còn tự nhận là chỉ đọc Kinh vô tự (Kinh không chữ), hay chỉ là kẻ không dùng lời nói (như ngài Vô Ngôn Thông), và có lúc còn nói là tự thấy là nghèo (chữ nghĩa) thê thảm, tới mức không còn có mảnh đất (tâm) nào để cày ruộng nữa…

Trong đời sống bình thường, đã từng bao giờ chúng ta sống trong một tâm thức của kẻ khờ? Nghĩa là, một kẻ tự biết là kiến thức của mình chưa đủ, cần khiêm tốn học nhiều nữa, sẵn lòng chú tâm tới những gì có lợi cho đường học của mình, nơi chúng ta lắng nghe kỹ hơn, nhìn kỹ hơn, tự thấy chung quanh đều là thầy của mình, kể cả cây lá hai bên đường cũng làm chúng ta tò mò? Có lẽ, đó là khi chúng ta vào năm thứ nhất đại học, khi thấy chung quanh mình đều là các giáo sư, các anh chị ở lớp lớn hơn. Thậm chí, chúng ta cũng tự khiêm tốn khi nhìn vào bạn cùng năm thứ nhất, biết đâu chừng bạn này, bạn kia vẫn điểm cao hơn mình. Chính trong tâm thức tự nhận là kẻ khờ nhất trong thế gian như thế, chúng ta không dám nghịch, chúng ta chỉ mở mắt nhìn kỹ hơn, nghe kỹ, đọc kỹ hơn từng dòng trong các sách giáo khoa mới nhận được. Khi lên năm thứ hai đại học, tự thấy bớt là kẻ khờ, thế là sức học sẽ giảm, không đọc hay nghe kỹ nữa. Bởi vậy, tâm thức của kẻ tự thấy ngu khờ là tâm thức của kẻ toàn lực tu học.

Có một truyện về một nhà sư rất khờ trong Pháp Cú để Đức Phật đọc lên bài kệ 25. Bản Việt dịch của Thầy Thích Minh Châu là:

25. "Nỗ lực, không phóng dật,
Tự điều, khéo chế ngự.
Bậc trí xây hòn đảo,
Nước lụt khó ngập tràn."

Nội dung bài kệ 25, đối chiếu với các bản Anh dịch, có nội dung là: *"Tinh tấn, không lười biếng, giữ giới luật, phòng hộ các căn, người trí biến thân tâm mình thành một hòn đảo, để không cho nước lụt nào vào được."*

Đó là câu chuyện về nhà sư Culapanthaka. Khi đang cư trú tại tu viện Veluvana, Đức Phật đã đọc Bài kệ 25 và kể chuyện nhà sư Culapanthaka, cháu trai của một chủ ngân hàng ở Rajagaha. Ông chủ ngân hàng có hai người cháu trai tên là Mahapanthaka và Culapanthaka. Anh cả là Mahapanthaka, thường cùng ông nội đi nghe thuyết pháp. Sau đó, Mahapanthaka gia nhập Tăng đoàn và rồi trở thành một vị A la hán. Culapanthaka theo anh mình và trở thành một tỳ kheo. Nhưng vì trong kiếp trước vào thời Đức Phật Kassapa, Culapanthaka đã chế nhạo một vị tỳ khưu rất đần độn, nên sư Culapanthaka sinh ra là một kẻ đần độn trong kiếp hiện tại. Thậm chí học trong 4 tháng mà không thuộc nổi một bài kệ. Mahapanthaka rất thất vọng về em trai và còn nói với em rằng em không xứng đáng với Tăng đoàn.

Lúc đó, cư sĩ Jivaka đến tu viện mời Đức Phật và các vị Tỳ kheo thường trú đến nhà dùng bữa. Mahapanthaka, người lúc đó chịu trách nhiệm phân công việc mời các tỳ khưu dùng bữa, đã loại Culapanthaka ra khỏi danh sách. Khi Culapanthaka biết được điều này, nên thấy thất vọng và quyết định sẽ quay trở lại cuộc sống của một cư sĩ. Biết ý định đó, Đức Phật đã dẫn Culapanthaka theo và bắt sư này ngồi trước điện Gandhakuti. Sau đó Đức Phật đưa một mảnh vải sạch cho Culapanthaka và bảo vị sư chậm trí này ngồi đó, quay mặt về hướng đông và chà xát mảnh vải. Đồng thời, anh ta phải lặp lại lặp lại chữ "*Rajoharanam*," có nghĩa là "*tẩy sạch bất tịnh*." Sau đó Đức Phật đi đến nơi ở của Jivaka cùng với các vị tỳ khưu.

Trong khi đó, Culapanthaka tiếp tục chà xát mảnh vải, miệng lẩm bẩm chữ "*Rajoharanam*." Rất nhanh, tấm vải trở nên dơ bẩn. Nhìn thấy sự thay đổi của tấm vải, Culapanthaka nhận ra bản chất vô thường của tất cả các pháp hữu vi. Từ nhà Jivaka, Đức Phật nhờ thần thông biết được sự tiến triển của Culapanthaka.

Phóng hào quang tới Culapanthaka, Đức Phật xuất hiện, ngồi trước mặt vị sư và nói: *"Không phải chỉ mảnh vải bị bụi làm bẩn; trong mỗi người cũng có bụi của tham đắm, bụi của sân hận, và bụi của vô minh, tức là, thiếu hiểu biết về Tứ Diệu Đế. Chỉ bằng cách loại bỏ các bụi, người ta mới có thể đạt được mục tiêu của mình và đạt được quả vị A-la-hán."*

Culapanthaka nhận được ý chỉ và tiếp tục hành thiền và chẳng bao lâu sau đã đạt được quả vị A-la-hán cùng với Trí Tuệ Phân Tích (Analytical Insight). Vì thế Culapanthaka không còn là một kẻ khờ nữa.

Tại nhà của cư sĩ Jivaka, người ta chuẩn bị rót nước cúng dường, nhưng Đức Phật lấy tay che bình bát lại và hỏi xem còn vị tỳ khưu nào ở lại tu viện không. Khi được trả lời là không có, Đức Phật trả lời rằng còn một vị sư, và yêu cầu họ đi tìm Culapanthaka từ tu viện. Khi một người từ nhà cư sĩ Jivaka đến tu viện, ông không chỉ gặp một vị tỳ khưu mà còn thấy hàng ngàn vị tỳ khưu giống hệt nhau. Tất cả đều được tạo ra bởi Culapanthaka, người hiện đã có thần thông. Người này bối rối và quay lại báo cáo với Jivaka. Người này được cử đến tu viện lần thứ hai và được lệnh nói rằng Đức Phật đã triệu tập vị tỳ khưu tên là Culapanthaka. Nhưng khi truyền đi thông điệp, hàng ngàn giọng nói đã đáp lại: "Tôi là Culapanthaka." Người này lại bối rối, anh quay về lần thứ hai. Sau đó, ông được gửi đến tu viện lần thứ ba.

Lần này, người kia được lệnh phải gặp vị tỳ khưu đầu tiên nào nói rằng sư là Culapanthaka. Ngay khi anh tóm được vị sư đó, tất cả những người còn lại đều biến mất, và Culapanthaka đi cùng sứ giả đến nhà cư sĩ Jivaka. Sau bữa ăn, theo sự hướng dẫn của Đức Phật, Culapanthaka thuyết pháp một cách tự tin và can đảm. Sau này, khi chủ đề Culapanthaka được các vị tỳ khưu đề cập đến, Đức Phật nói rằng người nào tinh tấn và kiên định trong nỗ lực của mình chắc chắn sẽ đạt được quả vị A-la-hán. Rồi Đức Phật nói bài kệ trên.

Chúng ta thấy rằng, nhà sư trong truyện rất khờ, nhưng đã có cơ duyên nhiều đời, nên không lạc vào những nơi có tà kiến. Lại có cơ duyên theo anh đi tu trực tiếp với Đức Phật. Khi đọc đi đọc lại một chữ, đó là tập định, để có sự chú tâm. Nhưng Đức Phật không nói rõ rằng đó là định gì. Chúng ta có thể suy đoán rằng đó là sơ thiền, chuyển sang quán vô thường để có tuệ giải thoát (đoạn tận tham sân si), nên gọi là Trí Tuệ Phân Tích (Analytical Insight). Tiến trình giải thoát rất nhanh (vì chưa tới lúc rót nước nơi bữa tiệc). Và khi đắc quả là có thần thông liền. Nơi đây, xin nêu ra câu hỏi: có thể chuyện đốn ngộ, đốn chứng này là cho thấy không hề có chuyện mài giũa tâm cho sạch bụi, nghĩa là nền tảng cho lý luận đời sau trong Thiền Tông: Thấy Tánh Thành Phật?

Như vậy, thái độ tu của kẻ khờ là gì? Trọn lòng tin Tam Bảo, tin sâu nhân quả (kiếp này khờ vì nhiều nghiệp từ kiếp trước), có chánh kiến (tin lời Đức Phật dạy), tinh tấn (tập định, như nơi đây là tụng một chữ có nghĩa là "*lau bụi*"), chuyển sang quán vô thường để trực nhận pháp ấn Vô thường và đoạn tận tham sân si. Nói ngắn gọn: vị này không dám làm gì ngoài lời Đức Phật dạy.

Nói cách khác, thái độ tu của kẻ khờ là luôn luôn cẩn trọng với thế giới trong và ngoài của thân tâm. Nghĩa là, thường trực nhìn thấy thân tâm của mình là đi đứng nằm ngồi trong lời Phật dạy. Bởi vì, tự thân tâm mình là một hòn đảo, không nước lụt nào bên ngoài ngấm vào được. Có thể hình dung về sức tinh tấn này như người bưng bát dầu đầy, hễ đổ ra một giọt dầu là bị chém đầu liền. Phải tinh tấn như thế, đó là sức tinh tấn của kẻ tự khiêm tốn ngồi trong một hòn đảo và không dám ngó hay nghe cái gì khác.

Kinh SN 47.20 ghi lời Đức Phật dạy về cách giữ tâm trong hòn đảo này là, trích: "Ví như một số đông quần chúng, này các Tỷ-kheo, tụ họp lại và nói: "Cô gái hoa hậu của quốc độ. Cô gái hoa hậu của quốc độ!" Và người con gái hoa hậu quốc độ ấy với tất cả sự quyến rũ của mình, múa cho họ xem, với tất cả sự quyến rũ của mình, hát cho họ nghe. Và một số quần chúng còn đông hơn tụ họp lại và nói: "Cô gái hoa hậu của quốc độ múa và hát." Rồi một người đến, muốn sống, không muốn chết, muốn lạc, ghét khổ, họ nói với người ấy như sau: *"Này Ông, hãy xem đây. Đây là cái bát đầy dầu. Ông hãy mang bát dầu ấy và đi vòng quanh đám quần chúng lớn và người con gái hoa hậu của quốc độ. Và một người với cây kiếm giơ cao sẽ đi theo sau lưng Ông. Tại chỗ nào làm đổ một ít dầu, tại chỗ ấy, đầu Ông bị rơi xuống."* Các Ông nghĩ thế nào, này các Tỷ-kheo, người ấy có thể không tác ý đến bát dầu, phóng tâm hướng ngoại không?"

Rồi Đức Phật giải thích rõ hơn: *"Và đây là ý nghĩa của nó. Này các Tỷ-kheo, cái bát đầy dầu là đồng nghĩa với thân hành niệm."*

Hình ảnh bưng bát dầu, đi đứng cẩn trọng, cũng tương tự như cậu sinh viên năm thứ nhất, khi thấy cái gì cũng là rất mới, cần để thấy, để nghe, để học. Nơi đây, hành giả bưng bát dầu tự thấy từng bước sơ sẩy là một thế giới của đầu rơi, máu chảy. Đó là tinh tấn trong từng chuyển động của thân tâm.

Tự ý thức mình là một hòn đảo, cũng là hình ảnh một con rùa trong Kinh SN 35.240. Đức Phật kể rằng một con rùa đang đi kiếm mồi dọc theo bờ sông, thì gặp một con giả can, một loại chồn. Khi con rùa thấy con giả can thì liền rụt bốn chân và rụt cổ vào trong mai rùa, nằm bất động, im lặng. Vì rằng con rùa không thò ra một thân phần nào, nên con giả can lật con rùa tới, lui, rồi bỏ đi, không làm gì được.

Kinh SN 35.240 ghi lời Đức Phật dạy về môn võ rùa này: "*Do vậy, này các Tỷ-kheo, hãy sống hộ trì các căn. Khi mắt thấy sắc, không nắm giữ tướng chung, không nắm giữ tướng riêng. Những nguyên nhân gì khiến nhãn căn không được chế ngự, khiến tham ái, ưu bi, các ác bất thiện pháp khởi lên, hãy tự chế ngự những nguyên nhân ấy, hộ trì nhãn căn, thực hành hộ trì nhãn căn. Khi tai nghe tiếng ... mũi ngửi mùi ... lưỡi nếm vị ... thân cảm xúc ... ý nhận thức các pháp, không nắm giữ tướng chung, không nắm giữ tướng riêng. Những nguyên nhân gì khiến ý căn không được chế ngự, khiến tham ái, ưu bi, các ác bất thiện pháp khởi lên, hãy tự chế ngự những nguyên nhân ấy, hộ trì ý căn, thực hành hộ trì ý căn. Này các Tỷ-kheo, khi nào các Ông sống hộ trì các căn, thời Ác ma nhàm chán các Ông và sẽ bỏ đi, không nắm giữ được cơ hội, như con giả can đối với con rùa.*"

Hình ảnh kẻ khờ cũng có thể hiểu như là có mắt như mù, có tai như điếc, và có trí tuệ cũng giả khờ. Lời dạy đó có ghi trong Trưởng Lão Tăng Kệ Thag 8.1, nơi phần cuối trong bài thơ của Ngài Maha-Kaccana là: "*Tất cả được nghe với tai, tất cả được thấy với mắt. Người trí hãy [kham nhẫn], đừng xua đẩy tất cả những gì được thấy và nghe. Cho dù ngươi có mắt, hãy cứ như mù; cho dù ngươi có tai, hãy cứ như điếc; cho dù ngươi có trí tuệ, hãy cứ như ngu khờ; cho dù ngươi có sức mạnh, hãy cứ như yếu đuối. Và khi có chuyện sinh khởi, hãy cứ nằm im như xác chết.*"

Thiền sư Bankei (1622-1693) là một bậc long tượng của Thiền Tông Nhật Bản. Có một số sách viết về ngài Bankei (Bàn Khuê), trong đó Ni sư Trí Hải đã dịch một cuốn có nhan đề là "*Tâm Bất Sinh.*" Hiện thời có một bản Anh dịch của Peter

Haskel, có thể đọc miễn phí trên mạng, đó là cuốn *"Bankei Zen: Translations from the Record of Bankei."*

Trong bản Anh dịch của Peter Haskel, nơi trang 101 bản PDF, có một đoạn, xin trích dịch lời dạy của ngài Bankei như sau: *"Tôi nói với các học trò của tôi và những người thường đến chùa này: 'Hãy ngu khờ đi!' Bởi vì quý vị có chức năng năng động của Tâm Phật chiếu sáng kỳ diệu, ngay cả khi quý vị buông bỏ những hiểu biết phân biệt, quý vị sẽ không ngu tí nào. Do vậy, tất cả quý vị, từ đây trở đi, hãy ngu khờ đi!"*

Như thế, hãy thiền như một kẻ ngu khờ, như một em bé mới chào đời, như một sinh viên năm thứ nhất, như một kẻ buông bỏ hết mọi hiểu biết phân biệt, như một con rùa thu mình chịu trận, như một người bưng bát dầu đầy không dám sơ xuất từng cử chỉ, như một hành giả đang cầm miếng vải lau bụi và chỉ nghĩ tới chữ "lau bụi" và hãy như một kẻ có mắt mà hãy cứ như mù, có tai mà hãy cứ như điếc, có trí tuệ mà hãy cứ như ngu khờ. Chỉ có an lạc, hạnh phúc, trên một hòn đảo xa lìa các trận lũ lụt.

California, ngày 7 tháng 2/1024.

2

NĂM RỒNG KỂ CHUYỆN RỒNG

Giáp Thìn đang tới. Theo truyền thống mừng Tết Nguyên Đán, hình ảnh linh vật rồng đã xuất hiện nhiều nơi trên phố chợ và truyền hình, với ước mơ cho năm mới, người người sẽ an vui hơn, sẽ hạnh phúc hơn. Bất kể, thực tế là năm 2024 có thể sẽ bất an nhiều hơn, tại Hoa Kỳ và nhiều nơi trên thế giới. Bài viết này, trong dịp đưa tiễn năm cũ để đón năm mới, sẽ kể chuyện rồng, với lời chúc an vui và hạnh phúc cho tất cả chúng sinh nơi cõi này.

Trong Kinh Pháp Cú, bài kệ 182 viết rằng, theo bản dịch của Thầy Thích Minh Châu:

182. "Khó thay, được làm người,
Khó thay, được sống còn,
Khó thay, nghe diệu pháp,
Khó thay, Phật ra đời!"

Duyên khởi bài kệ, theo Đại sư Weagoda Sarada Maha Thero, kể trong tích truyện rằng, Đức Phật đã nói lên bài kệ này, khi nói về Long vương Erakapatta, một vị vua của loài rồng. Vào thời xa xưa, có một vị vua rồng tên là Erakapatta. Trong một tiền kiếp vào thời Đức Phật Kassapa, vua rồng nguyên là một nhà sư trong một thời gian dài. Vì lo lắng về một lỗi nhỏ đã phạm trong thời gian đó, vị sư đã tái sinh thành một con rồng (nāga). Nhờ oai đức trong tiền kiếp là một vị sư, nên truy mang thân rồng, vị này vẫn chờ đợi sự xuất hiện của một vị Phật.

Long vương Erakapatta có một cô con gái rất xinh đẹp và vua rồng đã dùng cô làm phương tiện để tìm thấy Đức Phật. Long vương cho mọi nơi biết rằng ai có thể trả lời các câu hỏi khó của Long nữ là sẽ trở thành chồng của cô. Cứ mỗi 2 lần mỗi tháng, Long vương Erakapatta bắt cô Long nữ nhảy múa ngoài trời và hát lên những câu hỏi của cô. Nhiều người cầu hôn đến giải đáp thắc mắc của cô với hy vọng chiếm được cô nhưng không ai có thể đưa ra câu trả lời chính xác.

Một ngày nọ, Đức Phật Thích Ca nhìn thấy một thanh niên tên là Uttara trong linh ảnh của Ngài. Ngài biết rằng chàng trai trẻ sẽ đạt được quả Tu Đà Hoàn liên quan đến những câu hỏi do con gái của Long vương Erakapatta đưa ra. Lúc đó chàng trai đã lên đường đi tìm gặp con gái của Erakapatta. Đức Phật đã ngăn chàng trai lại và dạy anh này cách trả lời các câu hỏi. Trong khi đang được giảng dạy, Uttara đã đắc quả Tu Đà Hoàn. Bây giờ chàng Uttara đã đắc quả thánh đầu tiên, nên chàng không còn ham muốn nàng công chúa Long cung nữa. Tuy nhiên, chàng Uttara vẫn đi trả lời các câu hỏi vì lợi ích của nhiều chúng sinh khác.

Bốn câu hỏi đầu tiên là: (1) Ai là người cai trị? (2) Người bị sương mù ô nhiễm đạo đức tràn ngập có được gọi là người cai trị không? (3) Người cai trị nào xa lìa khỏi những ô nhiễm đạo đức? (4) Loại người nào bị gọi là kẻ ngu?

Chữ *"người cai trị"* (ruler) có thể hiểu là một vị vua, một người làm chủ được thế giới hay làm chủ một đất nước. Nơi đây, là người làm chủ được thân tâm mình.

Câu trả lời chàng trai Uttara đưa ra cho các câu hỏi trên là: (1) Người kiểm soát được sáu căn [mắt, tai, mũi, lưỡi, thân, ý] là người cai trị. (2) Người bị sương mù ô nhiễm đạo đức tràn ngập không được gọi là người cai trị; người thoát khỏi tham ái được gọi là người cai trị. (3) Người cai trị thoát khỏi tham ái sẽ xa lìa tất cả những ô nhiễm đạo đức. (4) Người tìm kiếm dục lạc được gọi là kẻ ngu.

Sau khi đã nghe các câu trả lời chính xác cho những câu hỏi trên, công chúa Long nữ đặt ra những câu hỏi liên quan đến lũ lụt của dục vọng, của kiếp sống tái sanh, của học thuyết sai lầm và của vô minh, và hỏi về cách vượt qua các lũ lụt đó. Chàng Uttara trả lời các câu hỏi này theo lời đã dạy từ Đức Phật. Khi Long vương Erakapatta nghe những câu trả lời này, ông biết rằng một vị Phật đã xuất hiện trên thế giới này. Vì thế Long vương yêu cầu Uttara đưa ông đến gặp Đức Phật. Khi gặp Đức Phật, Erakapatta kể cho Đức Phật về việc ông đã từng là một tăng sĩ vào thời Đức Phật Kassapa, về việc lỗi ông đã vô tình làm gãy một ngọn cỏ khi đang đi trên thuyền và ông đã lo lắng như thế nào về lỗi nhỏ đó vì đã không thực hiện hành động sám hối, và cuối cùng vị sư đã tái sinh thành một vua rồng như thế nào. Sau khi nghe Long vương nói, Đức Phật đã nói với ông rằng thật khó để được sinh vào cõi người, và khó được sinh ra vào thời điểm chư Phật xuất hiện, hoặc trong thời gian các ngài giảng dạy.

Đoạn kết câu truyện kể trên hình như không theo công thức

truyện cổ tích bình thường, nhưng đó không phải là bận tâm của những người thời xưa.

Có lẽ hình ảnh nàng Long nữ trong truyện kể trên đã là nguồn cảm hứng cho các thế hệ sau, những vị ghi lại Kinh Diệu Pháp Liên Hoa, mà chúng ta thường gọi tắt là Kinh Pháp Hoa, trong đó Long nữ xuất hiện trong Phẩm 12, tức Phẩm Đề-bà-đạt-đa. Kinh Pháp Hoa xuất hiện vào thời bùng nổ các cuộc tranh luận đã gây ra chia rẽ Phật giáo thành khoảng 20 bộ phái. Kinh Pháp Hoa nói rằng Phật Giáo là Nhất Thừa, tức một cỗ xe thôi, không có gì để phân chia bộ phái.

Khi Đức Phật tuyên thuyết trên núi Linh Thứu như thế, hàng ngàn vị Bồ tát (học pháp từ ngài Văn-thù-sư-lợi) từ Long cung bay lên đỉnh núi Linh Thứu. Trong đó có Long nữ, con gái của Long vương Sāgara, bước đến và cúng dường Phật Thích-ca. Tức thời, Long nữ biến thành Phật. Hình ảnh này cho thấy những điểm mới do Đại Thừa đưa ra: tất cả chúng sinh đều có thể thành Phật, và thời gian thành Phật có thể là khoảnh khắc là tức thân thành Phật. Hình ảnh đó trở thành tư tưởng đốn ngộ của Thiền Tông, hễ thấy tánh thì thành Phật. Tánh Phật là dụ cho viên ngọc quý.

Trong Diệu Pháp Liên Hoa Kinh, bản Việt dịch do Hòa thượng Thích Trí Quang dịch giải, nơi Phẩm 12, viết, trích lời của Bồ tát Văn thù (thầy dạy Pháp cho Long nữ) nói rằng: *Long nữ của Diêm hải long vương mới tám tuổi mà trí tuệ, lợi căn, khéo biết trình độ và hành vi của chúng sinh. Được pháp tổng trì, tiếp nhận và ghi nhớ đủ hết kho tàng bí yếu sâu xa của chư Phật tuyên thuyết. Vào sâu thiền định, thấu suốt các pháp. Trong khoảng đơn vị ngắn nhất của thì gian mà phát lộ Tuệ giác vô thượng, thành bậc Không còn thoái chuyển. Đủ các tài hùng biện. Thương chúng sinh y như thương con đỏ. Công đức hoàn hảo. Lòng nghĩ, miệng nói, toàn là tinh túy cao cả. Từ bi, khiêm nhượng, chí ý hoà nhã. Long nữ ấy có đủ năng lực đạt đến tuệ giác vô thượng."*

Đây là những tư tưởng rất là mới. Vì truyền thống nói rằng, thân nữ không thể thành Phật, phải chờ kiếp khác có thân nam, cũng như rồng là súc sinh, không thể thành Phật. Vậy mà, Kinh Pháp Hoa nói rằng, chỉ trong khoảnh khắc là đủ để Long nữ thành Phật.

Bản dịch ghi tiếp: *"Long nữ có một viên ngọc quí, giá bằng cả đại thiên thế giới. Bấy giờ Long nữ hai tay nâng viên ngọc ấy hiến lên đức Thế tôn. Đức Thế tôn nhận liền. Long nữ thưa bồ tát Trí tích và tôn giả Xá lợi phất, con hiến ngọc quí, đức Thế tôn nhận cho con, việc này mau chóng không? Rất mau chóng; hai ngài trả lời như vậy. Long nữ thưa, đem thần lực của các ngài nhìn sự thành Phật của con, thì sự ấy còn mau hơn việc này. Tức thì toàn thể đại hội các chúng lúc ấy cùng thấy, trong khoảnh khắc đột nhiên, Long nữ biến thành nam tử, đầy đủ phong cách bồ tát, lướt qua thế giới hệ Vô cấu ở hướng nam, ngồi trên đài sen quí báu, thành bậc Biết đúng và khắp, với cái thân đủ hết ba mươi hai tướng quí và tám mươi vẻ đẹp, tuyên thuyết chánh pháp tinh túy cho chúng sinh mười phương. Tại quốc độ Kham nhẫn này, các vị bồ tát, các vị thanh văn, tám bộ thiên long, tất cả nhân loại và loài khác, từ xa thấy sự thành Phật và thuyết pháp của long nữ thì tâm thần người nào cũng rất hoan hỷ, vọng xa mà lạy."*

Nếu chúng ta nhớ lại bài Kệ 182 trong Pháp Cú, sự tích Đức Phật dạy pháp cho chàng trai Uttara, chỉ trong khoảnh khắc thì chàng đắc quả Tu Đà Hoàn. Như thế, Kinh Pháp Hoa, và sau này là Thiền Tông, đẩy tốc độ nhanh hơn để nói rằng chỉ trong khoảnh khắc là chúng sinh có thể thành Phật. Thực tế, nói như thế, chỉ nói được về Tánh, nhưng không nói được về Tướng, vì công hạnh dĩ nhiên là khác biệt, bất kể rằng tấm thân năm uẩn cũng chính là Không. Nói Tánh Phật, là nói thực tướng là Tánh Không, chỉ ở trong đây mới có bình đẳng, nơi không ta, không người, không Phật, không chúng sinh…

Nếu không vào được cái thấy Tánh Không này, là sẽ vẫn thấy thế gian này ô nhiễm, sẽ vẫn thấy nữ phải chờ cho có thân nam, là sẽ vẫn thấy Đề-bà-đạt-đa phải vĩnh viễn ngồi trong địa ngục. Chỉ khi có cái thấy này, mới có chuyện nữ Thiền sư mở pháp hội, mở trường thiền, dạy đủ tứ chúng.

Như trường hợp của Liễu Nhiên Thiền Ni (Moshan Liaoran) tại núi Mạt Sơn ở Trung Hoa thế kỷ thứ 9. Trong bản dịch *Thiền sư Trung Hoa* của Hòa Thượng Thích Thanh Từ viết, trích:

"Hòa thượng Quán Khê Nhàn đi du phương đến núi này, tự nói: Nếu tương đương thì ở, chẳng vậy thì xô ngã giường thiền. Nhàn vừa vào Tăng đường, Liễu Nhiên sai thị giả đến hỏi: -Thượng tọa du phương đến hay vì Phật pháp đến? Nhàn đáp: -Vì Phật pháp đến. Liễu Nhiên lên tòa, Nhàn đến tham. Liễu Nhiên hỏi: Hôm nay Thượng tọa rời ở đâu đến? Nhàn đáp: -Rời cửa đường đến. Liễu Nhiên bảo: Sao chẳng đậy lại? Nhàn không đáp được, mới lễ bái hỏi: Thế nào là Mạt Sơn? Liễu Nhiên đáp: -Chẳng bày đảnh. Nhàn hỏi: -Thế nào chủ Mạt Sơn? Nhiên đáp: Chẳng phải tướng nam nữ. Nhàn nạt rằng: -Sao chẳng biến đi? Nhiên đáp: -Chẳng phải thần, chẳng phải quỉ, biến cái gì? Nhàn mới kính phục, ở lại làm Tri viên ba năm."

Người thường trực thấy các pháp rỗng không, vắng lặng, sẽ hoàn toàn không còn thấy có tướng nam, tướng nữ, tướng thần, tướng quỉ. Chữ "Mạt" trong tên núi Mạt Sơn còn có nghĩa là đỉnh cao nhất. Ngài Thiền ni Liễu Nhiên nói rằng ngài không "bày đảnh" là nói rằng trên đầu ngài không lộ ra hình tích nào để nói là "đảnh" nữa. Thế thì nói gì tới nam hay nữ, thần hay quỉ, thậm chí, nói gì tới Phật với ma nữa.

Thấy được thường trực như thế mới thực sự là vua rồng, là bậc long tượng, là ngọn núi không ai thấy đảnh, và mới thực sự là nơi nương tựa cho chúng sinh cõi này vậy.

3

TỪ LÝ LUẬN TỚI GIẢI THOÁT

Chúng ta thường nghe dặn dò rằng, hãy tu đi, đừng nói nhiều, đừng lý luận nhiều, đừng dựa vào chữ nghĩa biện biệt sẽ dễ loạn tâm, hãy ngồi xuống hít thở, hãy ngồi xuống quán sát tâm mình, hãy ngồi thiền, hãy đi bộ thiền, và vân vân. Những lời dặn dò đó không sai. Tuy nhiên, đối với một số trường hợp, trong kinh ghi rằng, lý luận biện biệt về Chánh pháp sẽ có thể dẫn tới giải thoát, có thể dẫn tới có thể tới thánh quả Bất Lai (A na hàm), chỉ nhờ thuần nghe lý luận và để tâm mình tập theo lý luận đó. Kinh ghi rằng ngay cả khi nằm giường bệnh, đau đớn toàn thân trong giờ cận tử, không thể tập gì được hết, nhưng khi được nghe lý luận biện biệt về Chánh pháp sẽ sinh về cõi trời Đâu suất thiên để học đạo tiếp.

Bài viết này sẽ khảo sát Kinh MN 140 và Kinh MN 143, để thấy cách nương theo lý luận biện biệt để thấy Chánh pháp, và rồi xa lìa tham sân si. Chỉ bằng lý luận biện biệt thôi, có lẽ, trong giả định là đã có phần nào Giới hay Định. Trong khi pháp truyền thống là từ Giới sẽ tới Định, và từ Định vào Tuệ, nhưng hai Kinh này chủ yếu là dựa vào lý luận biện biệt. Các phân tích của tác giả trong bài này chỉ có tính tham khảo, vì các sai sót tất nhiên sẽ có do hiểu biết bất toàn của người viết.

Kinh MN 140 nằm trong Trung Bộ Kinh, còn tên là Kinh Giới Phân Biệt. Tương đương bên Tạng A Hàm là Kinh MA 162. Mở đầu Kinh, Đức Phật đi du hành một mình. Đây là điều hiếm hoi, nhưng là một chỉ dấu cho thấy, đây là thời kỳ ban đầu hoằng pháp, có lúc đi du hành đơn độc, bất kể là Đức Phật đã nổi tiếng.

Kinh MN 140 ghi rằng lúc đó, Thế Tôn du hành ở xứ Magadha, đi đến Vương xá, đến nhà thợ gốm Bhaggava; sau khi đến nói với thợ gốm Bhaggava, rằng Đức Phật muốn ở tại chỗ này một đêm.

Thợ gốm đáp rằng, "*Bạch Thế Tôn không có gì phiền phức cho con. Ở đây đã có một vị xuất gia đến ở từ trước rồi. Nếu vị ấy thỏa thuận, bạch Thế Tôn, hãy ở lại tùy theo sở thích.*" Có nghĩa là, thợ gốm nhận ra rằng đây là Thế Tôn, không phải một vị sư vô danh. Nhưng thợ gốm muốn hỏi ý vị sư nào đó đã vào trước, có nghĩa là, anh thợ gốm biết rằng tâm của Đức Phật không chấp nhất nếu Đức Phật bị từ chối trú ngụ đêm. Hãy hình dung ra chuyện thế kỷ 21, khi vị Pháp Chủ của Phật Giáo Việt Nam hay Thái Lan đi bộ đơn độc tới nhà một anh thợ gốm, xin ngủ qua đêm, và anh thợ gốm nhận ra đúng là Pháp Chủ tới nhà, nhưng anh thợ gốm trả lời rằng hết chỗ rồi, phải xin phép một vị tới trước.

Người được gọi là xuất gia kia, theo kinh ghi lại là Thiện gia nam tử Pukkusati, "*do lòng tin, y cứ Thế Tôn đã xuất gia,*" từ bỏ gia đình, sống không gia đình. Vị ấy đã đến ở trước tại trú xứ của thợ gốm. Rồi Thế Tôn đi đến Tôn giả Pukkusati; sau khi đến nói với Pukkusati, "*Này Tỷ-kheo, nếu không gì phiền phức cho Ông, Ta muốn ở lại trú xứ này một đêm.*"

Vị tới trước trả lời Thế Tôn: "*Rộng rãi, thưa Hiền giả, là trú xứ của thợ gốm. Tôn giả có thể ở, tùy theo sở thích."*

Kinh MN 140 ghi rằng: *"Rồi Thế Tôn sau khi bước vào trú xứ của thợ gốm, trải thảm cỏ vào một bên, ngồi kiết-già, lưng thẳng và an trú niệm trước mặt. Và Thế Tôn trải qua phần lớn đêm ấy, ngồi như vậy. Tôn giả Pukkusati trải qua phần lớn đêm ấy cũng ngồi như vậy."*

Thế rồi Đức Phật mới hỏi Pukkusati về chuyện xuất gia, thì ngài Pukkusati nói rằng vị này **chưa từng gặp Đức Phật**, nhưng tự ý xuất gia vì nghe Đức Phật Thích Ca *"là bậc Thế Tôn, bậc A-la-hán, Chánh Đẳng Giác..."* và sẽ y theo pháp của Đức Phật.

Chỗ này làm chúng ta suy nghĩ. Nói theo thời nay, vị Pukkusati này **chưa gọi được là Tỳ kheo, cũng chưa gọi được là sa-di, cũng chưa gọi được là cư sĩ.** Nhưng vì nghe danh Đức Phật, nên khởi tâm say mê tu theo Đức Phật và đã tự cạo đầu, tự gọi là xuất gia, còn mọi chuyện khác thì tính sau.

Một điểm để suy nghĩ nữa, theo một vài Kinh thì Đức Phật có 32 tướng tốt và 80 vẻ đẹp. Đức Phật và ngài Pukkusati ngồi chung phòng cả đêm, nói chuyện... vậy mà vị này qua hình tướng đối diện đã không nhận ra Đức Phật. Nghĩa là, có thể (chúng ta chỉ suy đoán, có thể là sai) rằng các kinh nói rằng Đức Phật có 32 tướng tốt và 80 vẻ đẹp chỉ là do đời sau lấy một khái niệm xưa cổ của dân tộc Ấn Độ để nói rằng Đức Phật có vẻ đẹp như truyền thuyết xứ này (người viết thành tâm sám hối khi nêu nghi vấn này, và cũng không muốn tự mình khảo cứu chuyện hình tướng).

Kinh ghi rằng, rồi Thế Tôn suy nghĩ: *"Thiện gia nam tử này xuất gia y cứ nơi Ta. Vậy Ta hãy thuyết pháp cho Thiện gia nam tử ấy."*

Và từ đó, hình thành một bài pháp tuyệt vời. Xin chú ý rằng, ngay trong 2 hay 3 dòng đầu tiên (tùy bản Anh dịch), và bản dịch của Thầy Minh Châu, nói lên giáo lý vô niệm của Thiền Tông, rằng ai sống với vô niệm thì được gọi là "ẩn sĩ tịch tịnh."

Bản Việt dịch của Thầy Minh Châu viết trong Kinh MN 140: *"Này Tỷ-kheo, người này có sáu giới, sáu xúc xứ, mười tám ý hành, bốn thắng xứ, khi được an trú, vọng tưởng không có chuyển động.* **Khi vọng tưởng không chuyển động**, *vị ấy được gọi là một ẩn sĩ tịch tịnh."*

Thử đối chiếu 4 bản Anh dịch về lời dạy này của Đức Phật. Suddhāso Bhikkhu dịch là: *"Standing where one is not flooded by the flow of notions, one is called a 'peaceful sage.'"*

Bhikkhu Sujato dịch là: *"And when the streams of conceiving do not flow, they are called a sage at peace."*

Bhikkhu Bodhi dịch là: *"… and when the tides of conceiving no longer sweep over him he is called a sage at peace."*

Thanissaro Bhikkhu dịch là: *"And when the currents of construing do not flow, he is said to be a sage at peace."*

Nghĩa là, qua 4 cách dịch khác nhau, nêu ra cùng một nghĩa của **vô niệm**, tức là, khi **dòng niệm không trôi chảy** nữa, vị đó gọi là người bình an, một nghĩa khác của chữ giải thoát. Vô niệm, nơi đây không có nghĩa là "không suy nghĩ" mà chỉ có nghĩa là "không có dòng niệm trôi chảy" nữa. Vậy thì, làm sao vô niệm?

Kinh MN 140 còn có tên là Kinh Giới Phân Biệt, do Đức Phật giải thích những gì là *sáu giới, sáu xúc xứ, mười tám ý hành, bốn thắng xứ* rồi dùng lý luận biện biệt, tất cả cùng một công thức để dẫn tới nhận biết pháp ấn vô ngã.

Kinh MN 140 viết, qua lời dịch của Thầy Minh Châu: *"Thế nào là không buông lung trí tuệ? Có sáu giới này: địa giới, thủy giới, hỏa giới, phong giới, không giới, thức giới. Này Tỷ-kheo, thế nào là địa giới? Có nội địa giới và có ngoại địa giới. Và này Tỷ-kheo, thế nào là nội địa giới? Cái gì thuộc nội thân, thuộc cá nhân, kiên cứng, thô phù, bị chấp thủ, như tóc, lông, móng, răng, da, thịt, gân, xương, tủy, thận, tim, gan, hoành cách mô, lá lách, phổi, ruột, màng ruột, bao tử, phân và bất cứ vật gì khác, thuộc nội thân, thuộc cá nhân, kiên cứng, thô phù, bị chấp thủ. Như vậy, này Tỷ-kheo, được gọi là nội địa giới. Những gì thuộc nội địa giới và những gì thuộc ngoại địa giới đều thuộc về địa giới. Địa giới ấy phải được quán sát như thật với chánh trí tuệ như sau: "Cái này không phải của tôi, cái này không phải là tôi, cái này không phải tự ngã của tôi". Sau khi như thật quán sát địa giới với chánh trí tuệ như vậy, vị ấy sanh yếm ly đối với địa giới, tâm từ bỏ địa giới." (ngưng trích)*

Đức Phật biết rằng ngài Pukkusati là "Tỷ kheo tự phong," chưa thọ giới Tỷ kheo (cũng có thể, lúc này là sơ kỳ, chưa có giới Tỷ kheo), nhưng Đức Phật không bàn về giới luật với vị này, cũng không bàn về tu định, dù là sơ thiền hay các bậc định khác, mà nói thẳng về pháp quán địa giới trong và ngoài (và tuần tự với thủy giới, vân vân), rằng không hề có cái gì gọi là "tôi, của tôi"….

Điểm cũng nên chú ý: Đa số trường hợp khác, Đức Phật dạy nhận ra vô thường trước khi nói về vô ngã. Câu đầu tiên Đức Phật thường đưa ra ngay đầu cuộc nói chuyện là câu hỏi: *"Mắt có vô thường không, và vân vân."* Nhưng ở Kinh MN 140, Đức Phật nói ngay về vô ngã. Đặc tính của vô ngã là trừu tượng, khó nhận biết. Trong khi vô thường dễ nhận biết hơn, vì vô thường là cụ thể, nhận biết ngay được ở thân và tâm của hành giả.

Trong khi đó, lời dạy vô ngã **"Cái này không phải của tôi, cái**

này không phải là tôi, cái này không phải tự ngã của tôi" là cốt tủy của Kinh SN 12.70, còn gọi là Kinh Susima Sutta, trong đó 60 vị sư đắc quả A la hán chỉ bằng quán sát thường trực câu nói đó. Nhóm 60 vị này được Đức Phật gọi là "tuệ giải thoát," vì chưa đắc định, chưa đắc thần thông, nhưng đã đoạn tận lậu hoặc, đã giải thoát.

Trở lại, Kinh MN 140 viết rằng, chỉ nhờ quán như thế, sau khi như thật quán sát các giới với chánh trí tuệ như vậy, vị ấy sanh yếm ly đối với các giới, tâm từ bỏ các giới. Và *"Sau khi như thật quán sát hư không giới với chánh trí tuệ như vậy, vị ấy sanh yếm ly đối với hư không giới, tâm từ bỏ hư không giới. Lại nữa, khi thức còn lại được trong sạch, trong trắng, vị ấy biết được một số sự việc nhờ thức ấy. Vị ấy thức tri được lạc, thức tri được khổ, thức tri được bất khổ bất lạc."*

Lúc đó, Kinh MN 140 viết tiếp, khi thọ lạc, hay thọ khổ, hay thọ bất lạc bất khổ khởi lên, hay diệt đi, vị ấy tuệ tri rằng các thọ đó khởi lên, và diệt đi. Tức là, **từ vô ngã, nhận ra vô thường. Vì nhận ra vô thường, nên không chấp thủ.**

Kinh MN 140 viết: *"Ví như, này Tỷ-kheo, như ngọn đèn dầu được cháy đỏ nhờ dầu và tim. Khi dầu và tim diệt tận, và không có vật liệu khác được đem đến, ngọn đèn dầu ấy bị diệt tắt ... Cũng vậy, này Tỷ-kheo, khi cảm giác một cảm thọ lấy thân làm tối hậu, vị ấy tuệ tri: "Tôi cảm giác một cảm thọ lấy thân làm tối hậu". Khi cảm giác một cảm thọ lấy sinh mạng làm tối hậu, vị ấy tuệ tri: "Tôi cảm giác một cảm thọ lấy sinh mạng làm tối hậu"; vị ấy tuệ tri: "Sau khi thân hoại mạng chung, mọi cảm thọ hoan hỷ ở nơi đây trở thành thanh lương". Do vậy, Tỷ-kheo thành tựu như vậy là thành tựu với tối thắng tuệ thắng xứ này. Vì rằng, này Tỷ-kheo, như vậy là tối thắng Thánh tuệ, nghĩa là trí, biết sự đoạn tận mọi đau khổ."*

Tức là giải thoát. Và cái thấy của giải thoát này là, ý nghĩa chân thực của vô niệm là, theo Kinh MN 140:

"Khi được nói đến: "Khi được an trú, vọng tưởng không có chuyển động. Khi vọng tưởng không chuyển động, vị ấy được gọi là một ẩn sĩ tịch tịnh", do duyên gì được nói đến như vậy?

Này Tỷ-kheo, "Tôi là", như vậy là vọng tưởng. "Tôi là cái này", như vậy là vọng tưởng. "Tôi sẽ là", như vậy là vọng tưởng. "Tôi sẽ không là", như vậy là vọng tưởng. "Tôi sẽ có sắc", như vậy là vọng tưởng. "Tôi sẽ không có sắc", như vậy là vọng tưởng. "Tôi sẽ có tưởng", như vậy là vọng tưởng. "Tôi sẽ không có tưởng", như vậy là vọng tưởng. "Tôi sẽ không có tưởng, không không có tưởng", như vậy là vọng tưởng. Vọng tưởng, này Tỷ-kheo, là bệnh, vọng tưởng là cục bướu, vọng tưởng là mũi tên. Này Tỷ-kheo, khi vượt khỏi mọi vọng tưởng, vị ẩn sĩ được gọi là tịch tịnh. Nhưng này Tỷ-kheo, vị ẩn sĩ tịch tịnh không sanh, không già, không có dao động, không có hy cầu. Vì không có cái gì do đó có thể sanh, này Tỷ-kheo, không sanh làm sao già được? Không già, làm sao chết được? Không chết làm sao dao động được? Không dao động, làm sao hy cầu?"

Nghĩa là, vị đó nhìn thấy vượt qua tất cả các khẳng định, hoàn toàn không phải là các nghĩa: Tôi là, Tôi là cái này, Tôi sẽ là, Tôi sẽ không là, Tôi sẽ có sắc, Tôi sẽ không có sắc, Tôi sẽ có tưởng, Tôi sẽ không có tưởng, "Tôi sẽ không có tưởng, và không không có tưởng" (nghĩa là, Kinh Lăng Già gọi là **ly tứ cú, tuyệt bách phi**" - lìa 4 câu, dứt bặt 100 thứ sai lầm).

Điều nên chú ý rằng lý luận này không phải thuần túy trừu tượng, mà là để an tâm, để giải thoát. Vì không phải Đức Phật thì không có tri kiến này. Lúc đó, ngài Pukkusati mới nhận thấy trước mặt ngài là Đức Phật (kinh này không nói chuyện có hay không có 32 tướng tốt và 80 vẻ đẹp), mới xin sám hối, và xin

"Bạch Thế Tôn, Thế Tôn hãy cho con được thọ cụ túc giới trước mặt Thế Tôn."

Và theo lời Đức Phật dạy hãy tìm y bát để làm nghi thức xuất gia, Kinh MN 140 ghi lại: *"Trong khi Tôn giả Pukkusati đi tìm y bát, một con bò cuồng chạy, đoạt mất mạng sống của Tôn giả."*

Bấy giờ một số đông Tỷ-kheo đi đến với Thế Tôn, và hỏi về Pukkusati thì Đức Phật nói, *"Này các Tỷ-kheo, Thiện gia nam tử Pukkusati, sau khi đoạn trừ năm hạ phần kiết sử, được hóa sanh và từ chỗ ấy nhập Niết-bàn, không phải trở lui đời ấy nữa."* Có nghĩa là, hóa sanh là đã đắc quả A na hàm, còn gọi là quả Bất Lai, hay Bất Hoàn. Nghĩa là, tuy chưa là cư sĩ, chưa là sa-di, chưa là Tỳ kheo, nhưng ngài Pukkusati chứng quả Bất Lai ngay sau khi nghe bài pháp. Và khi nghe lý luận biện biệt, chỉ có lý luận biện biệt thôi (chưa thực tập) là đủ để giải thoát.

Chúng ta có thể tin rằng, Đức Phật tiên đoán rằng thọ mệnh của Pukkusati sắp ra đi, nên mới thuyết bài pháp có sức mạnh tận cùng: chỉ dùng lý luận để Pukkusati chứng ngộ vô ngã, rồi chứng ngộ vô thường, rồi vào chỗ dứt bặt tất cả các suy nghĩ tư lường về có với không, về không có với không không, và về vân vân.

Một Kinh cũng có sức mạnh tột cùng tương tự là Kinh MN 143, còn gọi là *"Kinh Giáo giới Cấp Cô Độc"* -- khi Cư sĩ Cấp Cô Độc trên giường bệnh, nằm hấp hối. Nghĩa là, giây phút này là khẩn cấp, không có chuyện tu hành chậm trễ gì nữa. Kinh kể rằng, ngài Cấp Cô Độc mới nhờ một người tới *"cúi đầu đảnh lễ chân Thế Tôn"* – sau nghi thức này, vị đó mới thỉnh Tôn giả Sāriputta (Xá Lợi Phất) tới nhà ngài Cấp Cô Độc. Ngài Sāriputta mới chọn Tôn giả Ānanda đi theo.

Kinh MN 143 ghi rằng:

"Tôn giả Sāriputta nói với cư sĩ Cấp Cô Độc: —Này Cư sĩ, ta mong rằng Ông có thể kham nhẫn; Ta mong rằng Ông có thể chịu đựng. Ta mong rằng khổ thọ được giảm thiểu, không gia tăng, sự giảm thiểu được rõ rệt, không có gia tăng.

—Thưa Tôn giả Sāriputta, con không có thể kham nhẫn, con không có thể chịu đựng. Sự khổ thống của con gia tăng, không có giảm thiểu; sự gia tăng rõ rệt, không có giảm thiểu. Thưa Tôn giả Sāriputta, ví như một người lực sĩ chém đầu (một người khác) với một thanh kiếm sắc bén; cũng vậy, thưa Tôn giả Sāriputta, những ngọn gió kinh khủng thổi lên đau nhói trong đầu con. Thưa Tôn giả Sāriputta, con không có thể kham nhẫn, con không có thể chịu đựng. Những khổ thống của con gia tăng, không có giảm thiểu; sự gia tăng rõ rệt, không có giảm thiểu. Thưa Tôn giả Sāriputta, như một người lực sĩ lấy một dây nịt bằng da cứng quấn tròn quanh đầu rồi xiết chặt; cũng vậy, thưa Tôn giả Sāriputta, con cảm thấy bị đau đầu một cách kinh khủng. Thưa Tôn giả Sāriputta, con không có thể kham nhẫn, con không có thể chịu đựng..." (ngưng trích)

Ngài Cấp Cô Độc đau kinh khủng lắm. Đau toàn thân, không chỉ nơi đầu, theo lời ngài kể nhiều hơn trích đoạn trên. Nếu mà thời nay, khi gặp bệnh nhân đau như thế, các bác sĩ sẽ chích thuốc giảm đau, hay là thuốc ngủ. Tuy nhiên, ngài Xá Lợi Phất nói ngay, chỉ bằng lý luận biện biệt để nhận ra thực tướng, trích:

*"—Do vậy, này Cư sĩ hãy học tập như sau: "**Tôi sẽ không chấp thủ con mắt, và tôi sẽ không có thức y cứ vào con mắt**". Này Cư sĩ, hãy học tập như vậy. Do vậy, này Cư sĩ, hãy học tập như sau: "Tôi sẽ không chấp thủ tai, và tôi sẽ không có thức y cứ vào tai". Này Cư sĩ, hãy học tập như vậy. Do vậy ... không chấp thủ mũi ... y cứ vào mũi ... hãy học tập như vậy. Do vậy ... không chấp thủ lưỡi ... y cứ vào lưỡi ... hãy học tập như vậy. Do*

vậy ... không chấp thủ thân ... y cứ vào thân ... hãy học tập như vậy. Do vậy ... không chấp thủ ý ... y cứ vào ý ... hãy học tập như vậy.

Do vậy, này Cư sĩ, hãy học tập như sau: "Tôi sẽ không chấp thủ hình dạng, và tôi sẽ không có thức y cứ vào hình dạng". Này Cư sĩ, hãy học tập như vậy. Do vậy ... không chấp thủ tiếng ... y cứ vào tiếng ... hãy học tập như vậy. Do vậy ... không chấp thủ hương ... y cứ vào hương ... hãy học tập như vậy. Do vậy ... không chấp thủ vị ... y cứ vào vị ... hãy học tập như vậy. Do vậy ... không chấp thủ xúc ... y cứ vào xúc ... hãy học tập như vậy. Do vậy, này Cư sĩ, hãy học tập như sau: "Tôi sẽ không chấp thủ pháp, và tôi sẽ không có thức y cứ vào pháp". Này Cư sĩ, hãy học tập như vậy." (ngưng trích)

Tương tự, ngài Xá Lợi Phất nói y hệt như vậy cho trọn thân và tâm, trong và ngoài:

"...không chấp thủ vào mắt (tai, mũi, lưỡi, thân, ý) và không có thức y cứ vào mắt (tai, mũi, lưỡi, thân, ý)..."

"...không chấp thủ vào hình dạng (âm thanh, mùi vị, vị nếm, cảm giác, suy nghĩ tư lường) và không có thức y cứ vào hình dạng (âm thanh, mùi vị, vị nếm, cảm giác, suy nghĩ tư lường) ..."

"...không chấp thủ vào nhãn thức (nhĩ thức, tỷ thức, thiệt thức, xúc thức, ý thức) và không có thức y cứ vào nhãn thức (nhĩ thức, tỷ thức, thiệt thức, xúc thức, ý thức)..."

Tương tự với sắc, thọ, tưởng, hành, thức... với địa giới, thủy giới, hỏa giới, phong giới, không giới, thức giới... Nghĩa là, **với tất cả những gì trong và ngoài của thân tâm.** Nơi đây, ngài Xá Lợi Phất phân tích chi tiết, không để sót, nhưng có một Kinh trong đó Đức Phật nói ngắn gọn hơn, đó là Kinh SN 35.23

(Sabba Sutta) gọi là "Tất cả" – bản tiếng Anh là "The All."

Trong tiếng Việt dịch là "chấp thủ," trong bản tiếng Anh của ngài Sujato dịch là "grasp" (nắm giữ), nhiều vị khác dịch là "cling to" (dính mắc vào). Để đối chiếu cách dịch như sau:

-- *"... Cư sĩ hãy học tập như sau: " Tôi sẽ không chấp thủ con mắt, và tôi sẽ không có thức y cứ vào con mắt"..."* (bản dịch ngài của Minh Châu)

-- *"...you should train like this: 'I shall not grasp the eye, and there shall be no consciousness of mine dependent on the eye. '..."* (Bản dịch của ngài Sujato)

-- *"...householder, this is how you are to train: 'I will not cling to the eye, and my consciousness will not be dependent on the eye. '..."* (bản dịch của ngài Suddhāso Bhikkhu)

-- *"....householder, you should train yourself in this way: 'I won't cling to the eye; my consciousness will not be dependent on the eye.'.."* (bản dịch của ngài Thanissaro)

-- *"... householder, [said Sariputta,] you should train thus: I will not cling to the eye; the ear; the nose; the tongue; the body; the mind and my consciousness will not be dependent on the eye; the ear; the nose; the tongue; the body; the mind..."* (bản dịch của ngài Andrew Olendzki)

Chỗ này có thể liên hệ tới Kinh Kim Cang, và đặc biệt là câu *"ưng vô sở trụ nhi sinh kỳ tâm"* (*Không trụ tâm vào bất kỳ nơi nào, tâm Niết bàn sẽ hiển lộ*) mà ngài Huệ Năng đã nương vào để giải thoát, và rồi câu này trở thành chìa khóa cốt tủy cho Thiền Tông.

Kinh MN 143 ghi rằng khi nghe thuyết pháp như vậy, cư sĩ Cấp

Cô Độc khóc và chảy nước mắt... vì chưa từng được nghe bài pháp như thế. Kinh viết rằng, trích: *"Rồi Tôn giả Sāriputta và Tôn giả Ānanda sau khi giảng dạy cho cư sĩ Cấp Cô Độc với bài thuyết giảng, từ chỗ ngồi đứng dậy và ra đi. Rồi cư sĩ Cấp Cô Độc, sau khi Tôn giả Sāriputta và Tôn giả Ānanda ra đi không bao lâu, thân hoại mạng chung, và sau khi thân hoại mạng chung liền sanh lên cõi Tusita (Đâu-suất thiên)."* (ngưng trích)

Nghĩa là, giây phút cận tử, nằm giường bệnh với đau đớn toàn thân, chỉ nghe thuyết pháp bằng lý luận biện biệt và nương theo lý luận đó để nhận ra Chánh pháp, ngài Cấp Cô Độc sanh vào cõi trời Đâu suất thiên, nơi Bồ tát Di Lặc đang thuyết pháp.

Như thế, chúng ta thấy Kinh MN 140 và Kinh MN 143 đều dùng lý luận biện biệt để chỉ ra Chánh pháp. Trường hợp cả hai Kinh, thời thuyết pháp có lẽ chỉ dài một hay hai giờ đồng hồ. Trong Kinh MN 140, sau khi nghe Đức Phật thuyết pháp, vị đương cơ đắc quả A na ham, khi bước ra đường đã gặp nạn, chết liền, và hóa sinh vào Niết bàn. Trong Kinh MN 143, vị đương cơ đau đớn, nằm giường bệnh, nghe ngài Xá Lợi Phất lý luận biện biệt Chánh pháp xong, liền sinh vào cõi trời Đâu suất thiên, nơi có cơ duyên học đạo liên tục.

Như thế, lý luận biện biệt cũng là một chìa khóa để giải thoát, theo mô hình hai Kinh này.

4

NHỮNG MÓN QUÀ NGÀI ĐỂ LẠI: DI SẢN GIÁO PHÁP CỦA AJAAN DUNE ATULO

Phra Bodhinandamuni ghi lại
Thanissaro Bhikkhu dịch từ tiếng Thái sang tiếng Anh
Nguyên Giác dịch từ tiếng Anh sang tiếng Việt

(**Nguyên Giác ghi chú**: Đối với những người từng học Thiền Tông Việt Nam, khi đọc bản Anh văn về các lời dạy của nhà sư Thái Lan Ajaan Dune Atulo -- còn được gọi tôn kính là Luang Pu, tức Trưởng Lão Hòa Thượng hay Sư Ông, trong tương đương tiếng Việt -- sẽ giựt mình vì thấy rất là quen thuộc. Đây là văn phong của Huệ Năng, của Tuệ Trung Thượng Sỹ được viết trong phiên bản Thái Lan. Thí dụ, lời dạy về vô niệm của ngài Luang Pu, "*Bất kể ngươi suy nghĩ nhiều như thế nào, ngươi sẽ không biết. Chỉ khi ngươi ngưng suy nghĩ, ngươi mới biết. Nhưng dù vậy, ngươi phải nương dựa vào suy nghĩ để biết.*" Hay là lời ngài dạy ngắn gọn, "*Người ta bây giờ đau khổ bởi vì niệm.*" [People these days suffer because of thoughts.] Hay về

36

Tánh Không: Luang Pu nói rằng khi đọc hết kinh điển (Tạng Nam Truyền), ngài suy nghĩ tìm chỗ tối hậu, điểm tận cùng chân lý Đức Phật dạy, đó là lời của Xá Lợi Phất rằng "*An trú của tâm tôi là Tánh Không.*" [My mind's dwelling place is emptiness.] Độc giả có thể đọc bản tiếng Anh ở đây: https://www.accesstoinsight.org/lib/thai/dune/giftsheleft.html .)

Ajaan Dune Atulo (1888-1983) sinh ngày 4 tháng 10/1888 tại làng Praasaat, huyện Muang, tỉnh Surin. Năm 22 tuổi ngài xuất gia ở tỉnh ly. Sáu năm sau, thất vọng với nếp sống của một tăng sĩ thất học, ngài rời đi để học ở Ubon Ratchathani, nơi ngài kết bạn với Ajaan Singh Khantiyagamo và tái xuất gia vào tông phái Dharmayut. Không lâu sau đó, ngài và Ajaan Singh gặp Ajaan Mun, người vừa trở về vùng Đông Bắc Thái Lan sau nhiều năm lang thang. Ấn tượng với những lời dạy và pháp thực hành của Ajaan Mun, cả hai tu sĩ đều từ bỏ việc học và bắt đầu cuộc sống thiền định lang thang dưới sự hướng dẫn của ngài Ajaan Mun. Vì vậy họ là hai đệ tử đầu tiên của Ajaan Mun. Sau khi lang thang 19 năm qua rừng núi Thái Lan và Campuchia, Ajaan Dune nhận được lệnh từ cấp trên giáo hội của mình để đứng đầu một tu viện kết hợp học tập và thực hành ở Surin. Do đó, ngài đảm nhận chức vụ trụ trì của Wat Burapha, ở giữa thị trấn từ năm 1934. Ngài ở đó cho đến khi qua đời vào năm 1983. Và sau đây là những lời dạy của ngài, với cách xưng hô tôn kính là Luang Pu.)

Lời Giới Thiệu

Nhiều người đã tìm hỏi những bài pháp thoại của Luang Pu vì mong muốn được đọc hoặc lắng nghe chúng, và tôi [Phra

Bodhinandamuni] phải thành thật thú nhận rằng các bài pháp thoại của Luang Pu cực kỳ hiếm. Điều này là do ngài chưa bao giờ thuyết pháp chính thức hay diễn thuyết dài dòng. Ngài chỉ đơn giản dạy thiền, khuyến tấn đệ tử, trả lời các câu hỏi, hay thảo luận về Giáo pháp với các vị trưởng lão khác. Ngài sẽ nói một cách ngắn gọn, cẩn trọng và chỉ thẳng. Thêm nữa, ngài không bao giờ thuyết pháp trong các buổi lễ chính thức.

Vì vậy, để đáp lại mong muốn và quan tâm của nhiều người đối với Giáo pháp của Luang Pu, tôi đã biên soạn cuốn sách này gồm những lời dạy ngắn gọn của ngài - những sự thật thuần khiết ở cấp độ cao nhất, các bài học và lời khuyên mà ngài trao cho học trò, những câu trả lời cho các câu hỏi và những đoạn trích từ lời Phật dạy trong kinh điển mà ngài luôn ưa thích dẫn ra. Vì tôi đã sống với ngài quá lâu, cho đến những ngày cuối đời của ngài, tôi đã kết tập những đoạn này theo trí nhớ hoặc từ các ghi chú trong nhật ký của mình. Tôi cũng ghi lại các sự kiện, nơi chốn và những người liên hệ, để giúp các đoạn văn dễ hiểu và lôi cuốn hơn trong khi đọc.

Điều đáng ghi nhận - và thật tuyệt vời – rằng cho dù Luang Pu thường không nói, hoặc nói rất ít, ngài vẫn rất nhanh nhẹn và sắc bén trong cách diễn đạt, không bao giờ bỏ lỡ chủ điểm. Lời nói của ngài ngắn nhưng đầy ý nghĩa, từng câu đều mang một thông điệp trọn vẹn. Như dường ngài thôi miên người nghe, buộc họ phải suy ngẫm thật lâu về lời nói của ngài với sự nhận biết sâu thẳm nhất.

Người đọc – ghi nhận rằng một số đoạn văn nơi đây chứa đựng những lời dạy bình thường, một số tức cười và một số là sự thật thuần túy ở mức tối hậu - có thể thắc mắc tại sao chúng không được sắp xếp theo thứ tự tăng dần, từ dễ đến khó, hoặc từ thấp đến cao. Lý do tôi không sắp xếp chúng theo thứ tự như vậy là vì mỗi đoạn đều hoàn chỉnh trên một trang và tôi muốn thay đổi không khí. Nếu điều này không phù hợp, không thich nghi, hoặc có sai sót ở bất kỳ khía cạnh nào, tôi xin tất cả những bậc trí giả sẽ từ bi tha thứ cho tôi, một tác giả có rất ít trí thông minh.

Phra Khru Nandapaññabharana
(hiện nay là: Phra Bodhinandamuni)
Ngày 1, tháng 7/1985

1. CHÀO MỪNG CHÁNH PHÁP

Vào ngày 18 tháng 12/1979, Nhà vua và Hoàng hậu đã tới thăm riêng Luang Pu. Sau khi hỏi thăm về sức khỏe và sự an lạc của ngài, và tham dự vào một cuộc Pháp đàm, nhà vua nêu ra một câu hỏi: *"Trong việc từ bỏ các phiền não, các phiền não nào nên được từ bỏ trước?"*

Luang Pu trả lời, *"Tất cả các phiền não cùng khởi lên trong tâm. Hãy tập trung ngay vào tâm. Phiền não nào khởi dậy trước, đó là cái phải buông bỏ trước tiên."*

2. KHÔNG ĐỐI KHÁNG

Cứ mỗi lần, sau khi Quốc vương đến thăm Luang Pu và đã hoàn tất xong mục đích của chuyến viếng thăm, khi rời đi, Nhà vua nói để chúc lành: *"Chúng con thỉnh cầu ngài hãy duy trì thân ngũ uẩn của mình để sống hơn một trăm năm, để cho công chúng một đối tượng để tôn kính. Ngài có thể ưng thuận yêu cầu của chúng con không?"*

Mặc dù đây chỉ đơn giản là một hình thức lịch sự và là cách nhà vua ban phước lành cho Luang Pu, nhưng Luang Pu không dám chấp nhận, vì ngài không thể chống lại bản chất của các pháp giả hợp. Vì thế ngài trả lời, *"Tôi sợ rằng tôi không thể chấp nhận [lời thỉnh cầu] được. Tất cả đều phải tùy thuộc vào các pháp giả hợp đi theo trật tự riêng của chúng."*

3. VỀ TỨ THÁNH ĐẾ

Một nhà sư cao cấp của truyền thống thiền định đã đến đảnh lễ ngài Luang Pu vào ngày đầu tiên của mùa An cư năm 1956. Sau khi ban cho ông chỉ dẫn và một số lời dạy về các vấn đề sâu xa, Luang Pu đã tóm tắt bốn chân lý cao quý như sau:

"Tâm hướng ngoại là cội nguồn của khổ đau.
Kết quả của tâm hướng ngoại là đau khổ.
Tâm nhìn thấy tâm chính là con đường đạo.
Kết quả của tâm nhìn thấy tâm là đoạn tận khổ đau."

4. Ở TRÊN & VƯỢT QUA LỜI NÓI

Một cư sĩ học giả nói chuyện với ngài Luang Pu rằng: *"Con tin chắc rằng trong thời đại ngày nay của chúng ta không chỉ có một vài tu sĩ đã thực hành đến mức đạt được đạo, quả và niết bàn. Tại sao quý Thầy không công khai những gì quý thầy biết, để những người quan tâm đến tu học sẽ biết được mức độ Pháp mà quý Thầy đã đạt được, như một cách khích lệ và hy vọng để mọi người sẽ tăng tốc tu đến mức tối đa khả năng?"*

Luang Pu trả lời, *"Những người đã thức tỉnh không nói về những gì họ đã thức tỉnh, bởi vì nó vượt trên và vượt qua mọi ngôn từ."*

5. CẢNH CÁO CÁC TU SĨ LƯỜI BIẾNG

"Một nhà sư sống buông thả chỉ đơn giản đếm số giới luật [đã thọ] như đọc thấy trong sách, tự hào rằng tu sĩ này có tất cả 227 giới. Nhưng về con số mà tu sĩ này thực sự có ý định giữ gìn, thì có bao nhiêu?"

6. THỰC NHƯNG KHÔNG THỰC

Điều bình thường là khi những người tu thiền định bắt đầu có kết quả, họ có thể nghi ngờ về những gì họ kinh nghiệm – thí dụ, như khi họ nhìn thấy những hình ảnh trái ngược nhau, hoặc bắt đầu nhìn thấy các bộ phận của cơ thể mình. Nhiều người đến Luang Pu, nhờ ngài trả lời các nghi ngờ của họ hoặc cho lời khuyên về cách tiếp tục thực hành. Và rất nhiều người sẽ nói rằng khi thiền định, họ nhìn thấy địa ngục, cõi trời hay các lâu đài cõi trời, hoặc hình ảnh Đức Phật trong cơ thể của họ. Họ sẽ hỏi, *"Những gì con nhìn thấy có phải là thật không?"*

Ngài Luang Pu sẽ trả lời, *"Hình ảnh bạn nhìn thấy là có thật, nhưng cái bạn thấy trong hình ảnh đó thì không thật."*

7. BUÔNG BỎ NHỮNG CÁI ĐƯỢC THẤY

Sau đó, người hỏi có thể hỏi, *"Ngài nói rằng tất cả những hình ảnh này đều ở bên ngoài, và con không thể có lợi ích nào với chúng; và nếu con cứ mãi kẹt trong các hình ảnh đó thì con sẽ không tiến bộ gì thêm. Có phải vì con ở quá lâu với những hình ảnh này đến nỗi con không thể tránh khỏi chúng? Mỗi lần con ngồi thiền, ngay khi tâm tập trung lại, nó lại trở lại như thế. Xin ngài cho con lời khuyên để buông bỏ hiệu quả các hình ảnh đó?"*

Luang Pu trả lời, *"Ồ, một vài hình ảnh trong số này có thể là vui và lôi cuốn, con biết đấy, nhưng nếu con cứ ở với chúng thì chỉ là phí thời gian. Một phương pháp thực sự đơn giản để buông bỏ chúng là đừng nhìn vào những gì con thấy, nhưng là nhìn vào cái đang chủ động thấy. Lúc đó, những hình ảnh con không muốn thấy sẽ tự biến mất."*

8. NGOẠI TRẦN

Vào ngày 10 tháng 12/1981, Luang Pu dự lễ kỷ niệm hàng năm tại chùa Wat Dharmamongkon trên đường Sukhumvit ở Bangkok. Nhiều phụ nữ đã thọ giới tạm, xuất gia ngắn hạn từ một trường sư phạm gần đó đến để thảo luận về kết quả thực hành vipassana của họ, nói với ngài rằng khi tâm họ bình lặng thì sẽ nhìn thấy một hình ảnh Đức Phật trong tâm. Vài người trong đó nói rằng họ nhìn thấy cõi trời đang chờ đợi họ trên cõi trời. Một vài người nhìn thấy Bảo tháp Culamani [một tháp xá lợi của Đức Phật được lưu giữ trên cõi trời]. Tất cả họ đều có vẻ rất tự hào về thành công của họ trong việc thực hành vipassana của họ.

Luang Pu nói, "*Tất cả những thứ xuất hiện để quý vị nhìn thấy vẫn còn là thứ ở ngoài. Quý vị không thể lấy đó như một nơi nương tựa thực được.*"

9. HÃY NGỪNG SUY NGHĨ ĐỂ BIẾT

Vào tháng 3/1964, nhiều nhà sư học giả và thiền định - nhóm đầu tiên của "*Những người truyền bá Chánh pháp*" – tới thăm để tỏ lòng tôn kính Luang Pu và xin những lời dạy và lời khuyên mà họ có thể sử dụng trong công việc truyền bá Phật pháp. Luang Pu đã dạy họ Giáo pháp ở bậc tối thượng, để họ vừa dạy người khác và vừa tự thực hành nhằm đạt đến bậc chân lý đó. Khi kết luận, ngài ban cho họ lời dạy trí tuệ để họ nhận về và suy ngẫm:

"*Bất kể bạn suy nghĩ nhiều tới cỡ nào, bạn cũng sẽ không biết.*
Chỉ khi bạn ngừng suy nghĩ, bạn mới biết.
Dù vậy, bạn vẫn phải dựa vào suy nghĩ để biết."

10. THĂNG TIẾN HOẶC HỦY DIỆT

Vào dịp đó, Luang Pu đã đưa ra lời khuyên cho các nhà sư

truyền bá Giáo pháp, có lúc nói rằng: *"Khi quý vị đi ra ngoài để truyền bá, tuyên thuyết lời dạy của Đức Phật, điều đó có thể dẫn đến sự phát triển của Phật giáo hoặc tới sự hủy diệt của chính tôn giáo này. Tôi nói điều này là vì nhân sự trong đoàn truyền giáo là yếu tố quyết định. Nếu, khi quý vị đi, quý vị cư xử thích nghi, giữ trong tâm sự kiện rằng quý vị là người có thiền định, với phong thái ứng xử phù hợp với những gì chính đáng của một tu sĩ có thiền định, thì người dân gặp quý vị nếu chưa có đức tin tất sẽ sinh khởi lòng tin. Đối với người dân đã có đức tin, cách sống của quý vị sẽ làm tăng thêm đức tin của họ. Nhưng đối với những người truyền giáo hành xử trái chiều, nó sẽ phá hủy lòng tin của những người có lòng tin và sẽ đẩy những người chưa có lòng tin ra xa hơn nữa. Vì vậy, tôi yêu cầu quý vị phải hoàn thiện cả về kiến thức và hành vi. Đừng lơ là hay tự mãn. Bất cứ quý vị dạy người khác điều gì, chính quý vị cũng nên là gương mẫu cho họ."*

11. Ở BẬC TỐI THƯỢNG, SẼ KHÔNG CÒN THAM

Trước mùa an cư năm 1953, Luang Phaw Thaw, một người bà con của Luang Pu, người đã xuất gia vào cuối đời, đã trở về sau nhiều năm lang thang cùng Ajaan Thate và Ajaan Saam ở tỉnh Phang-nga để tỏ lòng tôn kính Luang Pu và để học thêm về thực hành thiền. Ngài nói chuyện với Luang Pu bằng những lời quen thuộc, *"Bây giờ ngài đã xây xong một hội trường truyền giới và hội trường rộng lớn, xinh đẹp này, hẳn nhiên ngài đã làm được một đại công đức."*

Luang Pu trả lời, *"Những gì tôi xây dựng là vì lợi ích chung, lợi ích cho thế gian, lợi ích cho tu viện và cho Phật giáo, thế thôi. Về chuyện gặt hái công đức, tôi muốn gì với công đức như thế này?"*

12. DẠY MỘT BÀI HỌC

Sáu năm sau khi Thế chiến thứ hai kết thúc, di sản chiến tranh vẫn còn là sự nghèo đói và khó khăn do thiếu lương thực và vật dụng ảnh hưởng đến mọi nhà. Đặc biệt là thiếu vải trầm trọng. Nếu một nhà sư hay sa di có được một bộ y hoàn chỉnh thì là may mắn rồi.

Tôi là một trong số đông các sa di tập sống cùng Luang Pu. Một ngày, Sa-di Phrom, một người cháu khác của Luang Pu, nhìn thấy Sa-di Chumpon mặc một bộ y mới, rất đẹp nên hỏi: *"Bạn kiếm được bộ y đó ở đâu?"* Sa-di Chumpon đáp, *"Khi tới phiên tôi chăm sóc Luang Pu, ngài thấy y của tôi rách nên đã cho tôi một y mới."*

Khi đến lượt Sa-di Phrom xoa bóp chân cho Luang Pu, anh này mặc một chiếc y rách với ý nghĩ rằng mình cũng sẽ được tặng một chiếc y mới. Khi hoàn thành nhiệm vụ và chuẩn bị rời đi, Luang Pu nhìn thấy vết rách bộ y và cảm thấy thương xót cho cháu mình. Vì vậy, ngài đứng dậy, mở tủ và đưa cho cháu trai một thứ gì đó và nói: "*Đây. Khâu nó lại đi. Đừng đi loanh quanh với một bộ y rách thê thảm như thế.*" Thất vọng, Sa-di Phrom nhanh chóng nhận lấy cây kim và sợi chỉ từ tay Luang Pu.

13. TẠI SAO NGƯỜI TA ĐAU KHỔ?

Một hôm, một phụ nữ trung niên đến đảnh lễ Luang Pu. Cô tự mô tả hoàn cảnh đời sống của mình, cho biết địa vị xã hội của cô rất tốt và cô chưa bao giờ thiếu bất cứ thứ gì. Tuy nhiên, cô rất buồn vì đứa con trai không vâng lời, vô trật tự và bị ảnh hưởng bởi mọi trò giải trí xấu xa. Cậu đang phung phí tài sản của cha mẹ mình cũng như lòng thương yêu của họ, vượt quá sức chịu đựng của họ. Cô tới xin Luang Pu lời khuyên hay một cách nào để cô bớt khổ, cũng như giúp đưa con trai của cô từ bỏ đường xấu.

Luang Pu đã cho cô một số lời khuyên về các vấn đề này, và dạy cô cách làm dịu tâm trí và cách buông bỏ. Sau khi cô rời đi, Luang Pu nhận xét: "Người ta bây giờ đau khổ vì các niệm khởi."

14. LỜI CẢM HỨNG

Luang Pu tiếp tục bài Pháp thoại, *"Vật chất đã có sẵn trên thế giới một cách hoàn hảo. Những người thiếu trí tuệ và khả năng không thể sở hữu chúng và vì vậy họ gặp khó khăn trong việc tự nuôi sống bản thân. Những người có trí tuệ và khả năng có thể sở hữu số lượng lớn của cải thế gian, làm cho đời sống của họ thuận lợi và thoải mái trong mọi hoàn cảnh. Về phần các bậc thánh, họ cố gắng hành xử để đạt được sự giải thoát khỏi tất cả những vật chất đó, bước vào chỗ họ không sở hữu gì hết, bởi vì ----"Trong thế giới vật chất, quý vị có những thứ mà quý vị có. Trong lĩnh vực của Chánh pháp, bạn có những thứ mà bạn không có."* (In the area of the Dhamma, you have something you don't have

15. THÊM LỜI CẢM HỨNG

"Khi bạn có thể tách rời tâm ra khỏi sự dính líu của nó với mọi thứ, tâm sẽ không còn bị buộc vào buồn khổ nữa. Cho dù là cái được thấy, cái được nghe, cái được ngửi, cái được nếm, hay cái được chạm xúc dù tốt hay xấu đều tùy thuộc vào việc tâm vẽ vời chúng theo cách nào đó. Khi tâm thiếu tỉnh thức, nó hiểu sai các thứ. Khi nó hiểu sai các thứ, nó bị mê hoặc dưới sự ảnh hưởng của tất cả những thứ ràng buộc, cả về vật chất lẫn tinh thần. Những tác hại xấu và trừng phạt mà chúng ta phải gánh chịu về mặt thể chất là những thứ mà người khác có thể giúp bạn thoát được, ít nhất là phần nào. Nhưng các tác hại xấu trong tâm, mà tâm bị trói buộc bởi vọng tưởng và tham ái, là những thứ mà chúng ta phải học cách tự giải thoát chính mình.

"Các bậc thánh đã tự giải thoát họ khỏi những ảnh hưởng xấu của cả hai loại, đó là lý do tại sao đau khổ và căng thẳng không thể đánh bại các bậc thánh."

16. VẪN CÒN THÊM LỜI CẢM HỨNG

"Khi một người cạo râu, tóc và đắp bộ y màu son lên, đó là biểu tượng vị này là tu sĩ. Nhưng điều đó chỉ bên ngoài. Chỉ khi nào vị đó đã cạo sạch những rối loạn tâm niệm— tất cả những mối bận tâm thấp kém — ra khỏi trái tim của vị này, mới có thể được gọi là một vị sư trong nội tâm.

"Khi một cái đầu đã được cạo trọc, những loài côn trùng nhỏ bé như chấy rận không thể trú ngụ ở đó. Tương tự như vậy, khi tâm đã thoát khỏi những bận tâm của nó và thoát khỏi sự tạo tác, đau khổ không còn chỗ cư trú nữa. Khi điều này trở thành trạng thái bình thường của bạn, bạn có thể được gọi là một tu sĩ chân chính."

17. NIỆM BUDDHO THẾ NÀO

Luang Pu được mời giảng dạy tại Bangkok vào ngày 31 tháng 3/1978. Trong một buổi Pháp đàm, một số cư sĩ bày tỏ sự nghi ngờ của họ về cách niệm "buddho" là như thế nào. Luang Pu đã từ bi trả lời:

"Khi bạn thiền tập, đừng hướng tâm ra ngoài. Đừng bám vào bất cứ kiến thức nào. Bất cứ kiến thức nào bạn học từ sách vở hay thầy dạy, đừng mang nó vào để làm phức tạp các thứ. Hãy cắt bỏ tất cả những gì đã có trong tâm, và khi bạn hành thiền, chỉ cần nhận biết tất cả những gì đang diễn ra trong tâm. Khi tâm tĩnh lặng, bạn sẽ tự biết như thế. Nhưng bạn phải tiếp tục thiền tập thật nhiều. Khi thời điểm tới để các thứ diễn biến, chúng sẽ tự diễn biến. Bất cứ cái gì bạn biết, hãy để nó tới từ chính tâm của bạn.

"Kiến thức đến từ một tâm tĩnh lặng là vô cùng vi tế và thâm sâu. Vì vậy, hãy để kiến thức của bạn xuất phát từ một tâm vắng lặng và bất động.

"Hãy để tâm khởi lên là nơi chú tâm duy nhất. Đừng hướng tâm ra ngoài. Hãy để tâm nhìn ngay vào tâm. Hãy để tâm thiền định trên chính nó. Hãy để tâm cứ liên tục lặp lại buddho, buddho. Và rồi buddho chân thực sẽ xuất hiện trong tâm. Bạn sẽ tự biết buddho là gì. Chỉ có vậy thôi. Không có gì nhiều đâu..." (chép lại từ một băng ghi âm)

18. DÀNH CHO NHỮNG NGƯỜI MUỐN TỐT LÀNH

Đầu tháng 9/1983, Hội các bà nội trợ của Bộ Nội vụ, do bà Juap Jirarote chỉ huy, đã tới vùng Đông Bắc để làm một số công tác từ thiện. Một buổi tối, họ nhân cơ hội ghé qua và tỏ lòng tôn kính tới Luang Pu lúc 6 giờ 20 chiều.

Sau khi tỏ lòng kính trọng và hỏi thăm sức khỏe của ngài, họ nhận được một số bùa hộ mệnh từ ngài. Tuy nhiên, thấy ngài không được khỏe, họ nhanh chóng rời đi. Nhưng có một phụ nữ đã ở lại và nhân cơ hội đặc biệt này để hỏi Luang Pu: *"Con cũng muốn một thứ gì tốt lành [ám chỉ một tấm bùa hộ mệnh] từ Luang Pu."*

Luang Pu trả lời: *"Con phải thiền tập, mới có được điều gì tốt lành. Khi con thiền, tâm con sẽ bình yên. Lời nói và việc làm của con sẽ bình yên. Lời nói và việc làm của con sẽ tốt lành. Khi con sống trong thiện pháp như thế, con sẽ hạnh phúc."*

Người phụ nữ trả lời: *"Con bận rất nhiều việc và không có thời gian để thiền tập. Con bận đủ thứ việc làm cho chính phủ, con lấy đâu ra thời gian để thiền tập?"*

Luang Pu giải thích, *"Nếu con có thời gian để thở, [là] con có thời gian để thiền."*

19. CÒN SÂN, NHƯNG KHÔNG NHẶT SÂN LÊN

Năm 1979, Luang Pu đến Chantaburi để nghỉ ngơi và tới thăm Trưởng lão Ajaan Somchai. Dịp đó, một hòa thượng cao cấp từ Bangkok – ngài Phra Dharmavaralankan của chùa Wat Buppharam, người chỉ huy giáo hội miền Nam Thái Lan – cũng có mặt ở đó, đang tập thiền khi về già, chỉ trẻ hơn Luang Pu một tuổi. Khi biết Luang Pu là một nhà sư chuyên thiền định, nhà sư cao cấp quan tâm và nói chuyện một buổi dài với Luang Pu về kết quả của thiền định. Vị chức sắc cao cấp nói đến trách nhiệm của mình và nói rằng bản thân đã lãng phí phần lớn cuộc đời vào việc học và điều hành giáo hội cho tới khi về già. Vị chức sắc thảo luận những điểm khác nhau của hành thiền với Luang Pu, cuối cùng hỏi ngài, *"Ngài vẫn còn sân giận chút nào không?"*

Luang Pu trả lời ngay: *"Tôi còn, nhưng tôi không nhặt nó lên."*

20. NHẬN BIẾT KỊP THỜI

Khi Luang Pu đang được điều trị tại Bệnh viện Chulalongkorn ở Bangkok, rất nhiều người đã tới để tỏ lòng kính trọng và lắng nghe lời dạy của ngài. Ông Bamrungsak Kongsuk nằm trong số những người quan tâm đến hành thiền. Ông là học trò của Ajaan Sanawng ở Wat Sanghadana ở tỉnh Nonthaburi, một trong những trung tâm thiền nghiêm ngặt của thời đại chúng ta. Ông nêu lên chủ đề thực hành Chánh pháp bằng câu hỏi: *"Luang Pu, làm thế nào để cắt đứt sân hận?"*

Luang Pu trả lời, *"Không có ai cắt đứt được. Chỉ có nhận biết nó kịp thời. Khi bạn nhận biết nó kịp thời, nó sẽ tự biến mất."*

21. TINH TẤN, KHÔNG LƯỜI BIẾNG

Nhiều tu sĩ và sa di đến chăm sóc Luang Pu vào đêm khuya ở Bệnh viện Chulalongkorn đã bối rối và ngạc nhiên khi họ nhận thấy rằng vào một số đêm, sau 1 giờ sáng, họ có thể nghe Luang Pu giảng pháp trong khoảng mười phút và sau đó tụng kinh ban phước cho người nghe, như thể có rất nhiều người nghe ngay trước mặt ngài. Lúc đầu, không ai dám hỏi ngài về việc này, nhưng sau nhiều lần sự việc xảy ra, họ không kìm được nghi ngờ nên mới hỏi. Luang Pu nói với họ, *"Những nghi ngờ và thắc mắc này không phải là con đường để thực hành Chánh pháp.*

22. TIẾT KIỆM VỚI LỜI NÓI CỦA MÌNH

Một nhóm đông người thực hành Chánh pháp từ tỉnh Buriram - đứng đầu là Trung úy Cảnh sát Bunchai Sukhontamat, công tố viên của tỉnh - đã tới để tỏ lòng kính trọng Luang Pu, để nghe Pháp và hỏi về cách thăng tiến trong việc thực hành của họ. Hầu hết họ đã thực hành với tất cả các nhà sư nổi tiếng, những người đã giải thích cách thực hành theo nhiều cách khác nhau mà không phải lúc nào cũng tương ưng với nhau, và điều này khiến họ càng thêm nghi ngờ hơn. Vì vậy, họ xin lời khuyên của Luang Pu về cách thực hành đúng và dễ nhất, vì họ gặp khó khăn trong việc tìm thời gian để thực hành. Nếu họ có thể học được một cách thực sự dễ dàng thì nó sẽ đặc biệt phù hợp với họ. Luang Pu đã trả lời, *"Hãy quan sát tâm ngay nơi tâm."*

23. ĐƠN GIẢN NHƯNG KHÓ LÀM

Nhóm Duangporn Tharichat từ Đài Phát thanh Không quân 01 ở Bang Syy, do Akhom Thannithate đứng đầu, đã tới vùng đông bắc để cúng dường và bày tỏ lòng kính trọng đối với các nhà sư ở các tu viện khác nhau. Khi dừng lại để tỏ lòng kính trọng với Luang Pu, họ đã dâng phẩm vật cúng dường và nhận những vật lưu niệm nhỏ. Sau đó, một số trong nhóm đi chợ mua sắm, một số tìm nơi nghỉ ngơi. Tuy nhiên, có một nhóm khoảng bốn hoặc năm người ở lại và xin Luang Pu chỉ cho họ một phương pháp đơn giản để thoát khỏi căng thẳng và trầm cảm về tinh thần, vốn xảy ra thường trực với họ. Họ hỏi phương pháp nào sẽ cho kết quả nhanh nhất? Luang Pu trả lời: *"Đừng hướng tâm con ra ngoài."*

24. QUĂNG BỎ NÓ ĐI

Một nữ giáo sư, sau khi nghe Luang Pu thuyết pháp về việc thực hành Pháp, đã hỏi ngài về cách thích hợp để "*chịu đựng đau khổ*" [thành ngữ Thái có nghĩa là trong thời kỳ để tang]. Cô nói tiếp: "*Ngày nay, mọi người không chịu đựng đau khổ theo cách đúng đắn hoặc theo khuôn mẫu chung, mặc dù Vua Rama VI đã thiết lập một tiêu chuẩn tốt trong thời trị vì của vua. Khi một người thân trong gia đình trực hệ hay một vị trưởng thượng trong gia tộc từ trần, nghi lễ thương khóc để tang là 7 ngày, 50 ngày, hay 100 ngày. Nhưng bây giờ, người ta không theo khuôn mẫu nào cả. Vậy con muốn hỏi ngài: Cách nào là đúng để chịu đựng đau khổ?*"

Luang Pu trả lời: *"Đau khổ là điều để được hiểu rõ. Khi cô hiểu nó, cô buông bỏ nó đi. Tại sao cô lại muốn đeo nó?"*

25. MỘT SỰ THẬT TƯƠNG ƯNG VỚI SỰ THẬT

Một phụ nữ Trung Hoa, sau khi đảnh lễ Luang Pu, đã hỏi ngài, "*Con phải dọn nhà tới quận Prakhonchai ở tỉnh Buriram để mở một tiệm gần thân nhân của con ở đó. Vấn đề là, thân nhân của con đã khuyên con là nên bán thứ này, thứ kia và thứ khác trong cửa tiệm, theo ý họ là những món hàng sẽ bán chạy, nhưng con không thể quyết định nên bán thứ gì tốt. Vì vậy, con đến để xin lời khuyên của ngài về những gì tốt cho con để bán.*"

Luang Pu trả lời: *"Bán gì cũng được, miễn là có người mua."*

26. ĐÓ KHÔNG PHẢI LÀ MỤC ĐÍCH CỦA NGÀI

Vào ngày 8 tháng 5/1979, một nhóm gồm mười sĩ quan quân đội trở lên đã đến tỏ lòng tôn kính với Luang Pu khá muộn vào buổi tối trước khi lên đường đến Bangkok. Có 2 vị trong nhóm có cấp bậc Trung tướng. Sau khi nói chuyện với Luang Pu một lúc, các sĩ quan lấy những chiếc bùa hộ mệnh đang đeo quanh cổ ra và đặt vào một cái khay để Luang Pu ban phước bằng sức định của ngài. Ngài đã làm như họ muốn, và sau đó trả lại bùa hộ mệnh cho họ. Một vị tướng hỏi ngài: *"Con nghe nói ngài đã làm nhiều bộ bùa hộ mệnh. Bộ nào trong đó nổi tiếng?"*

Luang Pu trả lời: *"Không cái nào trong đó nổi tiếng cả."*

27. NHỮNG THẾ GIỚI CÁCH BIỆT

Một nhóm ba hay bốn thanh niên từ một tỉnh xa đến gặp Luang Pu khi ngài đang ngồi trên hàng hiên của hội trường. Bạn có thể biết từ hành vi của họ - theo cách họ ngồi và nói chuyện thoải mái - rằng có lẽ họ đã quen với một nhà sư lừa đảo ở đâu đó. Trên hết, họ dường như tin rằng Luang Pu quan tâm đến bùa chú, vì họ kể cho ngài nghe về tất cả các nhà sư [Thái Lan] mật tông vĩ đại đã ban cho họ những lá bùa có sức mạnh huyền thuật phi thường. Cuối cùng, họ rút các lá bùa của họ ra để trưng bày cho nhau ngay trước mặt ngài. Một bùa trong đó làm từ nanh heo rừng, một bùa khác làm từ răng nanh cọp, một bùa khác làm từ sừng tê giác. Mỗi người trong số họ đều nói rằng bùa của họ có sức mạnh huyền bí phi thường, nên một người trong nhóm đã hỏi Luang Pu, *"Thưa ngài Luang Pu. Cái nào trong các bùa này phi thường hơn và tốt hơn những cái khác?"*

Luang Pu lộ vẻ đặc biệt thích thú và mỉm cười nói: *"Không có cái nào tốt đâu, không có cái nào phi thường cả. Chúng đều làm từ những con thú bình thường.”*

28. CHỈ MỘT ĐIỂM DUY NHẤT

Luang Pu một lần nói: *“Trong mùa An cư năm 1952, tôi đã phát nguyện đọc toàn bộ Kinh điển để xem điểm tận cùng của lời Đức Phật dạy nằm ở đâu - để xem điểm cuối của các thánh đế, điểm cuối của đau khổ, nằm ở đâu - để xem Đức Phật đã tóm tắt lại như thế nào. Tôi đọc đến cuối Kinh điển, suy ngẫm suốt con đường đạo, nhưng không có đoạn nào tiếp xúc đủ sâu trong tâm mà tôi có thể nói chắc chắn rằng: 'Đây là sự chấm dứt khổ đau. Đây là tận cùng của đạo và quả, hay còn gọi là niết bàn.' Chỉ trừ một đoạn, khi Tôn giả Sariputta vừa xuất khỏi diệt tận định, Đức Phật hỏi tôn giả: 'Sariputta, da của ông đặc biệt sáng ra, vẻ ngoài của ông đặc biệt trong trẻo. Chỗ trú của tâm ông là gì?'*

*“Sariputta trả lời: '**Nơi an trú của tâm con là tánh Không**.'*
"Đó là điểm duy nhất chạm vào tâm của tôi."

29. HỌC GÌ VÀ ĐỪNG HỌC GÌ

Tỳ kheo Ajaan Suchin Sucinno đã nhận bằng luật từ Đại học Dharmasaat từ lâu và rất coi trọng việc thực hành Pháp. Vị này là học trò của Luang Pu Lui trong nhiều năm và sau khi nghe danh tiếng của Luang Pu Dune, nên đã đến tu tập với ngài. Cuối cùng luật gia này đã thọ giới tỳ kheo. Sau khi ở với Luang Pu một thời gian, vị này xin ra đi để có thể đi lang thang tìm kiếm sự cô tịch.

Luang Pu khuyên vị này, *“Trong lĩnh vực Luật tạng, ông nên nghiên cứu kinh điển cho đến khi ông hiểu chính xác từng giới luật đến mức ông có thể áp dụng chúng vào thực hành mà không mắc lỗi. Về Pháp, nếu ông đọc nhiều, ông sẽ suy đoán đủ thứ, do vậy ông không cần phải đọc nó chút gì. Chỉ duy chú tâm vào thực hành, và thế là đủ."*

30. QUAN SÁT CÁI GÌ

Luang Taa Naen xuất gia sau tuổi trung niên. Không biết chữ và không nói được một chữ trong ngôn ngữ tiếng Miền Trung Thái Lan, điểm mạnh của sư là có thiện chí, dễ bảo và siêng năng trong nhiệm vụ, đến mức bạn không thể chê trách sư này được. Khi thấy các tu sĩ khác xin ra đi để lang thang hoặc tới học tập với các tu sĩ khác, sư mới quyết định rằng sư cũng muốn đi. Vì vậy, sư đã đến xin phép rời đi và Luang Pu đã đồng ý. Nhưng sau đó sư lại cảm thấy lo lắng: *"Con không biết đọc, con không biết ngôn ngữ của họ. Làm sao con có thể thực hành với họ được?"*

Luang Pu khuyên sư, *"Việc thực hành không phải là vấn đề về chữ hay là lời nói. Khi ông biết ông không biết, chính là một điểm khởi đầu tốt. Cách thực hành là thế này: Trong lĩnh vực Luật tạng, hãy xem gương của họ, tấm gương của vị thầy nơi đó. Đừng đi chệch khỏi bất cứ điều gì vị thầy đó làm. Trong lĩnh vực của Pháp, hãy quan sát ngay vào tâm của ông. Hãy thực hành ngay nơi tâm. Khi ông hiểu được tâm của chính ông, tâm đó, trong và thuộc về tâm, tự nó sẽ làm ông hiểu mọi thứ khác."*

31. VẤN ĐỀ & TRÁCH NHIỆM

Một trong những vấn đề trong việc điều hành Tăng đoàn, ngoài việc phải giải quyết tất cả các vấn đề lớn nhỏ khác nảy sinh, đó là thiếu các tu sĩ sẽ làm trụ trì. Đôi khi chúng ta nghe tin các nhà sư cạnh tranh để trở thành trụ trì của một tu viện, nhưng các học trò của Luang Pu đã phải bị chiêu dụ hoặc bị ép buộc phải nhận chức vụ trụ trì ở các tu viện khác. Hàng năm không có ngoại lệ, các nhóm cư sĩ đều đến Luang Pu, thỉnh cầu ngài gửi một trong những đệ tử của ngài đến làm trụ trì tại tu viện của họ. Nếu Luang Pu thấy một nhà sư cụ thể nào đó nên đi, ngài sẽ khuyên người đó đi, nhưng phần lớn nhà sư đó sẽ không muốn đi. Lý do đưa ra thường là: *"Con không biết làm công việc xây dựng, con không biết cách huấn luyện các nhà sư khác, con không biết thuyết pháp, tôi không giỏi quan hệ công chúng hay tiếp khách. Đó là lý do tại sao con không muốn đi."*

Luang Pu sẽ trả lời, *"Những chuyện đó không thực sự cần thiết. Trách nhiệm duy nhất của con là tuân theo các nhiệm vụ hàng ngày của mình: đi khất thực, ăn cơm, ngồi thiền, đi thiền hành, dọn sạch sẽ khuôn viên tu viện, nghiêm chỉnh tuân theo các giới luật. Thế là đủ rồi. Còn việc xây dựng thì tùy vào các cư sĩ ủng hộ. Xây dựng [kiến trúc] hay không là tùy họ.*

32. CÀNG NGHÈO, CÀNG HẠNH PHÚC

Cho đến cuối đời, Luang Pu tắm nước ấm hàng ngày vào lúc 5 giờ chiều, với sự giúp đỡ của một nhà sư hoặc sa di. Sau khi đã khô người và cảm thấy sảng khoái, ngài thường nói vài lời Pháp mà ngài chợt nghĩ vào lúc đó. Chẳng hạn, có lần ngài nói, *"Chúng ta, các nhà sư, nếu chúng ta thiết lập trong mình cảm giác hài lòng với địa vị nhà sư của mình, chúng ta sẽ không tìm thấy gì ngoài hạnh phúc và bình an. Nhưng nếu chúng ta có địa vị nhà sư nhưng lại khao khát bất kỳ địa vị nào khác, chúng ta sẽ luôn chìm đắm trong đau khổ. Khi các người có thể ngừng khao khát, ngừng tìm kiếm, đó là trạng thái thực sự của một nhà sư. Khi các ngươi thực sự là một nhà sư, thì càng nghèo, càng có nhiều hạnh phúc."*

33. CÀNG ÍT, CÀNG TỐT

"Cho dù ngươi đã đọc hết Kinh điển và có thể nhớ được rất nhiều giáo lý; ngay cả khi ngươi có thể giải thích chúng trong

những cách sâu sắc, được nhiều người kính trọng; ngay cả khi người xây được nhiều tu viện, hay có thể giải thích được về vô thường, về khổ và về vô ngã một cách chi tiết nhất - nếu ngươi vẫn không tinh tấn, ngươi vẫn chưa nếm được pháp vị chút nào đâu, vì mọi thứ khác đều là bên ngoài. Mục đích chúng phục vụ đều là bên ngoài: như một lợi ích cho xã hội, một lợi ích cho người khác, một lợi ích cho hậu thế, hoặc một biểu tượng của tôn giáo. Điều duy nhất phục vụ mục đích chơn thực của chính ngươi là giải thoát khỏi đau khổ. Và ngươi sẽ có thể đạt được sự giải thoát khỏi đau khổ khi biết tới một tâm." (only when you know the one mind.)

34. KHÔNG NGHĨ ĐẾN ĐIỀU ĐÓ

Tại một trong những thiền viện chi nhánh của Luang Pu, có một nhóm năm hoặc sáu nhà sư muốn đặc biệt nghiêm khắc trong việc thực hành, nên họ đã phát nguyện không nói chuyện trong suốt mùa An cư. Nói cách khác, miệng họ không nói lời nào, chỉ trừ việc tụng kinh hàng ngày và tụng luật Patimokkha hai tuần một lần. Sau khi mùa an cư kết thúc, họ đến để đảnh lễ Luang Pu và nói với ngài về sự thực hành nghiêm ngặt của họ: Ngoài những nhiệm vụ khác, họ tịnh khẩu trong suốt mùa an cư.

Luang Pu mỉm cười nói: *"Điều đó khá tốt. Khi không nói thì không có lỗi gì trong lời nói. Nhưng khi ông nói rằng ông đã ngừng nói thì điều đó đơn giản là không thể được. Chỉ có những bậc thánh mới bước vào đến sự tịch diệt vi tế, nơi thọ và tưởng đã ngưng, là mới có thể ngừng nói. Ngoài họ ra, mọi người đều nói suốt ngày đêm. Và đặc biệt là những người thề không nói: Họ nói nhiều hơn bất cứ ai khác, chỉ đơn giản là họ không tạo ra âm thanh mà người khác có thể nghe thấy."*

35. ĐỪNG NHẮM SAI HƯỚNG

Ngoài trí tuệ xuất phát từ trái tim, Luang Pu còn trích dẫn những đoạn văn mà ngài đã đọc trong Kinh điển. Bất kỳ đoạn văn nào mà ngài thấy quan trọng, như một bài học ngắn gọn và trực tiếp trong việc thực hành, ngài sẽ đọc lại cho chúng tôi. Chẳng hạn, một trong những lời dạy của Đức Phật mà ngài thích trích dẫn là: *"Các sư, đời sống phạm hạnh này không được thực hành để lừa gạt quần chúng, cũng không để được tôn kính, cũng không vì kiếm lợi, cúng dường và nổi tiếng; cũng không nhằm đánh bại các tông phái khác. Đời sống thánh thiện này được sống nhằm thu thúc, buông bỏ, ly tham và đoạn tận khổ đau."*

Luang Pu sau đó sẽ nói thêm, *"Những người xuất gia và những người thực hành phải nhắm theo hướng này. Bất kỳ hướng nào khác ngoài hướng này đều sai lầm."*

36. TRONG LỜI PHẬT NÓI

Luang Pu đã từng nói: *"Con người, khi họ là người đời thường, đều có tự hào và ý kiến riêng. Chừng nào họ còn có tự hào, họ khó có thể nhìn thấy sự tương hợp với nhau. Khi các điểm nhìn của họ không tương ưng với nhau, họ cứ tiếp tục cãi nhau và tranh chấp. Còn đối với một bậc thánh đã đạt đến Pháp, không có gì có thể lôi kéo vị này vào cuộc tranh cãi với bất kỳ ai khác. Bất kể người khác nhìn mọi chuyện thế nào, vị này đều buông bỏ như là chuyện của người khác. Như một trong những câu nói của Đức Phật, "Này các Tỷ-kheo, điều gì các bậc trí giả ở thế gian nói là có hiện hữu, ta cũng nói là có hiện hữu. Và bất cứ điều gì các bậc trí giả ở thế gian nói là không hiện hữu, ta cũng nói rằng nó không hiện hữu. Ta không tranh cãi với thế gian; nhưng thế giới tranh cãi với ta.*

37. NHỮNG NGƯỜI KHÔNG CÓ LỖI TRONG CÁCH NÓI

Vào ngày 21 tháng 2/1983, khi Luang Pu lâm bệnh nặng và

đang nằm tại Bệnh viện Chulalongkorn ở Bangkok, Luang Pu Saam Akiñcano đã đến thăm ngài tại phòng bệnh. Lúc đó, Luang Pu đang nghỉ ngơi. Luang Pu Saam ngồi xuống gần ngài và giơ tay tỏ lòng tôn kính. Luang Pu đáp lại bằng cách giơ tay chào kính trọng. Rồi hai người ngồi đó, hoàn toàn bất động, một lúc lâu. Cuối cùng, sau một thời gian rất dài, Luang Pu Saam lại giơ tay kính cẩn một lần nữa và nói: *"Tôi sẽ rời đi ngay bây giờ."*

"Được," Luang Pu trả lời.

Trong suốt hai tiếng đồng hồ, đó là những lời duy nhất tôi nghe họ nói. Sau khi Luang Pu Saam rời đi, tôi không khỏi hỏi Luang Pu: *"Luang Pu Saam đến và ngồi đây đã lâu. Tại sao ngài không nói gì với ngài Luang Pu Saam?"*

Luang Pu đáp: *"Việc làm đã xong rồi, không cần phải nói thêm gì nữa."*

38. KHAM NHẪN HOÀN HẢO

Trong suốt nhiều năm sống gần Luang Pu, tôi chưa bao giờ thấy ngài hành động theo cách nào cho thấy ngài bị phiền lòng bởi bất cứ điều gì đến mức ngài không thể chịu đựng được, và tôi chưa bao giờ nghe ngài phàn nàn về bất kỳ khó khăn nào cả. Ví dụ, khi là vị sư trưởng tại một buổi lễ, ngài không bao giờ làm ầm ĩ hay đòi hỏi các vị chủ thay đổi mọi thứ cho vừa ý ngài. Bất cứ khi nào ngài được mời đến bất cứ nơi nào, nơi ngài phải ngồi lâu hoặc nơi thời tiết nóng và ẩm, ngài không bao giờ phàn nàn. Khi ngài bệnh và thấy đau đớn, hay khi thức ăn của ngài đến trễ, dù đói đến thế nào, ngài cũng không bao giờ càu nhàu. Nếu thức ăn nhạt nhẽo và vô vị, ngài không bao giờ đòi thêm bất cứ thứ gì để thêm món ăn ngon hơn. Mặt khác, nếu ngài thấy bất kỳ vị sư trưởng lão nào khác làm ầm lên để được người khác đối xử đặc biệt, ngài sẽ nhận định: *"Ngay cả điều nhỏ nhặt này, bạn cũng không thể chịu đựng được? Nếu bạn không thể chịu đựng được điều này, làm sao bạn có thể chiến thắng phiền não và tham ái?"*

39. KHÔNG GÂY RỐI QUA LỜI NÓI

Luang Pu thanh tịnh trong lời nói của ngài, vì ôngài chỉ nói những điều có mục đích. Ngài không bao giờ gây ra bất kỳ rắc rối nào cho ngài hay cho người khác qua lời nói của ngài. Ngay cả khi có ai gài bẫy ngài để họ có thể nghe ngài chỉ trích người khác, ngài sẽ không dính bẫy đó.

Nhiều lần người ta đến nói với ngài rằng: *"Luang Pu, tại sao một số vị thuyết pháp nổi tiếng trên toàn quốc của chúng ta lại ưa tấn công người khác, hay lên án xã hội hay chỉ trích các vị sư cao cấp khác? Ngay cả khi ngài chi tiền cho con, con cũng không thể tôn kính các vị sư như thế."*

Lúc đó, Luang Pu trả lời, *"Đó là trình độ kiến thức và hiểu biết của họ. Họ nói những lời dễ dàng phù hợp với trình độ kiến thức của họ. Không ai trả tiền cho quý vị để tôn kính họ. Nếu quý vị không muốn tôn kính họ, thì chỉ đừng tôn kính họ. Họ có lẽ sẽ không bận tâm đâu."*

40. CÁC VỊ SƯ LÀM HẠI GIỚI PHI NHÂN

Nói chung, Luang Pu ưa thích khuyến khích các nhà sư và sa di đặc biệt quan tâm đến pháp tu lang thang trong rừng để thiền định và thực hành khổ hạnh. Một lần, khi nhiều đệ tử của Ngài - cả các sư cấp cao và sơ cơ - đến dự một buổi họp, ngài khuyến khích họ tìm nơi ẩn dật ở nơi hoang dã, sống trên núi hoặc trong hang động nhằm đẩy nhanh tiến trình thực hành. Bằng cách đó, họ có thể tự giải thoát ra khỏi các trạng thái tâm thấp kém. Một vị sư nói một cách thiếu suy nghĩ: *"Thưa ngài, con không dám tới những nơi đó. Con sợ rằng giới phi nhân sẽ làm hại con."* (LND: để dễ hiểu, chữ "spirits" có thể dịch kiểu dân gian là hồn ma. Trong mạch văn, có nói về những người đã chết.)

Luang Pu trả lời ngay, *"Ở đâu mà đã từng có chuyện giới phi nhân nào làm hại các nhà sư? Chỉ có các nhà sư mới làm hại các hồn ma - và các sư đã sản xuất rất nhiều những chuyện đó. Hãy suy nghĩ về điều đó. Gần như tất cả những thứ vật chất mà cư sĩ mang đến cúng dường là nhằm mục đích hồi hướng công đức cho hương linh của tổ tiên và thân nhân quá cố của họ: cha mẹ, ông bà, anh chị em của họ. Và các nhà sư chúng ta có cư xử trong một cách thích nghi hay không? Chúng ta có những phẩm chất tinh thần nào để sẽ gửi công đức tới các tinh linh đó? Hãy cẩn thận, đừng để các tinh linh đó trở thành nạn nhân của các sư."*

41. CŨNG TỐT ĐẸP, NHƯNG...

Hiện nay có rất nhiều thiền sinh biểu lộ hào hứng với những vị thầy mới hay với các trung tâm thiền mới. Cũng giống như những người mê xổ số hào hứng về các nhà sư tiên đoán về các con số sẽ xổ ra, hay những người say mê về các bùa hộ mệnh hào hứng về các nhà sư tạo ra những tấm bùa có sức mạnh, cũng giống như vậy, những người say mê thiền vipassana cũng hào hứng với các vị thầy vipassana. Rất nhiều người trong số này, khi gắn bó với một vị thầy cụ thể, sẽ ca ngợi các vị thầy đó với người khác và cố gắng thuyết phục họ chia sẻ ý kiến của họ và sự tôn kính cho vị thầy đó. Và đặc biệt là hiện nay, có những giảng sư nổi tiếng thu âm các bài pháp thoại của họ và bán chúng khắp cả nước. Một phụ nữ từng mang nhiều băng ghi âm các bài pháp thoại của một giảng sư nổi tiếng cho Luang Pu nghe, nhưng ngài không nghe. Một lý do là ngài chưa bao giờ có một đài hay máy nghe băng nào kể từ ngày ra đời. Hoặc giả sử nếu ngài có một cái, ngài cũng không biết cách bật máy lên. Sau đó, có người mang một máy nghe băng tới và bật lên nhiều băng pháp thoại cho Luang Pu nghe. Sau đó, cô hỏi ngài suy nghĩ gì. Ngài nói, *"Cũng tốt đẹp. Vị này có cách diễn đạt hay và ngôn từ phong phú, nhưng tôi không tìm thấy nội dung nào trong đó. Mỗi lần cô nghe, cô nên có thể cảm nhận được hương vị của sự học, sự thực hành và sự thành tựu. Đó là khi có chất trong nội dung."*

42. NHIỀU NGƯỜI TẬP THIỀN HOANG MANG

Hiện nay, nhiều người quan tâm đến thiền tập đang vô cùng bối rối và nghi ngờ về cách tu tập đúng đắn. Điều này đặc biệt đúng với những người mới bắt đầu quan tâm, bởi vì các thiền sư thường đưa ra những lời dạy trái ngược nhau về cách thực hành. Điều tệ hơn, là thay vì giải thích mọi việc một cách công bằng và khách quan, các vị thầy này dường như miễn cưỡng nhìn nhận rằng các vị thầy hay các phương pháp thực hành khác cũng có thể là đúng. Có nhiều vị thầy lại bày tỏ thái độ coi thường các phương pháp khác.

Bởi vì nhiều người có kiểu ngờ vực này thường đến xin lời khuyên của Luang Pu, nên tôi thường nghe ngài giải thích mọi việc theo cách này: *"Khi bắt đầu thực hành thiền, bạn có thể bắt đầu bằng bất kỳ phương pháp nào, bởi vì tất cả chúng đều dẫn đến kết quả như nhau. Lý do có rất nhiều phương pháp là vì mỗi người có những khuynh hướng khác nhau. Đó là lý do tại sao phải có những hình ảnh khác nhau để chú tâm vào, hay là các chữ cần lặp lại lặp lại —như chữ "buddho" hay chữ "arahang" — như là phương tiện cho tâm trụ vào một điểm và bình lặng ở bước đầu tiên. Khi tâm đã tập trung và tĩnh lặng được, các chữ để dùng hành thiền sẽ tự nó rơi mất, và đó là nơi tất cả các phương pháp sẽ vào cùng một con đường, với cùng một hương vị. Nói cách khác, nó có trí tuệ nhận biết là trạng thái siêu vượt của nó, và có giải thoát là bản tánh của nó.”*

43. KHI AN TRÚ TÂM, PHẢI Ở PHÍA TRÊN

Mọi người đến đảnh lễ Luang Pu đều nói cùng một điều: Mặc dù ngài đã gần 100 tuổi nhưng nước da của ngài vẫn sáng và sức khỏe vẫn mạnh. Ngay cả những người trong chúng tôi sống gần ngài cũng hiếm khi thấy mặt ngài tối sầm lại, hay trông như kiệt sức hay nhăn nhó vì mất vui hay đau đớn. Trạng thái bình thường của ngài là trầm lặng và vui vẻ trong mọi thời. Ngài ít bệnh và luôn vui vẻ, không bao giờ hào hứng vì các sự kiện hay bị ảnh hưởng bởi lời khen hay chê.

Có một lần, giữa một buổi tụ họp của các thiền sư cao niên đang thảo luận về trạng thái tâm bình thường của những người sống phía trên khổ đau, Luang Pu nói: *“Không lo lắng, không dính mắc: Đó là nơi an trú tâm của các hành giả."*

44. TÌM THẦY MỚI

Những người thực hành Pháp hiện nay có hai loại. Loại đầu là những người, khi học các nguyên tắc thực hành hoặc nhận lời dạy từ một vị thầy và bước vào con đường, có ý định cố gắng đi theo con đường đó với khả năng tối đa của họ. Loại thứ nhì là những người - mặc dù họ đã nhận được lời dạy tốt từ vị thầy và đã học những nguyên tắc thực hành đúng đắn - nhưng ý định lại không chân thành. Nỗ lực của họ là lơ là. Đồng thời, họ ưa thích ra ngoài để tìm các thầy khác ở các thiền viện khác. Bất cứ nơi nào họ nghe nói có một trung tâm tốt, họ sẽ tới đó. Những thiền giả loại này thì rất nhiều.

Luang Pu từng khuyên học trò của mình rằng: *“Khi quý vị tới nhiều trung tâm và học với nhiều vị thầy, việc thực hành của quý vị sẽ không có kết quả, vì khi quý vị đến nhiều trung tâm, như dường rằng quý vị khởi đầu trở lại một lần nữa, và rồi một lần nữa. Quý vị không đạt được bất kỳ nguyên tắc chắc chắn nào trong tu tập của mình. Đôi khi quý vị thấy bất định và hoang mang. Tâm quý vị không vững vàng. Sự thực hành của quý vị suy thoái và không tiến bộ."*

45. NẮM GIỮ LẤY <=> DẸP QUA MỘT BÊN

Người học và người thực hành Pháp có hai loại. Loại thứ nhất là những người chơn thực học và hành để tìm giải thoát khỏi đau khổ. Loại thứ nhì là những người học và hành để khoe về thành tích của mình và dành cả ngày để tranh luận, tin rằng việc thuộc lòng nhiều văn bản hay có thể trích dẫn nhiều vị thầy là một dấu hiệu của tầm quan trọng của họ. Nhiều lần, khi những người thuộc loại thứ hai này đến gặp Luang Pu, thay vì hỏi lời khuyên của ngài về cách thực hành, họ lại phun ra kiến thức và ý tưởng của họ cho ngài nghe với nhiều chi tiết. Tuy nhiên, ngài vẫn cứ luôn ngồi và lắng nghe họ. Thực tế, khi họ nói đủ thứ xong, ngài mới thêm một nhận xét: *"Những người bị ám ảnh bởi kinh điển và các vị thầy sẽ không thể thoát khỏi đau khổ. Dù vậy, những người muốn thoát khổ phải nương dựa vào kinh điển và các vị thầy.*

46. KHI TÂM CHỐNG LẠI SỰ TĨNH LẶNG

Trong việc tập định, không thể nào mọi người được kết quả với tốc độ như nhau. Vài người có kết quả nhanh, những người khác kết quả chậm. Thậm chí có những người dường như chưa bao giờ cảm nhận được hương vị của tĩnh lặng. Dù vậy, họ không nên nản lòng. Riêng việc nỗ lực trong tự thân đã là một công đức lớn và kỹ năng cao, nhiều hơn so với việc bố thí hay trì giới. Một số đông đệ tử của Luang Pu hỏi ngài, *"Con đã ra sức tập định trong một thời gian dài, nhưng tâm con chưa bao giờ tĩnh lặng. Nó cứ lang thang ra ngoài. Có cách nào khác mà con có thể thực hành được không?"*

Đôi khi Luang Pu đưa ra phương pháp khác: *"Khi tâm không tĩnh lặng, ít nhất con có thể bảo đảm rằng tâm không đi lang thang xa. Hãy dùng chánh niệm để chỉ chú tâm vào thân. Hãy nhìn để xem thân là vô thường, căng thẳng và vô ngã. Hãy phát triển nhận biết rằng thân bất tịnh, và không có thực chất nào trong thân cả. Khi tâm nhìn thấy rõ ràng theo cách này, tâm sẽ sinh khởi một cảm giác của mắt vui, không say đắm và xa lìa tham ái. Điều này cũng có thể cắt đứt các uẩn bám chấp.*

47. NỀN TẢNG CHÂN THỰC CỦA PHÁP

Có một điều mà người hành thiền sinh ưa nói đến, đó là "*Bạn thấy gì khi ngồi thiền? Những gì hiện ra khi bạn thiền?*" Hoặc họ than phiền rằng họ đã ngồi thiền rất lâu mà vẫn không thấy gì hiện ra cho họ thấy. Hoặc họ nói về việc nhìn thấy thứ này hay thứ kia hoài. Điều này khiến một số người hiểu lầm, cho rằng khi thiền, bạn sẽ thấy những gì bạn muốn thấy.

Luang Pu cảnh giác những người này rằng loại khát vọng này hoàn toàn sai lầm, vì mục đích của thiền là đi vào nền tảng chơn thực của Pháp. "*Nền tảng chơn thực của Pháp là tâm, do vậy hãy tập trung vào quan sát tâm. Hãy làm thế để quý vị hiểu được tâm quý vị một cách sâu sắc. Khi quý vị hiểu được tâm mình một cách sâu sắc, quý vị đã có được nền tảng của Pháp ngay tại đó.*"

48. LỜI CẢNH GIÁC ĐỪNG LƯỜI BIẾNG

Để tránh bất kỳ sự lười biếng hoặc thiếu chú tâm nào trong hành vi của các nhà sư và sa di, Luang Pu đã chọn một cách khiển trách họ một cách sâu sắc: "*Người tại gia phải làm việc vất vả trong đời sống với nhiều khó khăn để có được của cải vật chất, thực phẩm và tiền bạc cần thiết để nuôi sống gia đình, con cháu.*

Dù mệt mỏi hay kiệt sức đến đâu, họ cũng phải nỗ lực. Đồng thời, họ muốn tạo công đức nên họ hy sinh một số tài sản để cúng dường, làm công đức. Họ dậy sớm, nấu thức ăn ngon để đặt vào bát khất thực của chúng ta. Trước khi họ đưa thức ăn vào bát của chúng ta, họ nâng cao quá đầu họ và nói lời ước nguyện. Khi hoàn tất đưa thức ăn vào bát, họ lùi lại, ngồi xổm xuống và chắp hai tay cung kính một lần nữa. Họ làm như vậy vì họ muốn công đức trong việc hỗ trợ chúng ta tu hành. Và công đức nào trong sự tu hành của chúng ta mà chúng ta có thể trao tặng cho họ? Quý vị đã tự cư xử theo cách mà quý vị xứng đáng được nhận và ăn thức ăn của họ chưa?

49. ĐÔI KHI NGÀI CỨNG RẮN

Ajaan Samret đã xuất gia từ khi còn ấu niên cho đến khi sư này gần 60 tuổi. Vị này trước đó là một thiền sư, nghiêm khắc trong tu tập, có danh tiếng tốt và được nhiều người kính trọng. Nhưng sư này đã không đi trọn con đường. Tâm của vị sư này suy giảm vì sư yêu thương con gái của một trong những thí chủ. Vì thế vị này xin rời Luang Pu để cởi y và kết hôn.

Mọi người đều bị sốc trước tin này và không tin điều đó có thể là sự thật bởi vì nhìn vào sự tu hành của sư này, họ đã cho rằng nhà sư này sẽ sống đời tu hành cho đến cuối đời. Nếu tin này là thật thì đó sẽ là một cú đánh mạnh vào cộng đồng những người hành thiền. Vì lý do này, các trưởng lão và học trò của sư này đã cố gắng bằng mọi cách có thể để khiến vị này đổi ý và không cởi y. Đặc biệt, Luang Pu đã gọi vị này tới và cố gắng thuyết phục vị này đổi ý, nhưng vô ích. Cuối cùng, Ajaan Samret nói với ngài: *"Con không thể ở lại được. Mỗi lần con ngồi thiền, con thấy khuôn mặt của nàng lơ lửng trước mặt con."*

Luang Pu đáp lại bằng một giọng lớn, *"Đó là bởi vì con không thiền định về bản tâm của con. Con đang thiền định về phía sau của cô ta, nên tất nhiên con cứ nhìn thấy mãi phía sau của cô ta. Bước ra khỏi đây đi. Hãy tự do đi bất cứ nơi nào con muốn."*

50. KHÔNG CHỆCH HƯỚNG

Tôi đã sống với Luang Pu hơn ba mươi năm, làm thị giả chăm sóc mọi việc của ngài cho đến cuối đời ngài, và tôi quan sát thấy rằng sự tu hành của ngài phù hợp với Chánh pháp và Luật tạng, phù hợp với con đường độc đạo để thoát khỏi đau khổ. Ngài không bao giờ phân tâm vào các phép thuật, bùa thiêng hoặc bất kỳ hoạt động đáng ngờ nào khác, dù chỉ một chút xíu. Khi người ta xin ngài ban phước cho họ bằng cách thổi vào đầu họ, ngài sẽ hỏi: *"Tại sao tôi phải thổi vào đầu quý vị?"* Khi người ta xin ngài đánh dấu điểm lành trên xe hơi của họ, ngài nói: *"Tại sao lại đánh dấu điểm lành?"* Khi người ta xin ngài chọn ngày lành hay tháng tốt cho hoạt động của họ, ngài nói: *"Tất cả các ngày đều tốt"*. Hoặc nếu ngài nhai trầu và người ta hỏi xin phần bã đã nhai, ngài nói, *"Sao quý vị lại muốn thứ đó? Nó dơ quá."*

51. CHỈ ĐƠN GIẢN LÀ MỘT CHUYỂN ĐỘNG

Có những lúc tôi cảm thấy không thoải mái, sợ rằng mình có thể đã làm sai khi đứng về phía những người đã thuyết phục Luang Pu làm những việc mà ngài không thích làm. Lần đầu tiên là khi Ngài dự lễ khai trương Bảo tàng Phra Ajaan Mun ở Wat Pa Sutthaavaat ở Sakon Nakhorn. Có rất nhiều thiền sư và rất nhiều cư sĩ đến gặp các vị thầy để tỏ lòng tôn kính và xin điều gì đó. Nhiều người xin Luang Pu thổi vào đầu họ [để lấy hên]. Khi tôi thấy ngài chỉ ngồi yên mà không trả lời, tôi đã thỉnh cầu ngài: *"Ngài hãy làm cho xong việc đi"*. Thế là ngài thổi vào đầu họ. Sau một thời gian, khi không thể thoát ra được, ngài sẽ đánh dấu những điểm lành trên xe hơi của họ. Khi ngài cảm thấy mệt mỏi với những thỉnh cầu của họ về bùa hộ mệnh, ngài đã cho phép họ làm các bùa hộ mệnh mang tên ngài. Khi cảm thấy thương hại họ, ngài sẽ thắp ngọn nến "chiến thắng" trong các nghi lễ tụng kinh của họ và tham gia vào các nghi lễ dâng bùa hộ mệnh của họ.

Nhưng sau đó tôi cảm thấy vô cùng nhẹ nhõm khi Luang Pu nói: *"Tôi làm những việc như thế này chỉ đơn giản là một chuyển động vật chất bên ngoài để tương ưng với các quy ước xã hội. Nó không phải là một chuyển động của tâm mà có thể dẫn đến các trạng thái trở thành, các cấp độ của hiện hữu, hoặc đối với con đường, quả vị và Niết-bàn theo bất kỳ cách nào."*

52. NĂM LẤY CƠ HỘI

"Tất cả 84.000 phần của Giáo pháp chỉ là những chiến lược để dẫn mọi người quay lại và nhìn vào tâm. Lời dạy của Đức Phật rất nhiều, vì phiền não của con người thì nhiều. Tuy nhiên, con đường chấm dứt đau khổ chỉ có một: Niết Bàn. Cơ hội này chúng ta phải thực hành Chánh Pháp một cách đúng đắn là điều rất hiếm hoi. Nếu chúng ta để nó trôi qua, chúng ta sẽ không có cơ hội đạt được giải thoát trong kiếp này và chúng ta sẽ phải lạc lối trong những tà kiến trong một thời gian rất dài trước khi chúng ta có thể gặp lại Chánh Pháp này lần nữa. Do vậy, bây giờ chúng ta đã gặp được lời dạy của Đức Phật, chúng ta nên khẩn cấp tu tập để được giải thoát. Nếu không, chúng ta sẽ bỏ lỡ cơ hội tốt này. Khi các sự thật cao quý bị lãng quên, bóng tối sẽ tràn ngập chúng sinh với cả khối đau khổ trong một thời gian dài tương lai."

53. GIỚI HẠN CỦA KHOA HỌC

Không phải chỉ một lần Luang Pu dạy Pháp bằng cách so sánh. Có lần ngài đã nói, *"Sự nhận biết bên ngoài là sự nhận thức về những giả định. Nó không thể soi sáng tâm về Niết bàn. Quý vị phải dựa vào sự nhận biết rõ ràng về con đường cao quý nếu quý vị muốn vào Niết bàn. Kiến thức của các nhà khoa học, như Einstein, là có nhiều thông tin và rất có năng lực làm nhiều chuyện. Nó có thể chẻ ra hạt nguyên tử nhỏ nhất và nhập vào chiều không gian thứ 4. Nhưng Einstein không có ý niệm gì về Niết bàn, đó là lý do tại sao ông không thể nhập vào Niết bàn, Chỉ có tâm đã giác ngộ trong con đường cao quý mới có thể đưa đến sự Tỉnh thức thực sự, sự Tỉnh thức đầy đủ, sự Tỉnh thức viên mãn. Chỉ có như thế mới có thể đưa đến sự giải thoát khỏi đau khổ, tới Niết bàn.”*

54. LÀM THẾ NÀO ĐOẠN TẬN KHỔ ĐAU

Năm 1977, nhiều sự kiện không mong muốn đã xảy ra với các quan chức cấp cao của Bộ Nội vụ Thai Lan - mất của cải, mất địa vị, bị chỉ trích và đau khổ. Và dĩ nhiên, nỗi đau và buồn lan rộng, ảnh hưởng đến vợ con của họ nữa. Do vậy, một ngày nọ, một số người vợ của họ đến đảnh lễ Luang Pu và kể cho ngài nghe về nỗi đau khổ của họ để ngài có thể khuyên họ cách vượt qua nó. Ngài nói với quý bà, *“Người ta không nên cảm thấy buồn hay nhớ nhung những thứ bên ngoài thân mình đã trôi qua và biến mất, vì những thứ đó đã hoàn tất chức năng của chúng một cách chính xác trong cách hoàn hảo nhất.”*

55. SỰ THẬT LUÔN LUÔN NHƯ NHAU

Nhiều học giả sẽ nhận xét rằng những lời dạy của Luang Pu rất giống với những lời dạy của Thiền Tông hay *Kinh Pháp Bảo Đàn* [của Huệ Năng]. Tôi đã hỏi ngài về điều này nhiều lần và cuối cùng ngài trả lời một cách khách quan: *“Tất cả những chân lý của Pháp đều đã có mặt trên thế gian. Khi Đức Phật giác ngộ những chân lý đó, Đức Phật đã mang chúng ra để giảng dạy cho chúng sinh trên thế gian. Bây giờ, bởi vì những chúng sinh đó có những khuynh hướng khác nhau – thô thiển hay tinh tế – Đức Phật đã dùng rất nhiều ngôn từ: tất cả có 84.000 phần của*

Chánh Pháp. Khi người trí tìm cách chọn những chữ thích hợp nhất để giải thích sự thật cho những người hướng tới sự thật, họ phải sử dụng các phương pháp của sự thật rằng, về sự quán chiếu [tự tâm], là chính xác nhất và viên mãn nhất mà không bận tâm về ngôn từ hay cứ dính mãi vào các chữ trong các văn bản trong cách tận cùng ít nhất.

56. TINH LỌC

Nhà sư Ajaan Bate của Tu viện trong rừng Khoke Mawn Forest Monastery đến nói chuyện với Luang Pu về thực hành thiền định, nói rằng: *"Con đã thực hành thiền định trong một thời gian dài, đến mức con có thể nhập định (appana samadhi) trong thời gian dài. Khi con xuất định, có có những lúc con cảm thấy một cảm giác hỷ lạc thoải mái rất lâu sau đó. Đôi khi có cảm giác về ánh sáng rực rỡ, và tôi hoàn toàn có thể hiểu rõ về thân. Con nên làm gì tiếp theo nữa?"*

Luang Pu trả lời, *"Hãy dùng sức định đó để khảo sát tâm. Rồi hãy buông bỏ tất cả các mối trong tâm để không còn gì trong tâm cả."*

57. RỖNG KHÔNG

Một thời gian sau, nhà sư Ajaan Bate, cùng với hai vị sư khác và đông đảo cư sĩ đến đảnh lễ Luang Pu. Sau khi Luang Pu khuyên những người mới đến về cách thực hành, sư Ajaan Bate hỏi thêm Luang Pu về lời khuyên mà sư đã nhận được trong chuyến viếng thăm lần trước. *"Buông bỏ tất cả các đối tượng là điều con có thể làm chỉ trong giây lát. Nhưng con không thể ở trạng thái đó trong thời gian dài được."*

Luang Pu nói, *"Ngay cả khi con có thể buông bỏ tất cả các đối tượng trong một khoảnh khắc, nếu con không thực sự quan sát tâm, hoặc chánh niệm của con không hoàn toàn bao trùm, có thể con chỉ đơn giản là buông bỏ một đối tượng thô thiển để chuyển sang một đối tượng vi tế hơn. Do vậy, con phải ngừng tất cả mọi suy nghĩ tư lường, và hãy để tâm trí an trú trong rỗng không."*

58. KHÔNG TẤT CẢ RÕ RÀNG

Có người nói: *"Con đã đọc đoạn văn trong tiểu sử của ngài, trong đó nói rằng, khi ngài đang lang thang, ngài đã hiểu rõ về vấn đề tâm tạo ra phiền não và phiền não tạo ra tâm. Điều đó có nghĩa là gì?"*

Luang Pu trả lời: *"'Tâm tạo ra phiền não là nói rằng, tâm dẫn tới ý nghĩ, lời nói và hành động để làm cho cảnh bên ngoài xuất hiện, làm cho chúng thành thiện, làm cho chúng thành bất thiện, dẫn tới kết quả của nghiệp, rồi bám vào những thứ đó, nghĩ rằng, 'Đó là tôi, đó là tự ngã của tôi, đó là cái của tôi. Kia là cái của họ.'*

"Phiền não tạo ra tâm, là nói về những sự việc bên ngoài ập tới, cưỡng ép tâm đi theo sức mạnh của chúng, khiến nó bám chặt vào ý tưởng cho rằng nó có một tự ngã, giả định những chuyện mà các thứ này cứ kéo lệch ra khỏi sự thật."

59. KIẾN THỨC TỪ HỌC <=> KIẾN THỨC TỪ HÀNH

Có người nói: *"Những lời dạy về giới, định, tuệ và giải thoát mà con đã thuộc lòng từ sách vở và từ lời dạy của nhiều vị sư khác nhau: Chúng có phù hợp với sự hiểu biết về bản chất như ngài Luang Pu dạy không?"*

Luang Pu trả lời, *"Giới có nghĩa là sự bình thường của một tâm không có lỗi lầm, tâm đã được trang bị vũ khí chống lại bất cứ điều ác nào. Định là kết quả đến từ việc giữ giới đó, tức là, một tâm vững chắc, tĩnh lặng như sức mạnh đưa tới bước tiếp theo.*

Tuệ - "cái biết" – chính là một tâm trống rỗng, nhẹ nhàng và thoải mái, nhìn mọi thứ một cách rõ ràng, thấu suốt, xem chúng như chúng là. Giải Thoát là một tâm đi vào tánh Không từ cái rỗng không đó. Nói cách khác, nó buông bỏ sự thoải mái, rời khỏi trạng thái nơi nó không là gì và không có gì, không còn chút suy nghĩ tư lường chút nào cả.

60. CHIẾN LƯỢC RỜI BỎ DÍNH MẮC

Có người nói: *"Khi con đưa tâm vào trạng thái tĩnh lặng, con cố gắng giữ nó vững chắc trong sự tĩnh lặng đó. Nhưng khi nó gặp một đối tượng hay mối bận tâm nào đó, nó lại có xu hướng mất nền tảng mà con đã cố gắng duy trì".*

Luang Pu trả lời: *"Nếu đúng như vậy thì điều đó cho thấy rằng sức định của bạn không đủ kiên cường. Nếu những mối bận tâm này đặc biệt mạnh mẽ – và đặc biệt, nếu chúng liên quan đến những điểm yếu của bạn – thì bạn phải giải quyết chúng bằng cách sử dụng phương pháp quán chiếu. Hãy bắt đầu bằng cách quán hiện tượng tự nhiên thô sơ nhất – tức là, thân - phân tích nó đến từng chi tiết. Khi con đã quán nó đến mức hoàn toàn rõ ràng, hãy chuyển sang quán các hiện tượng trong tâm - bất cứ thứ gì, theo từng cặp, mà con đã từng phân tích, thí dụ như đen và trắng, hay tối và sáng."*

61. VỀ ĂN

Một nhóm tu sĩ đến đảnh lễ Luang Pu trước mùa an cư và một trong số họ nói, *"Con đã thiền định một thời gian dài và đạt được chút bình an, nhưng con gặp vấn đề về việc ăn thịt. Ngay cả chỉ nhìn vào thịt, con thấy thương cho con vật đã phải hy sinh mạng sống chỉ để con ăn thịt nó. Như dường là con thực sự thiếu lòng từ bi. Khi con bắt đầu lo ngại về điều này, con thấy khó thấy tâm được bình an."*

Luang Pu nói: "*Khi một tu sĩ thọ dụng bốn món vật dụng cần thiết, vị ấy nên quán chiếu chúng trước tiên. Nếu khi quán xét, vị ấy thấy rằng ăn thịt là một hình thức áp bức và thể hiện sự thiếu từ bi đối với loài thú, vị ấy nên kiêng thịt, và thay vào đó hãy ăn đồ chay.*"

62. NÓI THÊM VỀ ĂN

Khoảng ba hoặc bốn tháng sau, cũng nhóm tu sĩ đó đã đến đảnh lễ Luang Pu sau mùa an cư và nói với ngài rằng: "*Chúng con ăn chay suốt mùa mưa, nhưng rất khó khăn. Những cư sĩ nơi chúng con đang ở trong làng Khoke Klaang, quận Praasaat, không biết gì về thức ăn chay. Chúng con khó tìm được thức ăn nào, và điều đó gây rắc rối cho những cư sĩ hỗ trợ. Một vài nhà sư thấy sức khỏe suy kém, và một vài người trong chúng con không thể trải qua cho hết mùa an cư. Chúng con đã không thể nỗ lực nhiều trong việc thiền định như lẽ ra phải có.*"

Luang Pu nói, "*Khi một nhà sư thọ dụng bốn vật dụng cần thiết, vị ấy nên quán chúng trước. Nếu khi quán, vị ấy thấy rằng thức ăn trước mặt vị ấy — dù là rau, thịt, cá hay cơm — đều thanh tịnh trong ba cách, mà vị này không nhìn thấy, nghe thấy hoặc nghi ngờ rằng một con vật bị giết để cung cấp thức ăn cụ thể cho vị này, và vị này cũng có được thức ăn này một cách có đạo đức, rằng người tại gia cúng dường vì đức tin, thì vị đó nên ăn thức ăn đó. Đó cũng là cách mà các vị thầy của chúng ta đã thực hành.*"

63. VẪN NÓI THÊM VỀ ĂN

Vào ngày thứ hai của tuần trăng khuyết trong tháng thứ ba của năm 1979, Luang Pu đang ở tại Tu viện Prakhonchai Forest Monastery. Sau 8 giờ tối, một nhóm tu sĩ thích đi lang thang, dựng lều gần khu dân cư, cũng đến tu viện nghỉ đêm ở đó. Sau khi đảnh lễ Luang Pu, họ nói về điều mà họ cảm thấy là đặc điểm nổi bật trong việc thực hành của họ: *"Những người ăn thịt đang ủng hộ việc giết hại thú vật. Những người chỉ ăn rau cho thấy mức độ từ bi cao độ. Bằng chứng là khi chuyển sang chỉ ăn rau, tâm sẽ trở nên an bình và mát mẻ hơn."*

Luang Pu trả lời, *"Điều đó rất tốt. Việc quý vị có thể ăn chay là rất tốt, và tôi muốn bày tỏ sự ngưỡng mộ của mình. Đối với những người vẫn ăn thịt, nếu thịt đó thanh tịnh theo ba cách — trong đó họ chưa từng thấy, nghe hoặc nghi ngờ rằng con vật đó bị giết để cung cấp thức ăn cụ thể cho họ - và họ có được nó một cách thanh tịnh, thì việc ăn thịt đó không hề trái với Chánh Pháp và Giới Luật. Nhưng khi quý vị nói rằng tâm trở nên an bình và mát mẻ, thì đó là kết quả của sức mạnh đến từ ý định về thực hành đúng theo Chánh Pháp và Giới Luật. Nó không dính gì đến thức ăn mới hay cũ trong bụng quý vị cả."*

64. KINH DOANH & THỰC HÀNH PHÁP

Một nhóm thương gia nói: *"Chúng con có nhiệm vụ của mình là thương gia, nghĩa là đôi khi chúng con phải phóng đại sự việc hoặc thu lợi nhuận quá mức, nhưng chúng con cực kỳ quan tâm đến thiề định và đã bắt đầu thực hành. Tuy nhiên, một số người đã nói với chúng con rằng, rằng với sinh kế của mình, chúng con không thể hành thiền. Ngài nói gì về điều này, thưa Luang Pu? Vì họ nói rằng bán để kiếm lời là một tội lỗi."*

Luang Pu nói: *"Để sống còn, mỗi người cần có một nghề, và mỗi nghề đều có những tiêu chuẩn riêng về điều nào là đúng và phù hợp. Khi quý vị tuân theo những tiêu chuẩn đó một cách đúng đắn, điều đó được coi là trung tính — không có công đức, cũng không có tội. Về việc thực hành Pháp, đó là điều quý vị nên làm, vì chỉ những người thực hành Pháp mới phù hợp để làm việc trong mọi hoàn cảnh."*

65. KỶ NIỆM CHÔN VÙI

Một lần nọ, khi Luang Pu đang lưu trú tại Tu viện Yothaaprasit Forest Monastery, nhiều vị sư và sa di đã đến để tỏ lòng kính trọng. Sau khi họ lắng nghe những lời dạy của ngài, Luang Taa Ploi - người đã xuất gia khi cao niên nhưng rất tự chế trong việc thực hành - nói với Luang Pu: *"Con đã xuất gia khá lâu rồi, nhưng con chưa thể hãy cắt đứt sự dính mắc vào quá khứ. Dù con có giữ tâm vững chắc vào hiện tại đến đâu, con vẫn thấy chánh niệm sơ thất và con cứ trượt lùi. Ngài có thể chỉ cho con một phương pháp khác để ngưng tình hình này không?"*

Luang Pu đáp: *"Đừng để tâm chạy theo những mối bận tâm bên ngoài. Nếu chánh niệm của con rơi mất, thì ngay khi con nhận biết được nó, hãy lập tức kéo nó lại. Đừng để nó đi tìm những mối bận tâm dù là tốt hay xấu, dù là vui sướng hay đau đớn. Đừng rơi theo chúng, nhưng cũng đừng dùng cường lực để cắt đứt chúng."*

66. THEO KIỂU RIÊNG CỦA NGÀI

Vào khoảng năm 1977, Luang Pu được mời đến dự một buổi lễ tại chùa Wat Dharmamongkon trên đường Sukhumvit ở Bangkok. Trong buổi lễ, ngài được mời *"ngồi trong bảo vệ"* như một phần của nghi lễ làm phép các hình ảnh Phật và bùa hộ mệnh. Sau khi buổi lễ kết thúc, ngài ra ngoài nghỉ ngơi trong một túp lều nhỏ, nơi ngài nói chuyện với rất đông các học tăng đang học tại Bangkok vào thời điểm đó. Một trong các nhà sư nhận xét rằng vị này chưa bao giờ thấy Luang Pu tham gia một buổi lễ như thế này trước đây và thắc mắc liệu đây có phải là lần đầu tiên của ngài hay không. Sau đó, vị này hỏi thế nào là *"ngồi trong bảo vệ."*

Luang Pu trả lời, *"Tôi không biết các vị sư khác làm gì khi họ ngồi 'trong bảo vệ' hay ngồi 'ban phước'. Còn tôi, tôi chỉ đơn giản ngồi trong định theo kiểu xưa nay của tôi thôi."*

67. "CON MUỐN HỌC GIỎI..."

Một cô gái trẻ từng thưa với Luang Pu: *"Con nghe ông nội Sorasak Kawngsuk nói rằng bất cứ ai muốn thông minh và học giỏi trước tiên phải tập ngồi thiền để tâm trí tập trung vào tĩnh lặng. Con muốn được thông minh và học giỏi trong lĩnh vực con học, cho nên con đã cố gắng ngồi thiền và đưa tâm mình vào chỗ tĩnh lặng, nhưng nó chưa bao giờ tĩnh lặng được. Đôi khi con còn bồn chồn hơn trước. Khi tâm con không tĩnh lặng được như vậy, làm sao con có thể xuất sắc trong ngành nghiên cứu của con?"*

Luang Pu trả lời: *"Chỉ cần tập trung vào việc nhận biết cái gì con đang học, và trong tự nó sẽ giúp con học giỏi trong ngành nghiên cứu của con. Khi tâm không tĩnh lặng, hãy để tâm biết rằng tâm không đang tĩnh lặng. Đó là vì con muốn quá nhiều để nó tĩnh lặng, nên nó không tĩnh lặng. Chỉ cần con hành thiền một cách bình tĩnh, và ngày đó sẽ tới, nó sẽ tĩnh lặng theo đúng con mong muốn."*

68. MỤC ĐÍCH CỦA [DU TĂNG] LANG THANG

Một số nhà sư và sa di, sau mùa an cư, thích đi lang thang theo nhóm đến nhiều nơi khác nhau. Mỗi người trong số họ chuẩn bị những vật dụng cần thiết và một bộ đầy đủ các phụ kiện dhutanga (hạnh đầu đà). Nhưng nhiều người trong số họ lại đi chệch khỏi mục đích lang thang để ẩn cư. Thí dụ, một số người trong số họ mang các phụ kiện dhutanga trên xe buýt có máy lạnh. Một số đi thăm các bạn cũ tại các văn phòng công ty.

Vì vậy, Luang Pu đã từng nói giữa một buổi tụ họp của các nhà sư thiền tập rằng: *"Tự biến mình thành một du tăng có vẻ ngoài đẹp đẽ là không chính đáng chút nào. Nó đi ngược lại mục đích của hạnh du tăng lang thang. Từng người trong quý vị nên suy ngẫm nhiều về điểm này. Mục đích của đi lang thang trong thiền chỉ có một điều: để luyện tâm và trau giồi tâm để tâm xa lìa phiền não. Đi lang thang trong thiền chỉ là chuyện của thân, mà không mang theo tâm, thì không có gì tuyệt vời cả."*

69. ĐỂ DỪNG LẠI, BẠN PHẢI BIẾT CÁCH

Một thiền giả từng nói với Luang Pu, *"Theo những gì ngài đã dạy, con đã cố gắng ngừng suy nghĩ (giữ tâm vô niệm), nhưng con chưa bao giờ thành công. Tệ hơn nữa là, con đâm ra thất vọng và đầu óc dường như choáng váng. Dù vậy, con tin rằng những gì ngài dạy không sai, vì vậy con muốn xin vài lời khuyên về những gì cần làm kế tiếp."*

Luang Pu trả lời, *"Như thế cho thấy rằng con đã hiểu chệch hướng. Con được dạy là hãy ngừng suy nghĩ, nhưng tất cả những gì con làm là nghĩ về việc ngừng suy nghĩ, vậy thì làm sao việc ngừng lại thực sự có thể xảy ra được? Hãy buông bỏ tất cả những vô minh của con về chuyện ngừng suy nghĩ. Hãy buông bỏ các niệm của con về việc ngừng suy nghĩ, và đó sẽ là kết thúc vấn đề."*

70. KẾT QUẢ TƯƠNG TỰ NHƯNG KHÔNG GIỐNG NHAU

Vào ngày thứ nhì của tuần trăng khuyết của tháng mười một, ngày sinh nhật của Luang Pu, rơi vào ngày thứ hai sau khi kết thúc mùa an cư hàng năm. Vì vậy, các đệ tử của Ngài - cả các nhà sư học giả và các nhà sư hành thiền – ưa thích đi thăm để tỏ lòng tôn kính ngài vào ngày hôm đó, để xin lời khuyên của ngài về việc thực hành hay để báo cáo kết quả thực hành của họ từ mùa an cư vừa qua. Đây là một truyền thống mà họ tuân theo trong khi ngài còn tại thế.

Một lần, sau khi đưa ra lời khuyên chi tiết về cách thực hành, Luang Pu kết thúc bằng những lời sau đây, *"Học Pháp bằng cách đọc và nghe sẽ đưa đến nhận biết và khái niệm. Học Pháp bằng cách thực hành nó sẽ mang lại kết quả ở mức độ thực sự của Pháp trong tâm."*

71. CHỈ CÓ MỘT NƠI

Nhà sư Phra Maha Thaweesuk là học trò đầu tiên của Luang Pu vượt qua cấp độ thứ chín và cuối cùng của các kỳ thi bằng tiếng Pali. Vì vậy, nhân danh Luang Pu, Chùa Wat Burapha đã thực hiện một buổi lễ mừng thành tựu của vị sư này. Sau khi nhà sư Phra Maha Thaweesuk bày tỏ lòng kính trọng với Luang Pu, Luang Pu đã đưa ra một lời khuyên ngắn gọn:

"Có thể đậu được kỳ thi cấp chín, chứng tỏ rằng sư học rất siêng năng, đủ thông minh và là một chuyên gia về Kinh điển, vì điều này được coi là đã hoàn thành việc học. Nhưng chỉ quan tâm đến việc học thì không thể mang lại giải thoát khỏi đau khổ. Sư cũng phải quan tâm đến việc thực hành để luyện tâm. Tất cả 84.000 phần của Giáo pháp xuất phát từ tâm của Đức Phật. Mọi thứ đều xuất phát từ tâm. Bất cứ điều gì sư muốn biết, sư có thể tìm kiếm nó trong tâm."

72. THẾ GIỚI <=> PHÁP

Vào ngày 12 tháng 3/1979, Luang Pu đến Tu viện Sri Kaew Cave Monastery trên núi Phu Phaan, tỉnh Sakon Nakorn, trong hơn mười ngày cô tịch và nghỉ ngơi. Vào buổi tối ngày cuối cùng, trước khi rời đi, sư Ajaan Suwat cùng với các tu sĩ và sa di khác trong tu viện đã đến để tỏ lòng thành kính. Luang Pu nhận xét: *"Nghỉ ngơi ở đây thật thoải mái. Không khí trong lành, thiền định dễ dàng. Nó khiến tôi nhớ lại ngày xưa khi còn lang thang".*

Sau đó, Ngài thuyết pháp, trong đó có đoạn văn sau: "*Những gì có thể biết được đều thuộc về thế gian. Còn những gì không có cái gì có thể biết được, đó là Pháp. Thế giới luôn có những thứ đi theo từng cặp [nhị nguyên], nhưng Pháp là một [bất nhị], nơi tất cả đều xuyên suốt.*"

73. BẠN CÓ NÊN HỎI KHÔNG?

Nhiều người quan tâm đến việc thực hành, dù tại gia hay xuất gia, không chỉ có ý định thực hành mà còn thích tìm kiếm các vị thầy có kỹ năng đưa ra lời khuyên. Có lần một nhóm thiền tăng từ miền Trung Thái Lan đến dành nhiều ngày để nghe Pháp của Luang Pu và nghe lời khuyên của ngài về thiền. Một trong các nhà sư nói với Luang Pu về cảm xúc của mình: "*Con đã tìm kiếm nhiều vị thầy, và mặc dù tất cả họ đều dạy tốt, nhưng nhìn chung họ chỉ dạy về Luật tạng, hoặc dạy về hạnh du tăng lang thang và khổ hạnh, hoặc nếu không thì dạy về an lạc và sự tĩnh lặng do tập định. Còn ngài, ngài dạy con đường thẳng đến đỉnh cao: vô ngã, tánh không, niết bàn. Xin tha lỗi cho con khi hỏi câu này, khi ngài dạy về Niết bàn, ngài đã thành tựu chưa?*"

Luang Pu trả lời, "*Không có gì để sẽ thành tựu, và không có gì mà sẽ không thành tựu.*"

74. MỤC ĐÍCH CỦA THỰC HÀNH

Sư Ajaan Bate, một thân nhân gần của Luang Pu, sống tại Tu viện Khoke Mawn Monastery. Mặc dù mới xuất gia vào cuối đời nhưng rất mực nghiêm túc trong hành thiền và tu khổ hạnh. Luang Pu từng khen ngợi sư này, nói rằng việc thực hành của sư này đã đạt được kết quả tốt. Khi Ajaan Bate lâm bệnh nặng và cận kề cái chết, vị này nói rằng muốn gặp Luang Pu lần cuối để từ biệt trước khi chết. Tôi đã thông báo cho Luang Pu, người đã đến gặp vị sư kia. Khi ngài đến, Ajaan Bate đứng dậy, lạy chào ngài rồi nằm xuống chiếu như trước, không nói một lời. Nhưng nụ cười và vẻ mặt hạnh phúc của hiện ra rất dễ nhận thấy.

Luang Pu nói với vị sư bằng một giọng vừa rõ ràng vừa nhẹ nhàng, *"Tất cả những thực hành mà con thực hành tới giờ đều đặc biệt nhằm mục đích sử dụng vào lúc này. Khi tới lúc phải chết, hãy biến tâm thành một [khối], rồi ngừng tập trung và buông bỏ mọi thứ."*

75. HY VỌNG CHỜ TỚI KẾT QUẢ XA VỜI

Khi cư sĩ đến thăm Luang Pu, ngài thường không hỏi họ về bất cứ điều gì xa xôi. Ngài thường hỏi, *"Con có bao giờ thiền chưa?"* Một vài người sẽ trả lời rằng họ có thiền tập, những người khác thì không.

Một phụ nữ, thuộc nhóm thứ hai, thẳng thắn hơn những người còn lại. Cô nói, *"Theo con thấy, không có lý do nào chúng con phải tốn công sức thiền định cả. Mỗi năm con nghe bài pháp Mahachaad [một bài thi tụng dài về kiếp áp chót của Đức Phật, với tư cách là Hoàng tử Vessantara] ít nhất 13 lần ở nhiều ngôi chùa khác nhau. Các nhà sư ở đó nói rằng nghe câu chuyện Mahachaad là bảo đảm rằng con sẽ tái sinh vào thời của Đức Phật Di Lặc (Sri Ariya Metteya), nơi con sẽ gặp toàn niềm vui và sự thoải mái. Vậy tại sao con phải làm mọi việc trở nên khó khăn cho chính mình bằng cách thiền định?"*

Luang Pu nói: *"Những điều tuyệt vời ở ngay trước mặt con, mà con không tỏ ra quan tâm. Thay vào đó, con đặt hy vọng vào những điều xa vời mà đó chỉ là tin đồn. Đây là dấu hiệu của một người tuyệt vọng. Khi con đường, quả vị và Niết-bàn của giáo pháp của Đức Phật Thích Ca vẫn còn ở với chúng ta, hoàn toàn viên mãn, nhưng con lại chần chừ và không quan tâm đến chúng, thì khi giáo pháp của Đức Phật Di Lặc đến, con sẽ còn lơ đãng hơn nữa."*

76. KHÔNG CÓ GÌ HƠN ĐÓ

Đôi khi, khi Luang Pu nhận thấy rằng những người đến thực hành với ngài vẫn chưa hết lòng, vẫn đeo đuổi niềm vui và sự hưởng thụ các thứ thuần túy trần gian đến mức họ không sẵn sàng để buông chúng đi, để sẽ và thực hành Pháp, ngài sẽ dạy cho họ cách suy nghĩ để thấy rõ bản chất sự việc:

"Tôi yêu cầu tất cả quý vị hãy khảo sát về hạnh phúc, để thấy chính xác đâu là điểm hạnh phúc lớn nhất trong cuộc đời quý vị. Khi thực sự nhìn vào nó, quý vị sẽ thấy rằng nó chỉ có thể thôi - không hơn bất cứ điều gì khác mà quý vị từng trải qua. Tại sao nó không hơn thế? Bởi vì thế giới này không có gì hơn thế. Đó là tất cả những gì nó có thể cống hiến - hết lần này đến lần khác, không có gì nhiều hơn thế cả. Chỉ có sinh, lão, bệnh, tử, lặp đi lặp lại. Sẽ phải có một thứ hạnh phúc phi thường hơn thế, tuyệt vời hơn thế, an toàn hơn thế. Đó là tại sao các bậc thánh hy sinh hạnh phúc hữu hạn để tìm thứ hạnh phúc đến từ việc tĩnh lặng thân, tĩnh lặng tâm, tĩnh lặng phiền não. Đó là niềm hạnh phúc an toàn, không gì có thể so sánh được."

77. SẼ DỄ DÀNG NẾU BẠN KHÔNG DÍNH MẮC GÌ

Chùa Wat Burapha, nơi Luang Pu trải qua mỗi kỳ an cư trong hơn 50 năm, nằm ở trung tâm thị trấn Surin, ngay trước Văn phòng Tỉnh và cạnh tòa án tỉnh. Vì lý do này, tiếng ồn của xe hơi và xe tải liên tục làm xáo trộn sự yên bình và tĩnh lặng của tu viện. Đặc biệt là trong Hội chợ voi hàng năm hoặc bất kỳ ngày lễ nào, sẽ có tiếng ồn và ánh sáng rực rỡ suốt bảy hoặc mười lăm ngày một lần. Các nhà sư và sa di mà tâm vẫn còn thiếu kiên định sẽ đặc biệt khó chịu vì điều này.

Bất cứ khi nào họ đề cập đến chuyện này với Luang Pu, họ luôn nhận được câu trả lời tương tự: *"Tại sao bạn lại mất thì giờ bận tâm đến những thứ đó? Bản chất của ánh sáng là sáng. Bản chất của tiếng ồn là ồn ào. Đó là chức năng của chúng. Nếu bạn không tập trung vào việc lắng nghe thì sẽ là hết chuyện. Hãy hành động theo cách không đối nghịch với môi trường xung quanh bạn, vì đó chính là cách các thứ là như thế. Hãy đơn giản chỉ cần đạt được sự hiểu biết thực sự với chúng bằng cách sử dụng kỹ năng trí tuệ quán chiếu sâu sắc, chỉ thế thôi."*

78. ĐÔI KHI LỜI NGÀI NÓI LÀM TÔI KINH NGẠC

Một trong những điểm yếu của tôi là tôi thích nói chuyện với Luang Pu một cách nửa đùa nửa thiệt. Bởi vì do ngài không bao giờ cảm thấy khó chịu, và luôn luôn dễ tiếp cận với các sư và sa di sống gần với ngài. Có lần tôi hỏi ngài, *"Trong kinh nói rằng hàng chục tỷ vị chư thiên đã đến để nghe Đức Phật. Liệu có đủ không gian để chứa tất cả họ không? Giọng nói của Đức Phật có đủ lớn để tất cả chư thiên đều nghe được không?"*

Khi nghe câu trả lời của Luang Pu, tôi sửng sốt và ngạc nhiên, vì tôi chưa bao giờ đọc điều gì như vậy trong kinh điển và chưa bao giờ nghe ai nói như vậy trước đây. Hơn nữa, tôi chỉ nghe ngài nói điều này khi ngài đang bệnh nặng và cận kề cái chết. Ngài nói, *"Sẽ không có vấn đề gì ngay cả khi chư thiên tập hợp hàng triệu tỷ vị thiên, vì không gian của một nguyên tử có thể đủ chỗ cho 8 vị thiên."*

79. NGAY CẢ LOẠI CÂU HỎI NÀY

Vấn đề không thể giải quyết được mà mọi người - dù là trẻ em hay người lớn, thông minh hay ngu ngốc - tranh luận một cách vô ích và không bao giờ đi đến đồng thuận, đó là: Cái nào có trước, con gà hay quả trứng? Phần lớn, người ta chỉ tranh luận về chuyện này như giỡn và không bao giờ có thể đưa ra bất kỳ kết luận nào. Tuy nhiên, vẫn có những người mang câu hỏi này tới Luang Pu, nghĩ rằng có lẽ ngài sẽ không trả lời câu hỏi kiểu này. Nhưng cuối cùng tôi nghe ngài đưa ra một câu trả lời không giống ai khi một ngày sư Phra Berm đến xoa bóp bàn chân ngài và hỏi ngài, "*Luang Pu, con gà hay quả trứng, cái nào có trước?*"

Luang Pu trả lời: "*Chúng đến cùng lúc.*"

80. MỘT LỜI KHIỂN TRÁCH

Có những lúc Luang Pu dường như khó chịu với những người mà hầu như không chịu tu thiền chút nào, nhưng đã hỏi ngài cách thúc đẩy sao cho họ có thể thấy kết quả ngay lập tức.

Ngài khiển trách họ: "*Chúng ta tu tập vì mục đích kiềm chế, vì mục đích từ bỏ, vì mục đích ly tham, vì mục đích chấm dứt đau khổ, chứ không phải vì để nhìn thấy thiên đình nơi cõi trời. Chúng ta cũng không đặt mục tiêu là nhìn thấy niết bàn. Chỉ cần tiếp tục thực hành lặng lẽ mà không muốn nhìn thấy bất cứ gì cả. Tận cùng, Niết bàn là cái gì đó trống rỗng, không có hình dạng. Không có nền tảng nào [cho Niết bàn] và không có gì có thể so sánh được [với Niết bàn]. Chỉ khi quý vị kiên trì thực hành, quý vị sẽ tự mình biết được.*"

81. BUÔNG MỘT ĐIỀU ĐỂ DÍNH VÀO ĐIỀU KHÁC

Một trong những đệ tử cư sĩ của Luang Pu đã đến để tỏ lòng kính trọng và tự hào báo cáo về những kết quả mà anh này đạt được từ việc thực hành, nói rằng, "*Con thực sự vui mừng được gặp thầy hôm nay vì con đã thực hành theo lời dạy của thầy và đã Từng bước đạt được kết quả. Khi con bắt đầu hành thiền, con buông bỏ mọi nhận thức về bên ngoài, và tâm ngừng được hỗn loạn. Nó tập hợp lại, tĩnh lặng và rơi vào định. Mọi bận tâm khác biến mất, chỉ còn lại hạnh phúc, cựckỳ hạnh phúc, mát mẻ và sảng khoái. Con có thể ở trạng thái đó bao lâu tùy ý con muốn."*

Luang Pu mỉm cười và nói, *"Thật tốt khi con đạt được kết quả. Nói về hạnh phúc trong định, nó thực sự là hạnh phúc. Không gì khác có thể so sánh được. Nhưng nếu con mắc kẹt ở mức độ đó, thì đó là tất cả những gì con có được. Nó không làm khởi lên trí tuệ về con đường bậc thánh để có thể cắt đứt hữu và sinh, ái dục và dính mắc. Do vậy, bước tiếp theo là buông bỏ cái hạnh phúc đó và quán chiếu năm uẩn để thấy chúng một cách rõ ràng."*

82. MỘT SỰ SO SÁNH

"Tâm của một vị thánh đã đạt đến siêu việt, dù tâm này có thể sống trong thế gian, bị bao quanh bởi bất cứ thứ gì xung quanh, không thể bị thế gian lôi kéo làm xáo trộn hay trộn lẫn với những thứ đó chút nào. Nói cách khác, chuyện đời [được, mấy, có vị trí xã hội, mất vị trí xã hội, được khen, bị chê, vui sướng, và đau đớn] không thể lấn át được tâm này, không thể kéo nó trở lại mức độ của tâm của một kẻ tầm thường. Tâm này không thể bị mang xuống dưới sức mạnh của phiền não hay tham ái nữa.

"Nó giống như nước cốt dừa, một khi bạn vắt nó ra khỏi cùi dừa và đun sôi trên lửa lớn cho đến khi dầu tách ra, thì không thể biến nó trở lại thành nước cốt dừa được nữa. Dù bạn có trộn dầu với các nước cốt dừa khác, bạn không thể biến dầu trở lại thành nước cốt dừa được."

83. MỘT SỰ SO SÁNH KHÁC

"Đường đạo, quả vị và Niết-bàn là có tính cá nhân: Bạn có thể thực sự thấy chúng cho chính bạn. Người tu tập đến trình độ đó sẽ tự mình nhìn thấy chúng, sẽ tự mình hiểu rõ chúng, sẽ hoàn toàn chấm dứt mọi nghi ngờ về lời dạy của Đức Phật. Nếu bạn chưa đạt đến mức độ đó, tất cả những gì bạn có thể làm là tiếp tục đoán. Cho dù người khác có giải thích chúng cho bạn một cách sâu sắc cỡ nào, kiến thức của bạn về chúng sẽ chỉ là phỏng đoán. Dù phỏng đoán là gì thì cũng là không chắc chắn.

"Cũng giống như rùa và cá. Rùa sống ở hai thế giới: thế giới trên cạn và thế giới dưới nước. Còn cá, nó chỉ sống ở một thế giới duy nhất là nước. Nếu nó lên cạn, nó sẽ chết.

"Một hôm, khi một con rùa xuống nước, nó kể cho một đàn cá rằng chuyện ở trên mặt đất thật vui biết bao: Ánh sáng và màu sắc rất đẹp, và cũng không có khó khăn gì khi ở trong nước.

"Con cá tò mò và muốn biết trên mặt đất thế nào nên chúng hỏi rùa: 'Trên đất liền có sâu lắm không?'

"Rùa trả lời: 'Nó có gì sâu? Đó là đất liền.'

"Con cá: 'Trên đất liền có nhiều sóng không?'

"Con rùa: 'Cái gì mà gợn sóng đâu? Đó là đất liền.'

"Con cá: 'Có bùn lầy lội không?'

"Con rùa: 'Có gì mà lầy lội ở đây? Đó là đất liền.'

"Hãy để ý những câu hỏi của cá, chúng chỉ lấy kinh nghiệm của chúng về nước để hỏi rùa, rùa không thể làm gì khác ngoài việc nói không.

"Tâm của người tầm thường đoán mò về đường đạo, quả vị và Niết-bàn thì không khác gì con cá."

84. NHỮNG THỨ Ở NGOÀI VÀ TRONG

Tối ngày 2 tháng 4/1981, sau khi Luang Pu trở về từ một buổi lễ trong cung điện và đang nghỉ ngơi tại tu viện hoàng gia Thái

Lan ở Wat Bovorn, một nhà sư cao cấp cũng là một thiền giả đã đến thăm và trò chuyện với ngài về Giáo Pháp. Câu hỏi đầu tiên của vị sư cao cấp là: *"Người ta nói rằng một người từng là dạ xoa trong kiếp trước, khi trở lại kiếp người, có thể nghiên cứu các công thức huyền thuật và rất mạnh mẽ trong bất kỳ cách nào người này sử dụng chúng. Điều đó đúng như thế nào?"*

Luang Pu ngồi thẳng dậy và trả lời: *"Tôi chưa bao giờ quan tâm đến những thứ như vậy. Nhưng sư đã bao giờ thiền đến điểm này chưa: hasituppapada, chuyển động của tâm khi tâm tự mỉm cười, mà không có ý định nào để mỉm cười? Nó chỉ xảy ra trong tâm của một vị thánh. Nó không xảy ra ở người bình thường, bởi vì nó vượt lên trên các duyên tạo tác – [tâm] tự do trong và của chính nó."*

85. KHÔNG NGAY CẢ NĂM GIỚI

Các vị sư cao cấp thường có rất nhiều đệ tử, cả tại gia lẫn xuất gia. Và trong số những học trò đó có cả người tốt lẫn người xấu. Đặc biệt là trong các nhà sư: Có nhiều vị sư tốt, với một vài nhà sư không tốt xen vào. Một trong các nhà sư thân cận với Luang Pu lộ ra kiểu thoải mái cầm nhầm mà không được phép. Người ta báo cáo chuyện này với Luang Pu, nhưng ngài có khuynh hướng không nói gì về điều đó.

Một lần, khi ngài cần một vật gì đó mà vị sư kia đã lấy đi, ngài đã nhờ một vị sư khác đi hỏi, nhưng vị sư đầu tiên nói là không lấy nó. Nhà sư thứ nhì quay lại, nói với Luang Pu về chuyện nhà sư thứ nhất nói không cầm gì. Luang Pu không than phiền, mà chỉ đơn giản nói thế này: *"Một số nhà sư quá chú tâm giữ 227 giới mà đã quên giữ năm giới."* (LND: nhà sư Thái Lan phải giữ 227 giới, nhưng cư sĩ chỉ giữ năm giới.)

86. KHÔNG BAO GIỜ DAO ĐỘNG

Lúc đó là sau 10 giờ tối, tôi thấy Luang Pu đang ngồi nghỉ ngơi, nên tôi đến báo với ngài: *"Luang Pu, Ajaan Khao đã viên tịch."*

Thay vì hỏi khi nào và bằng cách nào, Luang Pu nói, "À, vâng. Sư Ajaan Khao cuối cùng cũng đã xong việc với gánh nặng vận chuyển các hành của sư đi các nơi. Tôi đã đến thăm sư bốn năm trước và thấy tất cả những khó khăn mà các hành cơ thể của sư gây ra cho sư. Sư đã nhờ người khác chăm sóc sư hoài thôi. Còn tôi, tôi không có nghiệp xấu nào về thân. Nhưng đối với nghiệp xấu liên quan đến thân, ngay cả các bậc thánh - bất kể mức độ thành đạt nào của họ - vẫn phải kham nhẫn với những thứ này cho đến khi cuối cùng họ được giải thoát khỏi chúng và không còn liên hệ đến chúng nữa. Trạng thái bình thường của tâm là nó phải sống với những thứ như thế. Nhưng đối với tâm đã được rèn luyện thuần thục, khi những thứ này khởi lên, thì có thể buông bỏ chúng ngay, và duy trì sự bình yên, không lo lắng, không dính mắc, thoát khỏi gánh nặng phải can dự đến chúng. Chỉ có vậy thôi."

87. PHÁP BẢO VỆ CÁCH NÀO

Trận hỏa hoạn lớn ở Surin gây ra nhiều đau khổ: tài sản bị tàn phá nặng nề và cảm giác mất mát to lớn. Thậm chí, vài người còn mất trí. Mọi người đổ xô đến gặp Luang Pu và than khóc những điều lành họ đã làm trong quá khứ, nói rằng, *"Chúng con đã làm công đức ở chùa và thực hành Pháp từ thời ông bà chúng con. Tại sao các công đức đó không giúp chúng con? Tại sao Pháp không bảo vệ chúng con? Ngọn lửa đã thiêu rụi hoàn toàn nhà cửa của chúng con."* Nhiều người trong số họ đã ngừng đến tu viện để làm công đức vì thấy Giáo pháp không giúp bảo vệ nhà cửa của họ khỏi bị thiêu rụi.

Luang Pu nói, *"Pháp không giúp ích gì cho con người theo cách đó cả. Ngọn lửa chỉ hành động phù hợp với chức năng của nó.*

Điều này có nghĩa là sự hủy diệt, mất mát, tan rã, chia ly luôn ở bên chúng ta trên thế giới này. Với những người thực hành Pháp, những người có Pháp trong tâm, khi gặp những nạn này, họ hiểu cách an trú tâm sao cho tâm không đau khổ. Đó là cách Pháp giúp ích. Chứ không phải chuyện rằng nó giúp ngăn chặn lão hóa hay cái chết, hay nạn đói, hay hỏa hoạn. Hoàn toàn không phải vậy."

88. CHỈ THỰC HÀNH MỚI CÓ THỂ XÓA BỎ NGHI NGỜ

Khi người ta hỏi Luang Pu về chết và tái sinh, hay về những kiếp trước và những kiếp tương lai, ngài không bao giờ quan tâm trả lời. Hoặc nếu vài người tranh cãi rằng họ không tin có cõi trời hay địa ngục thực sự tồn tại, ngài không bao giờ cố gắng lý luận với họ hoặc đưa ra bằng chứng để bác bỏ lý luận của họ. Thay vào đó, ngài cho họ lời khuyên này:

"Những người thực hành Pháp không cần phải suy nghĩ gì về đời quá khứ hay tương lai, hay về cõi trời hay địa ngục. Tất cả những gì họ phải làm là kiên định và quyết tâm thực hành một cách đúng đắn phù hợp với các nguyên tắc giới, định và tuệ. Nếu thật sự có 16 tầng trời như trong kinh nói thì người tu giỏi chắc chắn sẽ lên được những tầng trời đó. Hoặc nếu không có cõi trời và niết bàn, thì người tu giỏi cũng không thiếu lợi ích ở đây và bây giờ. Họ chắc chắn sẽ hạnh phúc, như những con người ở cấp độ cao.

"Nghe người khác nói, tra cứu trong kinh điển, không thể giải quyết được nghi ngờ của quý vị. Phải nỗ lực thực hành để phát khởi trí tuệ minh sát rõ ràng. Khi đó, nghi ngờ sẽ hoàn toàn tự nó giải quyết."

89. ĐÓ LÀ TẤT CẢ NHỮNG GÌ HỌ MUỐN?

Mặc dù mọi người đến từng nhóm để nghe ý kiến của Luang Pu

về tái sinh, rằng người này hay người kia có thể nhớ được nhiều kiếp trước, nhìn thấy họ đã là ai trong quá khứ, hoặc mẹ hoặc họ hàng của họ trong các kiếp trước là ai, nhưng Luang Pu nói:

"Tôi chưa bao giờ quan tâm đến loại kiến thức này. Ngay cả chỉ cần đắc ngưỡng định cũng có thể làm khởi lên nó. Mọi thứ đều xuất phát từ tâm trí. Bất cứ điều gì bạn muốn biết hoặc nhìn thấy, tâm sẽ cho bạn kiến thức hoặc cái thấy đó — và một cách nhanh chóng như thế. Nếu bạn hài lòng chỉ với mức độ kiến thức đó, thì kết quả tốt là bạn sẽ sợ tái sinh vào cảnh giới thấp kém. Như thế, bạn sẽ quyết tâm làm việc thiện, bố thí, trì giới, và không làm hại nhau. Bạn sẽ có thể mỉm cười, tin tưởng vào kết quả công đức của mình. Nhưng đối với việc đoạn tận phiền não để hủy diệt vô minh, tham ái và chấp thủ để đạt đến sự giải thoát hoàn toàn khỏi đau khổ, thì đó lại là một chuyện hoàn toàn khác."

90. KHÔNG CÓ TRUYỆN THẦN KỲ

Trong suốt thời gian dài tôi sống gần Luang Pu, không bao giờ có bất kỳ câu chuyện ngụ ngôn hay giải trí nào trong lời dạy của ngài - không có chuyện bản sanh jataka hay câu chuyện nào của hiện tại. Tất cả những lời dạy của ngài đều là những chân lý cao quý, thuần khiết và đơn giản, ở mức độ tối thượng hoặc khách quan. Hoặc nếu không thì đó là một vài lời nhận xét được lựa chọn cẩn thận, như thể ngài hà tiện cả lời nói. Ngay cả khi ngài chỉ dẫn về các nghi lễ tôn giáo hay về cách cúng dường hay về đạo đức căn bản, ngài đã giảng dạy một cách rất khách quan. Phần lớn, ngài nói, *"Các nghi lễ và hoạt động tạo công đức có thể được coi là những phương tiện thiện xảo, nhưng từ điểm nhìn của một thiền gia, chúng chỉ đưa đến một số ít kỹ năng, chỉ vậy thôi."*

91. KỲ LẠ

Sau lễ khai trương Bảo tàng Phra Ajaan Mun, Luang Pu đã đi xa hơn để thăm trưởng lão Ajaan Funn tại Động Khaam Cave. Vào thời đó, các xe lớn không thể đi xa hơn chân đồi nơi có hang động, nghĩa là Luang Pu phải leo một quãng đường dài lên đồi. Việc này khiến ngài thấy vô cùng mệt mỏi, phải dừng lại nhiều lần để lấy lại hơi thở. Tôi cảm thấy vô cùng đau lòng vì một phần đã đưa ngài vào gian nan như thế. Cuối cùng, khi chúng tôi đến hội trường trên đỉnh đồi và trưởng lão Ajaan Funn đã đảnh lễ ngài, thì trưởng lão Ajaan Thate cũng tình cờ tới.

Nhìn thấy ba vị đại trưởng lão này tình cờ gặp nhau và nghe họ trò chuyện thân mật trong bầu không khí an bình và tươi cười như vậy, cảm giác đau đớn trong tôi hoàn toàn biến mất và thay vào đó là cảm giác hỷ lạc. Trưởng lão Ajaan Funn bày tỏ sự ngưỡng mộ với Luang Pu: *"Sức khỏe của ngài rất khỏe. Ngay cả ở tuổi của ngài, ngài vẫn có thể leo lên tận ngọn đồi."*

Luang Pu trả lời: *"Tôi không thực sự mạnh đến thế. Tôi đã xem xét vấn đề và thấy rằng tôi không có nghiệp xấu nào đối với cơ thể. Khi tôi không thể sử dụng thân này nữa, tôi sẽ chỉ bỏ nó đi, thế thôi."*

92. KỲ LẠ HƠN NỮA

Tôi chắc rằng bạn có thể hình dung đám đông cư sĩ xung quanh đã vui mừng thế nào khi có mặt trong cuộc hội ngộ tình cờ này của 3 nhà sư vĩ đại. Loại cơ hội này không dễ tìm. Do vậy, 2 nhiếp ảnh gia đến từ Surin bắt đầu chụp càng nhiều ảnh càng tốt. Khi chúng tôi trở lại xe buýt để về nhà, các nhiếp ảnh gia thấy mọi người đều khao khát những bức ảnh nên họ nói sẽ in các tấm ảnh thành ấn bản khổ 12 inches và sẽ bán, tiền thu được sẽ giúp đỡ Tu viện Jawm Phra Forest Monastery. Tôi tự nghĩ rằng chuyện không đẹp chút nào khi thấy nêu giá trên các hình ảnh của một nhà sư với mục đích bán ra, nhưng hầu hết mọi người trên xe buýt đều đặt mua.

Khi các nhiếp ảnh gia tráng phim ra, họ thấy rằng, trong hơn 20 bức ảnh mà họ đã tận lực để chụp, tất cả đều hoàn toàn trống trơn, giống như bầu trời không một gợn mây. Thế là chấm dứt hy vọng của mọi người về những bức ảnh, và hóa ra, đó là cuộc gặp cuối cùng giữa 3 nhà sư vĩ đại đó.

93. SỰ THẬT NHƯ NGÀI ĐÃ THẤY

Khi người ta hỏi Luang Pu rằng ngài đã từng đọc bất kỳ câu chuyện nào trong rất nhiều câu chuyện về cuộc đời của Ajaan Mun, ngài sẽ trả lời: "Một số ít." Câu hỏi tiếp theo sẽ là "*Ngài nghĩ gì về tất cả những sức mạnh tâm linh và các sự kiện phép lạ mà truyện kể lại?*" Luang Pu sẽ trả lời: "*Hồi còn sống với Ajaan Mun, tôi chưa bao giờ nghe ngài nhắc đến bất cứ thứ gì như thế.*"

Thông thường, khi Luang Pu nói về Ajaan Mun, ngài chỉ nói về pháp tu khổ hạnh của ngài kia, nói rằng: "*Trong các thế hệ nhà sư về sau, tôi chưa bao giờ thấy một người nào tuân thủ các thực hành này một cách nghiêm ngặt như Ajaan Mun. Ngài chỉ mặc y bằng vải vụn do chính ngài khâu và nhuộm, Ngài không bao giờ mặc y do người khác làm sẵn. Suốt đời Ngài ở trong rừng, chỉ ăn vật thực do khất thực nhận được, và chỉ bước ra khỏi cửa để khất thực. Ngay cả khi bệnh nặng, ngài cũng ngồi dậy và ôm bát trong lòng để người khác cúng dường vào. Ngài không bao giờ nhận các khoản cúng dường đặc biệt đến từ việc an cư và cũng không nhận Kathina (lễ cúng y cuối hạ). Ngài không bao giờ dính tới chuyện xây chùa, và không bao giờ cố gắng thuyết phục người khác làm như vậy.*"

94. TRẢ LỜI CÂU HỎI BẰNG CÂU HỎI

Bởi vì tôi đã quen thuộc với cách nói chuyện của Luang Pu

trong thời gian dài, khi tôi hỏi ngài một câu hỏi, ngài thường trả lời bằng cách đưa trở lại một câu hỏi - cách của ngài khiến tôi phải tự nghĩ ra câu trả lời. Ví dụ, khi tôi hỏi: *"Tâm của các vị A-la-hán trong sáng và chói sáng. Họ có thể đoán chính xác kết quả số ra trong kỳ quay xổ số sắp tới không?"* thì ngài trả lời: *"Các vị A-la-hán có muốn biết những chuyện như vậy không?"*

Khi tôi hỏi: *"Các vị A-la-hán có mơ trong giấc ngủ như người thường không?"* ngài đã trả lời, *"Không phải các giấc mơ là chuyện của hành uẩn sao?"*

Khi tôi hỏi: *"Có bao giờ những người đời thường vẫn còn dầy đặc phiền não mà vẫn có thể dạy người khác trở thành A-la-hán không?"* ngài đã trả lời, "Không phải đã có nhiều bác sĩ, mặc dù bản thân họ bị bệnh, nhưng vẫn có thể chữa khỏi bệnh cho người khác phải không?"

95. THÓI QUEN CỦA LUANG PU

Về Thân: Thể lực ngài khỏe mạnh, nhanh nhẹn, đường nét cân đối, sạch sẽ, ít bệnh. Ngài thích tắm bằng nước ấm mỗi ngày một lần.

Về Khẩu: Ngài có giọng nói trầm nhưng nói dịu dàng. Ngài ít nói, chỉ nói sự thật, nói trực tiếp, không có mưu đồ gì trong lời nói. Nói cách khác, ngài không bao giờ nói bóng gió, không bao giờ nịnh bợ vuốt ve, không bao giờ nói mỉa mai, không bao giờ nói chuyện nhảm, không bao giờ nài nỉ xin gì, không bao giờ xin lỗi ai, không bao giờ kể về những giấc mơ của ngài. Ngài không bao giờ kể chuyện tiền thân Đức Phật hay những câu chuyện dị thường huyền bí.

Về Tâm: Có một sự thật đối với ngài - một khi ngài đã quyết tâm làm điều gì đó, ngài sẽ làm việc đó cho đến khi thành công. Ngài luôn là người nhân hậu và từ bi, trầm lặng, điềm tĩnh và chịu đựng. Ngài không bao giờ nổi giận hay tỏ ra bực dọc hay thiếu kiên nhẫn. Ngài không bao giờ buồn phiền về những thứ đã mất và không bao giờ lười biếng lơ là. Hoàn toàn chánh niệm, tỉnh giác, lúc nào ngài cũng vui vẻ. Ngài dường như không bao giờ đau khổ, và ngài không bị lay chuyển trước các sự kiện. Không có trạng thái tâm bất thiện nào hiển lộ nơi ngài.

Ngài luôn luôn dạy chúng tôi: *"Hãy cố gắng hiểu rõ các sự kiện như là các sự kiện: rằng chúng sinh khởi, thay đổi rồi tan biến. Đừng đau khổ hay buồn phiền vì chúng."*

96. ĐAU NẶNG NHƯNG KHÔNG NẶNG NỀ VỚI ĐAU

Luang Pu bị bệnh nặng tại bệnh viện Chulalongkorn. Vào đêm của ngày thứ 17 nằm viện, ngài rất mệt mỏi, tới mức các bác sĩ phải cho ngài một ống thở oxy. Đêm khuya hôm đó, quá nửa đêm, một vị sư nổi tiếng cùng với đông đảo tín đồ đến đảnh lễ. Thấy đây là một dịp đặc biệt, tôi để họ vào phòng của Luang Pu. Luang Pu nằm nghiêng bên phải với đôi mắt nhắm nghiền trong suốt chuyến viếng thăm. Khi nhà sư và các đệ tử đã lạy ngài, nhà sư cúi xuống và nói thẳng vào tai ngài: *"Luang Pu, ngài còn cảm thấy đau không?"*

Luang Pu trả lời, *"Cảm thọ và thân thể vẫn tồn tại theo bản chất của chúng, nhưng tôi không tham dự vào cảm thọ đó chút nào."*

97. MỘT ĐƯỜNG TẮT AN TOÀN

Vào ngày 20 tháng 1 năm 1973, ngay trước khi Luang Pu rời Bệnh viện Chulalongkorn, các học trò của ngài đã quyết định cúng dường Tăng đoàn để hồi hướng công đức cho các thế hệ quá khứ đã xây bệnh viện và họ đã qua đời.

Khi buổi lễ kết thúc, một số bác sĩ và y tá đã đến để tỏ lòng thành kính với Luang Pu và bày tỏ niềm vui mừng vì ngài đã khỏi bệnh. Họ nói một cách thân thiện: *"Sức khỏe của ngài vẫn tốt và mạnh mẽ. Sắc mặt ngài sáng, như thể ngài không hề bị bệnh gì cả. Đây có lẽ là thành quả do ngài có sức định cao. Chúng con không có nhiều thời gian rảnh để tập định. Có phương pháp nào đơn giản và nhanh chóng không?"*

Luang Pu đáp: *"Bất cứ khi nào quý vị có thời gian, hãy dùng thời gian đó để thực hành. Luyện tâm, khảo sát tâm, là phương pháp nhanh nhất, trực tiếp nhất trong tất cả các phương pháp."*

98. MỌI THỨ ĐẾN TỪ HÀNH ĐỘNG

Trong suốt đời ngài, Luang Pu không bao giờ chấp nhận ý tưởng về chuyện những giờ hên, hay ngày may mắn. Ngay cả khi người ta hỏi đơn giản rằng: "Ngày nào tốt để xuất gia?" hoặc "để cởi y ra đời?" hoặc *"Ngày nào may mắn hay ngày xui xẻo?"* ngài không bao giờ đồng ý với chuyện đó. Ngài thường nói, "Mọi ngày đều tốt." Nếu người ta yêu cầu ngài xác định thời điểm tốt lành, Ngài sẽ bảo họ tự tìm hiểu, nếu không ngài sẽ nói: "Bất cứ lúc nào thuận tiện sẽ là thời điểm tốt".

Ngài kết luận bằng cách nói, *"Mọi thứ đều xuất phát từ hành vi của chúng ta. Thời điểm tốt, thời điểm xấu, thời điểm may mắn, thời điểm không may mắn, công đức, tội lỗi: Tất cả những điều này đều đến từ hành vi của con người."*

99. KHÔNG TRÌNH DIỄN

Luang Pu chưa bao giờ làm bất cứ điều gì để phô trương hay gây sự chú ý về mình. Ví dụ, nếu người ta muốn chụp ảnh ngài, thì thời điểm của họ phải phù hợp. Như trường hợp, nếu ngài đã mặc đầy đủ y phục nhà sư để nghe thuyết giới luật Patimokkha hoặc để làm lễ xuất gia cho một người, hay để tham dự một nghi lễ nào đó, thì nếu bạn xin chụp ảnh ngài vào một thời điểm như thế, điều đó sẽ xảy ra dễ dàng. Nhưng nếu ngài đang ngồi không chính thức và bạn xin ngài đứng dậy, mặc áo cà sa để tạo dáng chụp ảnh, bạn sẽ khó thuyết phục ngài tuân theo.

Một lần nọ, một phụ nữ từ Bangkok mang đến cho Luang Pu một cái mền mịn để đắp trong mùa lạnh. Mấy tháng sau, giữa mùa nóng nực, tình cờ cô lại đến đảnh lễ. Cô xin ngài lấy cái mền ra và tạo dáng để cô chụp ảnh vì cô đã quên chụp ảnh khi cúng dường mền. Luang Pu từ chối làm như vậy, nói nhẹ nhàng, *"Không thật sự cần phải làm thế."* Ngay cả khi cô hỏi ngài lần thứ hai, lần thứ ba, ngài vẫn nói: *"Không cần thiết đâu."*

Khi cô rời đi, tôi cảm thấy không thoải mái, nên tôi đến gặp Luang Pu và hỏi ngài, *"Ngài có thấy cô kia thất vọng đến mức nào không?"*

Luang Pu mỉm cười và nói: *"Tôi biết. Và lý do cô thất vọng là vì cô có một tấm lòng bất như ý."*

100. KẾT THÚC CỦA SỰ TÁI SINH

Có lần một thiền sư thâm niên đến thảo luận nhiều chủ đề cao thâm về Pháp với Luang Pu và kết thúc bằng một câu hỏi: *"Một số thiền sư cao cấp cư xử tốt và gây được sự kính trọng lớn lao. Ngay cả các nhà sư khác cũng đồng ý rằng họ đã vững vàng trong lời dạy của Đức Phật. Nhưng sau đó có chuyện gì đó xảy ra. Hoặc là họ cởi y về đời, hoặc hành vi của họ bắt đầu lạc hướng, làm sai cả Chánh Pháp và Giới Luật. Vậy người ta phải đạt đến trình độ nào của Pháp để cắt đứt luân hồi một cách chắc chắn, để không còn tái sinh nữa?"*

Luang Pu nói: *"Tuân thủ nghiêm ngặt theo Luật tạng và tuân theo các pháp tu khổ hạnh là một hình thức ứng xử đáng ngưỡng mộ và cực kỳ truyền cảm hứng. Nhưng nếu bạn chưa phát triển tâm đến mức độ cao của tâm và có trí tuệ sáng suốt cao, nó luôn có thể thoái lui, vì nó chưa đạt đến siêu việt. Thực ra, các vị A-la-hán không cần biết nhiều, họ chỉ cần phát triển tâm để hiểu rõ năm uẩn và thâm nhập vào luật duyên khởi. Đó là khi họ có thể ngừng tạo tác, ngừng tìm kiếm, dừng mọi chuyển động của tâm. Ngay nơi đó là nơi mọi thứ kết thúc. Tất cả những gì còn lại là sự thuần khiết, trong sạch, sáng chói - cái rỗng không vĩ đại, cái rỗng không vô cùng."*

101. MỘT SỰ SO SÁNH

"Mong muốn được biết và thấy để chấm dứt nghi ngờ của mình là điều bạn tìm thấy ở tất cả những người bậc cao. Tất cả khoa học, tất cả ngành học, đều được thiết lập để mọi người đặt câu hỏi và muốn biết. Đó là khi họ sẽ nỗ lực học và hành để đạt được mục tiêu của ngành học đó. Nhưng trong lĩnh vực giáo lý của Đức Phật, bạn phải học và hành một cách quân bình. Và nỗ lực của bạn phải mãnh liệt để bạn có thể tự mình đạt đến bậc cao nhất trong Pháp. Đó là lúc riêng tự bạn sẽ kết thúc những nghi ngờ của bạn.

"Giống như một người ở nông thôn chưa bao giờ thấy Bangkok. Khi người ta nói với người này rằng, ngoài việc được phát triển về những mặt khác, Bangkok còn có 'Bức tường ngọc' [tên bức tường pháo đài quanh Đại Cung Điện] và một tòa nhà khổng lồ. 'Núi Vàng' [tên của tháp Phật ở Wat Sraket], người này quyết định đi đến Bangkok với mong muốn rằng mình sẽ có thể lấy được một số đồ trang sức trên tường và một ít vàng từ ngọn núi. Cuối cùng khi người này đến được Bangkok và có người chỉ cho anh ta, 'Đó là Bức tường Ngọc; đó là Núi Vàng', như thế là dấu chấm hết ngay lập tức cho mọi thắc mắc và mong đợi của anh ta.

"Đường đạo, quả vị và Niết-bàn đều như vậy."

102. CÁCH AN TRÚ AN TOÀN NHẤT

Tôi nhớ rằng vào năm 1976, hai thiền sư từ vùng phía bắc vùng Đông Bắc đã đến đảnh lễ Luang Pu. Cách họ thảo luận về thực hành với ngài rất thú vị và đầy cảm hứng. Họ mô tả những giới hạnh và thành tựu của các vị trưởng lão khác nhau mà họ đã từng sống và tu hành cùng trong một thời gian dài, nói rằng có vị trưởng lão có định là nơi an trú thường trực của tâm; rằng vị trưởng lão này an trú trong thái độ của Phạm thiên, đó là lý do tại sao rất nhiều người kính trọng vị này; rằng vị trưởng lão này sống trong tâm vô lượng của Phạm Thiên, đó là lý do tại sao không có giới hạn về số lượng học trò mà vị này có và tại sao vị này luôn được an toàn trước những nguy hiểm.

Luang Pu nói, *"Bất kể một nhà sư đã đạt đến cấp độ nào, theo tôi, vị ấy đều được chào đón để an trú ở đó. Còn tôi, tôi an trú với cái biết."*

103. TIẾP THEO

Khi hai vị sư đó nghe Luang Pu nói rằng ngài an trú với cái biết, họ im lặng một lúc rồi xin ngài giải thích thế nào là an trú với cái biết.

Luang Pu giải thích, *"Biết là trạng thái bình thường của tâm, trống rỗng, trong sáng, thanh tịnh, ngừng tạo tác, ngừng tìm kiếm, ngừng mọi chuyển động của tâm — không có gì, không dính mắc vào bất cứ thứ gì cả."*

104. ĐOẠN TẬN CĂNG THẲNG

Luang Pu trong sáng trong lời nói vì ngài thích nói về sự thật chân chính. Ngài chỉ nói về những mục đích cao nhất của giáo lý Đức Phật, ngài chỉ đề cập đến những lời dạy của Đức Phật chỉ đưa đến sự chấm dứt đau khổ và căng thẳng. Bạn có thể biết điều này từ lời dạy của Đức Phật mà ngài thường trích dẫn nhất.

Đức Phật dạy: *"Này các Tỷ-kheo, ở đó không có chiều không gian, nơi không có đất, không có nước, không có lửa, không có gió; không có chiều không gian vô biên, không có chiều không gian vô hạn của thức, không có chiều không gian của không, cũng không có chiều không gian của tưởng mà cũng không phi tưởng; không đời này, không đời sau, không mặt trời, không mặt trăng. Và ở đó, Ta nói, là không đến, không đi, không ở, không diệt mà cũng không sinh: không dựng lập, không chuyển biến, không có gì hỗ trợ.... Đây, chỉ thế này thôi, là sự đoạn tận của căng thẳng."*

105. CƠN BỆNH CUỐI CÙNG

Khi Luang Pu trở về từ bệnh viện hồi đầu năm 1983, điều đó không có nghĩa là ngài đã khỏi bệnh hoàn toàn, chỉ đơn giản là ngài phải vận dụng một sức chịu đựng cực độ để sống sót thêm 8 tháng nữa, tới buổi lễ lập công đức đặc biệt đã được lên kế hoạch cho sinh nhật lần thứ 96 của ngài. Khi ngày tổ chức buổi lễ đến gần, các bệnh chứng của ngài bắt đầu trở nên thất thường: Thỉnh thoảng ngài rất mệt mỏi, khó chịu và lên cơn sốt. Tôi hỏi ngài rằng có nên đưa ngài trở lại Bệnh viện Chulalongkorn không, nhưng ngài nói: "Không cần đâu." Rồi ngài nói thêm, *"Ta cấm sư đưa ta đi, vì dù ta có đi, ta cũng sẽ không bình phục được."*

Tôi đáp: *"Lần trước bệnh của ngài nặng hơn thế này mà ngài vẫn hồi phục. Lần này không nặng chút nào, chắc chắn ngài sẽ hồi phục."*

Luang Pu nói, *"Đó là lần cuối cùng. Đây không phải là lần cuối cùng."*

106. ĐẾN BÊN CỬA TỬ

Vào ngày 29 tháng 10/1983, tình trạng của Luang Pu không khá hơn chút nào sau 1 giờ chiều, nhưng nước da của ngài sáng sủa bất thường. Những tín đồ của ngài – cư sĩ, các nhà sư trong thị trấn và các sư trong rừng –đến dự lễ kỷ niệm với số lượng đông người.

Vào lúc 3 giờ chiều, một nhóm đông các vị sư trong rừng đến đảnh lễ Luang Pu, ngài đã ngồi dậy và nói Pháp với họ. Nói bằng một giọng rõ ràng, ngài khuyên họ trên toàn bộ con đường tu tập như thể ngài đang giải quyết mọi nghi ngờ và thắc mắc của họ, tóm tắt tất cả những hướng dẫn thiền mà ngài đã từng dạy.

Tối hôm đó, gần 10 giờ tối, Luang Pu bảo chúng tôi đưa ngài ra khỏi túp lều trên xe lăn. Ngài dịu dàng nhìn quanh toàn bộ khu vực tu viện, không ai nhận ra rằng đó sẽ là lần cuối ngài nhìn ngắm mọi thứ bên ngoài.

107. MỘT LẦN GHI NHỚ CUỐI CÙNG VỀ PHÁP

Sau 10 giờ tối, Luang Pu bảo chúng tôi đưa ngài về phòng. Ngài nằm ngửa, được đỡ bởi một chiếc gối lớn. Ngài yêu cầu tám hoặc chín nhà sư trong phòng tụng Bảy bài chúc phúc (Seven Blessing Chants) cho ngài nghe. Rồi ngài bảo họ tụng Kinh Sati-sambojjhanga (Thất Giác Chi) ba lần và Kinh Duyên sinh (Dependent Co-arising) ba lần. Sau đó ngài yêu cầu chúng tôi tụng bài Kinh Đại Niệm Xứ (Mahasatipatthana), nhưng không ai trong chúng tôi thuộc lòng. Thế là ngài nói: *“Mở sách tụng kinh ra và tụng kinh từ cuốn sách đó,”* nhưng xung quanh không có cuốn sách tụng kinh nào cả. May mắn thay, Ajaan Phuunsak, người trước đó đã chăm sóc Luang Pu suốt thời gian qua, đã mang theo bản sao cuốn Kinh tụng Hoàng gia, nên sư đã nhặt nó lên và tìm kiếm trong sách để tìm đúng trang, lật đi lật lại cho đến khi Luang Pu nói: "*Đưa đây.*" Sau đó, ngài mở cuốn sách sang đúng trang mà không hề nhìn vào nó và nói: "*Hãy tụng từ đây."* Điều này làm mọi nhà sư trong phòng ngạc nhiên, vì Luang Pu đã mở cuốn sách ngay đến bài Kinh Đại Niệm Xứ, ở trang 172. Bài kinh rất dài và chúng tôi phải mất hơn hai giờ mới tụng xong. Ngài lặng lẽ lắng nghe suốt thời kinh.

108. LỜI CUỐI CÙNG

Vài khoảnh khắc sau khi chúng tôi tụng xong bài Kinh Đại Niệm Xứ, Luang Pu bắt đầu nói về Niết Bàn hoàn toàn của Đức Phật, từ đầu đến cuối. Ở đây, tôi chỉ xin trích dẫn nhận xét kết luận của ngài:

"Đức Phật đã không đạt được Niết-bàn trong bất kỳ chứng đắc về định nào của Ngài. Khi Ngài rời tứ thiền, các uẩn trong tâm (mental aggregates) của Ngài đều ngừng ngay lập tức, không còn gì còn sót lại. Nói cách khác, Đức Phật để cho thọ uẩn (feeling aggregate) của Ngài chấm dứt trong trạng thái tỉnh thức của tâm, chuỗi tâm thức bình thường của con người, hoàn toàn với chánh niệm và tỉnh giác, không có trạng thái tâm nào khác tới làm tâm bị che kín hay làm lầm lẫn chút nào. Đó là tâm trọn vẹn trong trạng thái của nó. Quý vị có thể gọi đó là tánh không vĩ đại (great emptiness), hay cái vũ trụ nguyên thủy (original cosmos), hay Niết bàn, tùy thích. Đó là trạng thái mà tôi đã luyện tập trước giờ để đạt được."

Đó là những lời cuối cùng của Luang Pu.

109. MỘT KHOẢNH KHẮC HOANG DÃ TRONG THÀNH PHỐ

Hãy quay ngược thời gian một chút về một số sự kiện cách đây gần 100 năm. Nhóm bốn du tăng và sa di của Luang Pu đã tách khỏi nhóm của trưởng lão Ajaan Mun và đang lang thang qua huyện Thaa Khantho ở tỉnh Kalasin. Khi băng qua khu rừng rậm, họ gặp đủ loại nguy hiểm và khó khăn: đủ loại thú rừng và đặc biệt là bệnh sốt rét. Cuối cùng, một vị sư không thể chống chọi với bệnh tật đã chết một cách thương tâm ngay trước mặt các vị sư đồng hành. Bi thảm hơn nữa, khi Luang Pu tách khỏi nhóm cùng với một chú tiểu nhỏ để vào một khu rừng hoang vu khác gần làng Kut Kawm, bệnh sốt rét đã ập đến và cướp đi sinh mạng của chú tiểu ngay trước mắt ngài. Luang Pu nhìn và không thể làm gì khác hơn, đơn giản vì ngài thiếu thuốc chữa bệnh.

Bây giờ hãy quay trở lại với những sự kiện xảy ra ngay sau 4 giờ sáng ngày 30/10/1983. Tình trạng hoang vu đó đã quay trở lại trong khoảnh khắc trong phòng của Luang Pu, vì mặc dù ngài bị bệnh nặng nhưng không có một y tá nào, không một giọt dung dịch muối "saline solution" ở bất cứ nơi nào xung quanh. Chỉ đơn giản có những đệ tử xuất gia của Luang Pu vây quanh ngài, như thể đang bảo vệ sự tự do hoàn toàn của ngài để đặt thi thể của ngài vào một cái chết không để lại dấu vết - hoàn toàn thanh tịnh, lặng lẽ và bình an.

110. NGAY CẢ THỜI ĐIỂM CŨNG THÍCH NGHI

Đức Phật đã tìm kiếm chân lý trong sáu năm, và khi Ngài đạt giác ngộ, là khi bình minh sắp đến, tức là sau 4 giờ sáng. Sau khi đạt được giác ngộ, Đức Phật đã giảng dạy thêm 45 năm nữa, sử dụng khoảng thời gian sau 4: 00 giờ sáng mỗi ngày để truyền bá nhận thức của ngài xem nên dạy ai vào ngày kế tiếp. Khi đến thời điểm nhập Niết Bàn hoàn toàn, Đức Phật đã chọn cùng thời điểm đó trong ngày.

Một loạt những sắp xếp đã khởi lên vào ngày 4 tháng 10/1888 tại Làng Praasaat, tỉnh Surin, lớn lên và phát triển theo từng giai đoạn, khiến cuộc đời của ngài Luang Pu trở nên đáng ngưỡng mộ và đúng đắn. Ngài vẫn khoác chiếc y màu son cho đến cuối đời, tu hành một cách mẫu mực, thực sự là *"mảnh ruộng công đức vô song cho thế gian.*" Ngài đã làm việc một cách hoàn hảo vì lợi ích thực sự của chính ngài và vì lợi ích thực cho người khác cho đến ngày 30 tháng 10/1983. Đó là khi Luang Pu buông bỏ thân xác vào lúc 4:13 giờ sáng – chỉ như thế.

Điều đáng kinh ngạc là các đệ tử của Ngài – cư sĩ và xuất gia, các sư trong thành thị và các sư trong rừng – đã tập trung lại để làm công đức nhân dịp bắt đầu năm thứ 96 của Luang Pu, hoàn thành chu kỳ mười-hai-năm thứ tám (eighth twelve-year cycle) của Ngài, như thể đang chuẩn bị đầy đủ cho sự kiện này.

111. KHÔNG CÓ NGHIỆP XẤU VỀ THÂN

Chỉ đến lúc đó tôi mới hiểu Luang Pu muốn nói gì khi ngài nói rằng ngài không có nghiệp xấu về thân. Vì dù đã thọ 96 tuổi nhưng cơ thể của ngài vẫn mạnh, sinh động, sạch và bình an. Luôn luôn chánh niệm và tỉnh giác, ngài không hề bị lão suy hay lãng trí chút nào.

Khi đến lúc phải từ trần, ngài chết một cách lặng lẽ, không có dấu hiệu đau đớn hay khó khăn. Ngài không gây rắc rối về tinh thần hay thể chất cho những người đang chăm sóc ngài: không lãng phí bác sĩ, không lãng phí thuốc men, không lãng phí thời gian của bất kỳ ai.

Giữa sự tĩnh lặng gần bình minh, không có tiếng ồn ào của người và xe cộ – ngay cả lá trên cây cũng tĩnh lặng, không khí mát mẻ, có cơn mưa phùn nhẹ rơi như tuyết – Luang Pu, một thành viên của Tăng đoàn bậc thánh, thanh tịnh, rời bỏ thân ngài, để lại cho chúng ta chỉ còn lại những giới hạnh của ngài để chúng ta ghi nhớ và mong nhớ không bao giờ dứt.

5

HÃY TU NHƯ ĐANG XEM ẢO THUẬT

Những dòng chữ đầu tiên trong bài này được viết trong ngày đầu năm 2024, với lời chúc lành tới tất cả độc giả, để cầu nguyện cho một thế giới của yêu thương và hòa bình.

Trước tiên, mặc dù bản thân tác giả chữ nghĩa vụng về, nhưng cũng học theo truyền thống người xưa để làm vài câu đối trong ngày đầu năm dương lịch, và cũng là cận kề với ngày Tết Nguyên Đán. Tác giả không giữ bản quyền, do vậy bất kỳ ai cũng có thể sử dụng các câu đối nếu thấy khả dụng. Xin mời quý vị trong các phố ông đồ ở VN tự do sử dụng, và không cần ghi tên tác giả. Các câu đối này, khi cắt bớt cho ngắn hơn, vẫn có thể đủ nghĩa cho nhiều trường hợp.

Câu đối 1:

Ly là biệt, mèo đi, êm sóng gió, đâu cõi não phiền

Hỷ là vui, rồng tới, ngợp mưa hoa, khắp trời bi trí.

Câu đối 2:

Chia tay, tiễn mèo đi, nguyện pháp giới bớt tham sân si

Mở cửa, đưa rồng tới, hứa thân tâm tăng giới định huệ.

Câu đối 3:

Mèo đi lặng lẽ, cái được thấy, như người kiếp trước, có tức là không

Rồng tới lao xao, cái được nghe, như mộng đêm qua, không tức là có.

Câu đối 4:

Ngồi nghe thở, nghe hơi vào hơi ra, nghe vô thường luồn trong xương tủy

Ngó thấy tâm, thấy niệm khởi niệm diệt, thấy vô ngã lạnh khắp thịt da.

Có một câu hỏi, thường gặp nơi các bậc ba mẹ ở hải ngoại, rằng không biết nên dạy con tu học theo Phật giáo như thế nào. Đối với giới trẻ đã có tín tâm nơi Tam Bảo, chuyện này thì dễ hơn, vì tài liệu tiếng Anh có rất nhiều, đủ các khuynh hướng, bộ phái. Nhưng với các em chỉ "lưng chừng" đức tin, chuyện này sẽ thành vấn đề, vì ba mẹ không có thì giờ để nói chuyện với các con. Một khi các em vào đại học, có thể chỉ vài ngày trong năm mới có thể về thăm ba mẹ. Còn khi các em ở bậc trung học trở xuống, ba mẹ lại bận làm việc nhiều giờ trong ngày. Và cũng có khi, ba mẹ lại mơ hồ về Phật pháp. Do vậy, nơi đây, xin đề nghị các bậc ba mẹ nên dạy các em một phương pháp, có thể thích hợp cho mọi truyền thống và tiện dụng trong mọi trường hợp. Dĩ nhiên, trước tiên, nên tìm sách căn bản về Phật học cho các em đọc để tin sâu nhân quả, để ưa thích thiện pháp và để xa lánh bất thiện pháp.

Phương pháp thiền này rất đơn giản, không cần ngồi, tiện dụng cho mọi tư thế đi đứng nằm ngồi. Nhưng sẽ tới một lúc người tập sẽ ưa thích ngồi, có thể ngồi trên ghế, không nhất thiết phải ngồi theo tư thế kiết già hay bán già, vào mỗi buổi sáng sớm là tiện nhất. Khi quen rồi, sẽ tập được trọn ngày trong mọi trường hợp.

Rất đơn giản, đó là: **Hãy tu như đang xem ảo thuật.**

Bởi vì tất cả các trẻ em (và cả rất nhiều người lớn) đều ưa thích xem ảo thuật. Và có lẽ, làm chúng ta chú tâm nhất trên đời này vẫn là khi xem ảo thuật. Chúng ta sẽ thấy rằng, khi xem ảo thuật, chúng ta không cần tư thế ngồi cụ thể nào. Trên các đường phố, chúng ta vẫn thường đứng xem ảo thuật. Hay là khi xem ảo thuật trên truyền hình, chúng ta vẫn ngồi (và thậm chí, có khi nằm). Khi "tu như đang xem ảo thuật" trong mọi trường hợp đi đứng nằm ngồi như thế, chúng ta sẽ hiểu lời kinh nói rằng Đức Phật luôn luôn ở trong định, sáng trưa chiều tối ở trong định, và đi đứng nằm ngồi ở trong định (Na-già thường tại định). Bạn hãy an tâm, khi tu như xem ảo thuật, nếu chưa phải là định, thì hẳn phải là cận định.

Thái độ khi xem ảo thuật là chúng ta tự động trở thành như trẻ thơ, vì không thể đoán nhà ảo thuật sắp hô biến những gì, hay sắp làm hiện ra những gì. Trong khi xem ảo thuật, chúng ta tự động tước bỏ hết những thành kiến xã hội thường có. Vì chúng ta luôn luôn kinh ngạc, bất kể ảo thuật gia là nam hay nữ, là người Pháp hay Mỹ, là người đang đeo thánh giá Cơ đốc trước ngực hay đang mang khăn Hồi giáo trên đầu, cũng không phân biệt phe ta người Việt hay phe của người nước khác, cũng không coi thường ảo thuật gia 90 tuổi hay thần đồng ảo thuật mới 10 tuổi. Nghĩa là, tất cả những gì trong thế gian đầy phân biệt nay đều biến mất trong tâm của người thực tập pháp tu như xem ảo thuật. Nghĩa là, người tu trong tâm thức này, theo kinh nói, tương tự như hình ảnh con tê giác đơn độc vào rừng, xa lìa tất cả các ràng buộc và thành kiến thế gian.

Thái độ khi xem ảo thuật cũng là sự chú tâm hiếm gặp trong ngày. Bởi vì, một niềm vui trong khi xem ảo thuật là thấy được những gì người khác không kịp thấy, và nghe được những gì người khác không kịp nghe, và đó là sự hỷ lạc: nếu mất sự chú tâm trong khoảnh khắc, chúng ta có thể không thấy bí ẩn của người làm ảo thuật. Do vậy, sự chú tâm này, tự động sẽ làm chúng ta thở rất đều và rất nhẹ, tự động sẽ làm toàn thân chúng ta có sự tỉnh thức rất hiếm hoi. Trong sự chú tâm và tỉnh thức đó, những giây phút thực tập pháp tu như xem ảo thuật sẽ là xa lìa tham sân si, vì trong tỉnh thức với chú tâm này, toàn bộ thân tâm chúng ta sẽ tự động ly dục, ly bất thiện pháp, và đó là lối vào sơ thiền. Tất cả các bạn ưa xem ảo thuật đều đã từng thấy những khoảnh khắc mát dịu, khi thân tâm tắm gội trong sự hỷ lạc của chú tâm, của tỉnh thức và của xa lìa tham sân si. Đó là cửa vào sơ thiền.

Thái độ khi xem ảo thuật cũng làm cho chúng ta hiểu Kinh Phật hơn. Đó là khi Đức Phật nói rằng giữ tâm vô sở trụ thì sẽ giải thoát. Xem ảo thuật là giữ tâm nơi không nương vào bất kỳ pháp nào. Bởi vì khi xem ảo thuật, nếu tâm bất chợt nương nào bất kỳ những gì, chúng ta có thể sẽ bị mất các khoảnh khắc phù phép của nhà ảo thuật. Đó là khi Đức Phật nói rằng người tu như bước trên dòng nước lũ, hễ đứng lại là bị chìm, hễ bước tới là bị chìm, hễ bước lui là bị chìm, và các kinh gọi là *"vượt qua lũ mà không có điểm tựa hay chỗ đứng"* (crossing the flood with no support or place to stand). Lời Đức Phật có hai nghĩa. Thứ nhất, đừng níu lấy quá khứ (bước lùi), đừng mơ tới tương lai (bước tới), đừng luyến tiếc hiện tại (đứng yên). Nghĩa thứ nhì, có nghĩa là, đừng trụ vào bất cứ những gì trong tâm mình. Khi đang xem ảo thuật, hễ tâm trụ vào bất cứ gì, thì mất cái nhận biết về thực tại.

Trong khi xem trò ảo thuật, chúng ta sẽ nhận ra cốt tủy của Bát Nhã Tâm Kinh, của những "sắc tức thị không, và không tức thị sắc" --- đó là nơi, do duyên, thì cái được thấy là Không, cái được nghe là Không, và từ cái Không cũng sẽ có thể xuất hiện ra những cái được thấy và những cái được nghe. Cũng khi hướng cái nhìn về nhà ảo thuật, chúng ta sẽ vào chỗ Đức Phật khuyến tấn là chớ rơi vào tà kiến của Hữu với Vô. Bởi vì tâm thức xem ảo thuật là cái nhìn của chánh kiến: không bị vướng vào thường kiến của Hữu, và không bị vướng vào đoạn kiến của Vô. Tất cả hiện ra trước mắt người tu như xem ảo thuật là Như Huyễn. Kinh Kim Cương nói rằng: *Tất cả các pháp hữu vi / đều là như mộng, như không có thực, như bọt sóng trên sông, như ảnh hiện trong gương / như hạt sương buổi sớm, như tia chớp lóe trên bầu trời / hãy quán chiếu như thế.* Đức Phật dạy trong Tương Ưng Bộ Kinh SN 22.95 rằng, *tất cả các pháp đều trống rỗng, không có gì là thực sự có với không.* Đức Phật dạy rằng hãy quán sát như thế cả ngày lẫn đêm thì sẽ giải thoát.

Trong khi chúng ta nhìn vào trò ảo thuật, thì mắt và tai và toàn thân chúng ta đều tự động tỉnh thức và không để cái được thấy và cái được nghe nào lôi kéo đi. Kinh AN 4.37 trong bản dịch của Thầy Minh Châu viết rằng: "*Và này các Tỷ-kheo, thế nào là Tỷ-kheo hộ trì các căn? Ở đây, này các Tỷ-kheo, khi mắt thấy sắc, Tỷ-kheo không nắm giữ tướng chung, không nắm giữ tướng riêng. Những nguyên nhân gì, làm cho nhãn căn không được chế ngự, khiến tham ái ưu bi, các ác bất thiện pháp khởi lên, Tỷ-kheo tự chế ngự nguyên nhân ấy, hộ trì nhãn căn, thật hành sự hộ trì nhãn căn. Khi tai nghe tiếng... khi mũi ngửi hương... khi lưỡi nếm vị... khi thân cảm xúc... khi ý nhận thức các pháp, vị ấy không nắm giữ tướng chung, không nắm giữ tướng riêng. Những nguyên nhân gì, làm cho ý căn không được chế ngự, khiến tham ái ưu bi, các ác bất thiện pháp khởi lên, Tỷ-kheo chế ngự nguyên nhân ấy, hộ trì ý căn, thực hành sự hộ trì ý căn."*

Thái độ tu như xem ảo thuật là y hệt như Thiền Mặc Chiếu của Tào Động. Vì khi quan sát nhà ảo thuật, tâm người xem sẽ tịch lặng, không để vương chút bụi nào, để tỉnh thức nhìn trước mắt hiện ra như gương sáng hiện ra hình ảnh trong gương. Đó là sự tương ưng của định và huệ (tức là, mặc và chiếu). Kinh SN 35.204 ghi nhận về Mặc và Chiếu qua lời dạy của Đức Phật là hai vị sứ giả, tượng trưng bằng hai con chim mang theo sứ điệp giải thoát qua Bát Chính Đạo bay vào tòa thành của thân tâm. Như thế, Mặc và Chiếu là nơi xa lìa tham sân si, là tiếp cận cảnh giới của vô vi, không dựa vào thời gian, không dựa vào suy lường. Vì dựa vào thời gian hay dựa vào suy lường, là không còn trò ảo thuật nữa.

Tất cả những hành giả nào tu như đang xem, đang nghe, đang hít thở, đang đi đứng giữa một trò ảo thuật khổng lồ của pháp giới tất nhiên rồi sẽ chứng nghiệm các pháp ấn vô thường và vô ngã. Và đó là giải thoát.

6

CON ĐƯỜNG GIẢI THOÁT:
TRONG MỘT HAY VÀI CÂU

Con đường giải thoát, tức là Bát Chánh Đạo. Có thể gói trọn vào một câu, hay hai câu, hay vài câu được không? Thực tế thường không đơn giản, vì luôn luôn là có một lộ trình Giới, Định, Huệ. Tuy nhiên, trong Kinh Phật cho thấy có những cơ duyên lớn, trong nhiều trường hợp, Đức Phật trả lời khi được hỏi đạo, và người hỏi ngay sau đó là trở thành bậc A la hán. Như trong Kinh Tập, ở Phẩm thứ tư (Aṭṭhakavagga, dịch là *"The Chapter of Eights"* - tức Phẩm Tám) và Phẩm thứ năm (Pārāyanavagga, dịch là *"The Chapter on the Way to the Beyond"* - tức Phẩm Qua Bờ Kia), hai phẩm vừa dẫn là cuộc đối thoại giữa Đức Phật và 32 chàng trai Bà La Môn tới hỏi đạo. Đức Phật trả lời từng người hỏi bằng một bài thơ, chàng trai đương cơ nghe xong thấy ngay đường giải thoát. Hai phẩm này đã trở thành Kinh Nhật Tụng cho tăng đoàn khi Đức Phật còn sanh tiền. Nghĩa là, có cách tóm lược con đường giải thoát, và Đức Phật lấy các bài thơ

108

trả lời đó làm Kinh Nhật Tụng cho tăng đoàn.

Bài viết này sẽ dựa một phần vào cuộc thảo luận của một số học giả trên mạng SuttaCentral.net có nhan đề *"The whole of the Path in 2 sentences or less - Sutta quotes"* (Trọn con đường giải thoát trong 2 câu hay ngắn hơn – trích dẫn theo Kinh) (1), và sẽ tham khảo thêm kinh văn. Nói là "câu" (sentence) theo nghĩa đơn giản là từ dấu chấm (.) này tới dấu chấm kia. Trong bài này, sẽ tìm những bài pháp ngắn, một câu, hai câu hay vài câu có ý tóm lược. Chúng ta cách Phật đã xa, trong xã hội thời nay lại nhiều phức tạp, ngay cả khi có được những câu tóm lược giáo pháp, cũng cần phải ngày đêm tinh cần, tín tâm kiên cố, tin sâu nhân quả, biện biệt chánh kiến, thường trực chánh niệm, và cố gắng hành trì càng nhiều càng tốt các pháp của giới, định, huệ. Đức Phật đã nhiều lần khuyến tấn rằng, phải tu học tinh tấn như lửa đang cháy trên khăn bịt đầu.

Phật pháp được ghi lại trong thiên kinh vạn quyển, nhưng trong nhiều Kinh, Đức Phật đã dạy pháp ngắn gọn, một câu, hay vài câu. Thí dụ, có thể dẫn ra Kinh SN 35.95, ngài Màlukyaputta tới thưa với Đức Phật: "*Bạch Thế Tôn, mặc dù con đã già, tuổi cao, sức yếu, đã đến giai đoạn cuối đời, con xin Thế Tôn dạy Pháp một cách vắn tắt, con ước mong Thế Tôn thuyết pháp ngắn gọn cho con. Con hy vọng sẽ hiểu được ý nghĩa lời dạy của Thế Tôn, con hy vọng sẽ trở thành người thừa tự pháp của Thế Tôn.*" Và rồi, Đức Phật dạy một bài pháp ngắn, cô đọng. Có nhiều kinh trong tinh thần ngắn gọn như thế. Sau đây là những bài pháp ngắn gọn, được xem là gói trọn con đường Bát Chánh Đạo. Chúng ta có thể chú ý rằng, một số pháp ngắn gọn này có thể thực tập tức khắc, và thấy an lạc tới rất nhanh. Nghĩa là, thực tập ngay, không cần phải chờ tới Chủ Nhật để lên chùa xin quy y (chuyện này để sau cũng được, nếu bạn chưa quy y). Dù vậy, cũng cần cảnh giác, rằng bài viết này chỉ là một giới thiệu, và độc giả cần tìm trọn vẹn các bài kinh để đọc, và sẽ tốt hơn nữa, nếu tìm đọc trong nhiều bản tiếng Anh khác nhau để đối chiếu. Thêm nữa, một số bài kinh quan trọng lại không ngắn, thí dụ các kinh về Tứ Niệm Xứ, hay các kinh về 16 pháp quán niệm hơi thở, kể như không thể tóm tắt được. Nếu cố gắng tóm tắt các kinh này cho gọn vài câu, dĩ nhiên sẽ là bất toàn. Nhưng xuyên suốt tất cả các pháp của nhà Phật là phải kiên cố giữ giới, vững chắc ly dục (giữ giới và ly dục tự động sẽ có định), không lìa chánh kiến (xa lìa cả có và không), thường trực chánh niệm và tỉnh giác (và tất cả những cái khác sẽ là đối tượng của chánh niệm và tỉnh giác).

Nơi đây, phần đầu, chúng ta sưu tập từ Kinh Pháp Cú, tất cả đều từ bản dịch của Thầy Thích Minh Châu, sẽ thấy Đức Phật dạy những bài pháp ngắn gọn, dễ nhớ, và đều có sự tích cụ thể. Phần trong ngoặc đơn sau bài kệ là người viết lược ghi các tích truyện, duyên khởi nào để Đức Phật nói bài kệ.

20. *Dầu nói ít kinh điển, nhưng hành pháp, tùy pháp, từ bỏ tham, sân, si, tỉnh giác, tâm giải thoát, không chấp thủ hai đời, dự phần Sa môn hạnh.* (Duyên của bài kệ này là, Đức Phật nói về 2 bạn thân, cùng xuất gia, trong đó một vị uyên bác kinh điển, trở thành thầy của 500 vị sư, nhưng tu chẳng tới đâu, Còn vị kia, chỉ tụng ít kinh điển, nhưng đã lìa tham sân si, đã đắc quả A la hán. Từ bỏ tham sân si cũng là ngộ nhập Niết Bàn.)

46. *Biết thân như bọt nước, ngộ thân là như huyễn, bẻ tên hoa của ma, Vượt tầm mắt thần chết.* (Có một vị sư nhìn thấy bọt nước ven sông, nhận ra bản chất của thân là vô thường. Đức Phật lúc đó hiện ra trong linh ảnh nhà sư, nói bài kệ này, và nhà sư sau khi nghe xong liền đắc quả A la hán. Thấy như huyễn, nghĩa là thấy trước mắt các pháp mà không gọi được là Có, và không gọi được là Không. Cũng là Bát Nhã Tâm Kinh.)

93. *Ai lậu hoặc đoạn sạch, ăn uống không tham đắm, tự tại trong hành xứ, "Không, vô tướng, giải thoát." Như chim giữa hư không, dấu chân thật khó tìm.* (Đức Phật nói bài kệ này để ca ngợi Trưởng lão Anuruddha, người đã chứng quả A la hán, sống thường trực với tâm giải thoát của Không, và của Vô Tướng.)

95. *Như đất, không hiềm hận; Như cột trụ, kiên trì; Như hồ, không bùn nhơ. Không luân hồi, vị ấy.* (Có 1 vị sư trẻ tới khai gian với Đức Phật rằng bị Trưởng lão Sariputta la mắng, đánh đập. Trưởng lão Sariputta nói với Đức Phật rằng tâm của trưởng lão đã y hệt mặt đất, đón nhận ném vào cả hoa và rác, mà không vui, không giận. Đức Phật mới đọc bài kệ này, xác nhận tâm của Trưởng lão Sariputta lúc nào cũng vững như đất, như cột cửa; tâm cũng như mặt hồ lặng lẽ, không bùn nhơ; và đã xa lìa sinh tử luân hồi.)

96. *Người tâm ý an tịnh, lời an, nghiệp cũng an, Chánh trí, chơn giải thoát, Tịnh lạc là vị ấy.* (Bài này nói ba nghiệp thân, khẩu, ý an tịnh thì là giải thoát. Duyên để Đức Phật đọc bài kệ này là chuyện của một cậu bé 7 tuổi xuất gia làm samanera, khi đang cạo đầu thì cậu bé đã chứng quả A la hán.)

183. *Không làm mọi điều ác, thành tựu các hạnh lành, tâm ý giữ trong sạch, chính lời chư Phật dạy.* (Một lần, ngài Ananda thỉnh Đức Phật nói về Giáo Lý Căn Bản mà tất cả chư Phật đều dạy. Đức Phật nói rằng, đó là làm lành, lánh dữ và giữ tâm cho trong sạch. Khi các học giả nói về Đạo Phật, họ chọn câu này là phổ biến nhất.)

190. *Ai quy y Đức Phật, Chánh pháp và chư tăng, ai dùng chánh tri kiến, thấy được bốn Thánh đế. 191. Thấy khổ và khổ tập, thấy sự khổ vượt qua, thấy đường Thánh tám ngành, đưa đến khổ não tận.* (Đức Phật nói bài kệ 190 và 191, rằng quy y Tam Bảo, dùng chánh tri kiến, thấy Tứ Thánh Đế, thấy Bát

Chánh Đạo, sẽ giải thoát. Đương cơ của 2 bài kệ này là Aggidatta, một vị Bà La Môn, và các đệ tử của vị này. Khi nghe xong, Aggidatta và tất cả đệ tử của ông đều đắc quả A-la-hán. Tất cả đều gia nhập Tăng chúng Tỳ kheo.)

273. *Tám chánh, đường thù thắng. Bốn câu, lý thù thắng. Ly tham, pháp thù thắng, Giữa các loài hai chân, Pháp nhãn, người thù thắng.* (Nghe xong, 500 vị chứng quả A La Hán)

277. *Tất cả hành vô thường. Với Tuệ, quán thấy vậy, đau khổ được nhàm chán; Chính con đường thanh tịnh.* (Sau khi nghe bài kệ này, rằng tất cả pháp là vô thường, 500 vị tỳ kheo liền đắc quả A La Hán. Thấy vô thường là giải thoát. Phần lớn sự tích Thiền Tông liên hệ ý này. Như bài thơ Trâu Bùn Qua Sông của Tuệ Trung Thượng Sỹ.)

278. *Tất cả hành khổ đau, với Tuệ quán thấy vậy, đau khổ được nhàm chán; Chính con đường thanh tịnh.* (Tương tự, nghe rằng tất cả hành là khổ, 500 vị tỳ kheo khác liền đắc quả A la hán.)

279. *Tất cả pháp vô ngã, với Tuệ quán thấy vậy, đau khổ được nhàm chán. Chính con đường thanh tịnh.* (Tương tự, 500 vị tỳ kheo khác sau khi nghe rằng tất cả pháp đều vô ngã, liền đắc quả A la hán. Ghi nhận rằng, Thiền Tông VN phần lớn là pháp này: thấy chư pháp vô ngã là giải thoát. Ngài Trần Nhân Tông nói, "*Tất cả pháp chẳng sanh, tất cả pháp chẳng diệt...*" và "*Đức Phật chưa từng dạy một lời...*" cũng là chỉ vào tánh vô ngã của các pháp, và ngay cả vô ngã của thân tướng Đức Phật. Thiền sư Nghĩa Hoài Thiên Ý nói rằng phàm là bậc tông sư trong Thiền tông thì phải đoạt trâu của kẻ đi cày [để thấy vô ngã thì phải thấy con trâu, tức là tâm, sẽ thường trực là không, và vì là không, cho nên không thấy có gì để đi cày, để mài giữa tâm]; bậc thầy cũng phải cướp cơm kẻ đói, tức là giúp học trò ngộ được bản tâm vô ngã thì không có ngã nào cần tìm cơm nữa.)

348. *Bỏ quá, hiện, vị lai, đến bờ kia cuộc đời. Ý giải thoát tất cả, chớ vướng lại sanh già.* (Chàng nghệ sĩ Uggasena đứng trên đầu cây sào hát xiệc, nghe xong là đắc quả A La Hán. Người giải thoát thì trong tâm không còn dính gì với quá khứ, hiện tại, vị lai nữa.)

367. *Hoàn toàn, đối danh sắc, Không chấp Ta, của Ta. Không chấp, không sầu não. Thật xứng danh Tỷ kheo.* (Đức Phật gặp 2 vợ chồng Bà La Môn, trả lời câu hỏi bằng bài kệ này, rằng ai không dính mắc vào thân và tâm là "tôi và của tôi", và không đau buồn trước sự tan rã của thân và tâm thì được gọi là một vị tỳ khưu. Hai vợ chồng Bà La Môn nghe xong đều đắc quả Bất Lai, tức quả A-na-hàm.)

385. *Không bờ này, bờ kia. Cả hai bờ không có. Lìa khổ, không trói buộc. Ta gọi Bà La Môn.* (Bài kệ này Đức Phật nói với Mara. Bờ này là mắt tai mũi lưỡi thân ý; bờ kia là cái được thấy, được nghe, được ngửi, được nếm, được chạm xúc và được tư lường. Thấy cả 2 bờ đều là Không, thì lìa khổ, sẽ giải thoát. Đây cũng là những câu đầu của bài Bát Nhã Tâm Kinh.)

421. *Ai quá, hiện, vị lai, không một sở hữu gì, không sở hữu không nắm, Ta gọi Bà La Môn.* (Nhân duyên Đức Phật nói bài kệ này là, khi cư sĩ Visakha ở thị trấn Rajagaha đắc Quả A-na-hàm, thì vợ cư sĩ này là bà Dhammadinna xin xuất gia, vào một Ni viện. Chỉ trong thời gian ngắn, Ni trưởng Dhammadinna đắc quả A la hán. Khi Ni trưởng Dhammadinna về thăm thành phố Rajagaha, Đức Phật xác nhận rằng Ni trưởng Dhammadinna đã đắc quả A la hán, và Đức Phật đọc bài kệ này, rằng bậc giải thoát là trong tâm không lưu giữ bất kỳ một pháp nào của quá khứ, hiện tại, và vị lai. Cả 3 thời đều tịch lặng trong tâm người giải thoát.)

Trong ba bài kệ có số 277 (thấy các pháp là Vô thường), 278

(thấy các pháp là Khổ), 279 (thấy các pháp là Vô ngã) dẫn trên, đặc tướng của các pháp còn được gọi là Pháp ấn. Chỉ cần thấy tận tường, thường trực một Pháp ấn là sẽ thấy trọn cả ba Pháp ấn, và sẽ giải thoát. Trong khi đó, các bài kệ 46, 93, 348, 367, 385, 421 cho thấy giải thoát sẽ tới khi thấy các pháp là Như huyễn, là Không, là Vô tướng, là lìa cả ba thời. Tất cả các bài kệ vừa dẫn đều mang tinh thần Đốn ngộ của Thiền tông Việt Nam. Nghĩa là, chỉ cần thấy một lóe lên của tâm giải thoát, thì từ đó chỉ bảo nhiệm tâm này. Trong khi đó, các bài kệ 20, 95, 96, 183, 190, 191, 273 là nói lên lộ trình Tứ Thánh Đế, Bát Chánh Đạo, giữ ba nghiệp thân khẩu ý cho thanh tịnh, lìa tham sân si, là con đường tuần tự, liên tục gột rửa lậu hoặc.

Trong tác phẩm tiếng Anh "*Easy Paths for attaining Nibbāna*" (Những con đường dễ thành tựu Niết Bàn) (2) bao gồm 31 bài Kinh trích từ Tạng Pali do các nhà sư Thái Lan sưu tập, đã in hai lần bài kinh SN 35.147 tương ưng với bài kệ Pháp Cú 277 (thấy Vô thường) trong sách, nơi trang 2, và rồi in lại nơi trang 54. Khi in 2 lần trong cuốn sách mỏng đó, không phải là lỗi kỹ thuật, chỉ vì các sư Thái Lan nhấn mạnh tầm quan trọng lời Đức Phật dạy rằng hễ thấy vô thường là đang đi tới Niết Bàn.

Bài Kinh SN 35.147 trong Nikaya là tương đương với Kinh SA 219 của Tạng A Hàm. Bài Kinh này rất ngắn, nội dung Đức Phật dạy rằng, hễ thấy vô thường khắp cõi này là đang bước tới Niết Bàn. Bài Kinh SA 219, bản dịch của Thầy Tuệ Sỹ và Thầy Đức Thắng như sau:

"Tôi nghe như vầy. Một thời, Phật ở tại vườn Cấp cô độc, rừng cây Kỳ-đà, nước Xá-vệ. Bấy giờ, Thế Tôn nói với các Tỳ-kheo: 'Nay Ta sẽ nói về con đường đưa đến Niết-bàn. Vậy, thế nào là con đường đưa đến Niết-bàn? Quán sát mắt là vô thường. Quán sát sắc, nhãn thức và cảm thọ với khổ thọ, lạc thọ và phi khổ phi

lạc thọ được cảm thọ bên trong phát sanh bởi nhân duyên nhãn xúc; chúng cũng đều là vô thường. Đối với tai, mũi, lưỡi, thân, ý cũng lại như vậy. Đó gọi là con đường đưa đến Niết-bàn.'" (Hết trích)

Hình ảnh quán niệm vô thường còn được thể hiện trong Thiền Tông Việt Nam qua bài thơ Trâu Bùn Qua Sông của Tuệ Trung Thượng Sỹ: thấy các pháp tan rã như con trâu bùn lội sông thì sẽ giải thoát. Trâu bùn lội sông còn có nghĩa là thể nhập pháp ấn vô thường và vô ngã. Đức Phật cũng nói về oai lực của pháp quán niệm vô thường rằng có cúng dường Tam Bảo phước đức cỡ nào cũng không bằng một khoảnh khắc niệm vô thường. Đức Phật dạy trong Kinh AN 9.20, bản dịch của Thầy Minh Châu trích như sau:

"...và có ai bố thí trăm vị A-la-hán... và có ai bố thí một vị Độc giác Phật, và có ai bố thí trăm vị Độc giác Phật, và có ai bố thí Như Lai, bậc A-la-hán, Chánh Đẳng Giác... và có ai bố thí chúng Tỷ-kheo với đức Phật là vị cầm đầu, và có ai cho xây dựng một tinh xá cho chúng Tăng trong bốn phương... và có ai với tâm tịnh tín qui y Phật, Pháp và chúng Tăng... và có ai tâm tịnh tín chấp nhận học pháp, từ bỏ sát sanh... từ bỏ đắm say rượu men, rượu nấu... và có ai dầu chỉ trong một khoảnh khắc vắt sữa bò, tu tập từ tâm, và có ai dầu chỉ trong một khoảnh khắc búng ngón tay, tu tập tưởng vô thường, bố thí này quả lớn hơn bố thí kia." (Hết trích)

Và khi thấy vô thường, tức là thấy vô ngã. Lý luận này được Đức Phật sử dụng trong nhiều kinh, như các Kinh SN18.1, SN22.59, SN 22.87. Trong Kinh SN18.1, Đức Phật dạy ngài Rahula rằng: *"Cái gì vô thường, khổ, chịu sự biến hoại, có hợp lý chăng, khi xem cái ấy: "Cái này là của tôi, cái này là tôi, cái này là tự ngã của tôi"?"* Tương tự, trong Kinh AN 9.3, Đức

Phật dạy: "*Này Meghiya, với Tỷ-kheo có tưởng vô thường, tưởng vô ngã được tồn tại.*"

Như bài Kệ Pháp Cú 279 ghi rằng, hễ thấy các pháp vô ngã tức là đang bước tới Niết Bàn. Nơi đây, chúng ta nhận ra lời dạy này trong Kinh SN35.149 nơi Tạng Pali, tương đương bên A Hàm là Kinh SA220. Chú ý rằng, Kinh SA 220 là kế tiếp Kinh SA 219 đã dẫn trên. Do vậy, Đức Phật gọi là con đường tương tợ [tức, tương đương như quán vô thường] đưa tới Niết Bàn. Kinh SA 219, bản dịch của Thầy Tuệ Sỹ và Thầy Đức Thắng như sau:

"*Tôi nghe như vầy. Một thời, Phật ở tại vườn Cấp cô độc, rừng cây Kỳ-đà, nước Xá-vệ. Bấy giờ, Thế Tôn nói với các Tỳ-kheo: 'Có con đường tương tợ đưa đến Niết-bàn. Vậy, thế nào là con đường tương tợ đưa đến Niết-bàn? Quán sát mắt chẳng phải ngã. Quán sát sắc, nhãn thức và cảm thọ với khổ thọ, lạc thọ và phi khổ phi lạc thọ được cảm thọ bên trong phát sanh bởi nhân duyên nhãn xúc, chúng cũng được quán sát là vô thường. Đối với tai, mũi, lưỡi, thân, ý cũng lại như vậy. Đó gọi là con đường tương tợ đưa đến Niết-bàn.'*" (Hết trích)

Trường hợp Kinh SN 12.70 (Susima Sutta), trong khi nhiều nhà phân tích nói rằng 60 vị tăng trong kinh này được Đức Phật công nhận là đã chứng quả A la hán tuy là chưa đắc định (hiểu là chưa đạt sơ thiền), chưa có thần thông, nhưng Thanissaro Bhikkhu viết ghi chú trên mạng Access to Insight rằng có lẽ 60 vị A la hán đó đều đã đắc sơ Thiền.

Lời dạy tóm tắt trong Kinh SN 12.70 là: "*...cái gì thuộc sắc pháp quá khứ, vị lai hay hiện tại, nội hay ngoại, thô hay tế, liệt hay thắng, xa hay gần, tất cả sắc pháp cần phải được quán như chơn như sau: "Cái này không phải của tôi, cái này không phải là tôi, cái này không phải tự ngã của tôi"... tương tự với thọ,* *tưởng, hành, thức... Này Susīma, thấy như vậy, vị Đa văn Thánh đệ tử nhàm chán đối với sắc, nhàm chán đối với thọ, nhàm chán đối với tưởng, nhàm chán đối với các hành, nhàm chán đối với thức. Do nhàm chán, vị ấy ly tham. Do ly tham, vị ấy giải thoát. Trong sự giải thoát, trí khởi lên biết rằng: "Ta đã giải thoát". Vị ấy biết rõ: "Sanh đã tận, Phạm hạnh đã thành, những việc nên làm đã làm, không còn trở lui trạng thái này nữa"..."* (Hết trích)

Trong khi đó, Kinh Ud.1.10 (còn gọi là Bahiya Sutta) và Kinh SN35.95 (Malunkyaputta Sutta) ghi cùng một lời dạy của Đức Phật. Kinh Ud.1.10 có một điểm đặc biệt: sau khi đạo sĩ ngoại đạo Bahiya tới vấn đạo, nghe Đức Phật dạy xong, khi bước đi trên đường thì bị bò húc chết, lúc đó Đức Phật nói rằng Bahiya đã trở thành A La Hán, nên cái chết là vào Niết Bàn. Trong khi đó, trong Kinh SN35.95, Trưởng lão Malunkyaputta thưa Đức Phật rằng ngài đã già yếu, nên cần xin lời dạy ngắn gọn để giải thoát khẩn cấp. Nơi đây, trích dịch Kinh Ud.1.10 như sau:

"Thế này, Bahiya, ông nên tu tập thế này: Trong cái được thấy sẽ chỉ là cái được thấy; trong cái được nghe sẽ chỉ là cái được nghe; trong cái được thọ tưởng sẽ chỉ là cái được thọ tưởng; trong cái được thức tri sẽ chỉ là cái được thức tri.' Cứ thế mà tu tập đi, Bahiya." (Hết trích)

Trong Kinh AN 9.3, Đức Phật dạy rằng: *"Meghiya, người nhận ra vô thường sẽ thiết lập sự nhận biết về vô ngã. Người nhận ra vô ngã sẽ hoàn toàn nhổ bỏ được khái niệm về cái gọi là "cái tôi là" -- và – Niết Bàn có thể thấy được ngay lập tức."* (Câu vừa dẫn là dịch theo Bhikkhu Sujato và Bhikkhu Suddhāso, và đối chiếu vời bản dịch của Thầy Minh Châu, nói rằng thấy vô thường, tức thấy vô ngã, tức khắc nhận ra Niết Bàn.)

Cái gần nhất với chúng ta luôn luôn là thân. Đức Phật dạy rằng

Thân hành niệm (Niệm thân) sẽ đoạn tận vô minh, sẽ xóa bỏ chấp ngã "tôi là," sẽ nhổ tận gốc các tùy miên tiềm ẩn, sẽ đoạn tận giải thoát. Kinh AN 1.586, dịch như sau: *"Này các Tỷ-kheo, khi một pháp được phát triển và trau dồi, vô minh hoàn toàn bị đoạn tận, tri kiến chân chính khởi lên, ngã mạn 'tôi là' bị đoạn tận, các khuynh hướng tiềm ẩn bị nhổ tận gốc, và các kiết sử xiềng xích bị đoạn tận. Một pháp nào? Đó là Thân hành niệm."*

Kinh MN 118 có nhiều lời dạy quan trọng, không thể tóm tắt trong một vài câu được. Nhưng có thể rút một phần ra để ứng dụng trong mọi thời, dù là ngồi giữa chợ, hay trên xe buýt, hay trong lớp học. Trích như sau:

"Thở vô dài, vị ấy biết: "Tôi thở vô dài". Hay thở ra dài, vị ấy biết: "Tôi thở ra dài". Hay thở vô ngắn, vị ấy biết: "Tôi thở vô ngắn". Hay thở ra ngắn, vị ấy biết: "Tôi thở ra ngắn". "Cảm giác cả toàn thân, tôi sẽ thở vô", vị ấy tập. "Cảm giác cả toàn thân, tôi sẽ thở ra", vị ấy tập. "An tịnh thân hành, tôi sẽ thở vô", vị ấy tập. "An tịnh thân hành, tôi sẽ thở ra", vị ấy tập." (Hết trích)

Kinh SN 36.7, lời Đức Phật dạy rằng phải thường trực chánh niệm và tỉnh giác, theo bản dịch của Thầy Minh Châu:

"Và này các Tỷ-kheo, thế nào là Tỷ-kheo chánh niệm? Ở đây, này các Tỷ-kheo, Tỷ-kheo sống quán thân trên thân, nhiệt tâm, tỉnh giác, chánh niệm, nhiếp phục tham ưu ở đời. Như vậy, này các Tỷ-kheo, là Tỷ-kheo chánh niệm. Sống quán thọ trên các cảm thọ ... quán tâm trên tâm ... quán pháp trên các pháp, nhiệt tâm, tỉnh giác, chánh niệm, nhiếp phục tham ưu ở đời. Như vậy, này các Tỷ-kheo, là Tỷ-kheo chánh niệm.

Và như thế nào, này các Tỷ-kheo, là Tỷ-kheo tỉnh giác? Ở đây, này các Tỷ-kheo, Tỷ-kheo khi đi tới, khi đi lui đều tỉnh giác; khi nhìn thẳng, khi nhìn quanh đều tỉnh giác; khi co tay, khi duỗi tay, đều tỉnh giác; khi mang y kép, bình bát, thượng y đều tỉnh giác; khi ăn, uống, nhai, nếm đều tỉnh giác; khi đi đại tiện, tiểu tiện đều tỉnh giác; khi đi, đứng, ngồi, nằm, thức, nói, im lặng đều tỉnh giác. Như vậy, này các Tỷ-kheo, là Tỷ-kheo tỉnh giác." (Hết trích)

Kinh MN 145, Đức Phật dạy, bản dịch của Thầy Minh Châu, trích: *"Này Puñña, có những sắc do mắt nhận thức, khả ái, khả lạc, khả hỷ, khả ý, liên hệ đến dục, hấp dẫn. Nếu Tỷ-kheo không hoan hỷ, không tán thưởng, không chấp thủ và an trú, thời dục hỷ diệt. Này Puñña, Ta nói rằng, từ sự diệt tận dục hỷ là sự diệt tận đau khổ. Này Puñña, có những tiếng do tai nhận thức; có những hương do mũi nhận thức; có những vị do lưỡi nhận thức; có những cảm xúc do thân nhận thức; có những pháp do ý nhận thức, khả ái, khả hỷ, khả lạc, khả ý, liên hệ đến dục, hấp dẫn. Nếu Tỷ-kheo không hoan hỷ, không tán thưởng, không chấp thủ và an trú, thời dục hỷ diệt. Này Puñña, Ta nói rằng, từ sự diệt tận dục hỷ là sự diệt tận đau khổ."* (Hết trích)

Giữ tâm vô niệm là một pháp thường được dạy trong Thiền Tông Trung Hoa và Việt Nam. Trong Kinh SN 12.40, Đức Phật dạy giữ tâm vô niệm như sau, theo bản dịch của Thầy Minh Châu: *"Này các Tỷ-kheo, nếu không có tư niệm, tư lường, không có thầm ý, thời không có sở duyên cho thức an trú. Do sở duyên không có mặt nên thức không có an trú. Do thức ấy không an trú, không tăng trưởng nên không có thiên về, hướng về. Do không có thiên về, hướng về nên không có đi đến tái sanh. Do không có sự đi đến tái sanh nên không có từ bỏ và sanh khởi. Do không có từ bỏ và sanh khởi nên trong tương lai sanh, già chết, sầu, bi, khổ, ưu, não đoạn diệt. Như vậy là sự đoạn diệt của toàn bộ khổ uẩn này."* (Hết trích)

Nếu bạn không tu tập Tứ Niệm Xứ, bạn có thể tu tập theo Vô tướng thiền định. Đó là lời Đức Phật dạy trong Kinh SN 22.80. Bản dịch của Thầy Minh Châu trích như sau:

"Này các Tỷ-kheo, có ba bất thiện tầm này: dục tầm, sân tầm, hại tầm. Và này các Tỷ-kheo, ba bất thiện tầm này được đoạn diệt không có dư tàn, đối với vị nào tâm đã khéo an trú vào bốn Niệm xứ hay tu tập vô tướng Thiền định. Này các Tỷ-kheo, hãy khéo tu tập vô tướng Thiền định. Này các Tỷ-kheo, vô tướng Thiền định được tu tập, làm cho tăng thịnh, đưa đến quả lớn, lợi ích lớn." (Hết trích)

Thế nào là tu tập Vô tướng Thiền định? Khi tu tập Tứ Niệm Xứ, nghĩa là niệm thân, thọ, tâm, pháp, nghĩa là niệm tất cả các tướng của thân và tâm. Ngược lại, tu tập Vô tướng Thiền định có nghĩa là "không tác ý tất cả tướng," nói cụ thể là "niệm vô tướng," hay nói theo Thiền Việt Nam là vô tâm hay vô niệm, cũng có thể gọi là "tỉnh thức với tâm không biết." Trong Kinh SN 41.7, bản dịch của Thầy Minh Châu, trích lời vấn đáp giữa ngài Godatta và gia chủ Citta (một cư sĩ thượng thủ) như sau:

"Ở đây, bạch Thượng tọa, Tỷ-kheo không tác ý tất cả tướng, chứng và trú Vô tướng tâm định. Bạch Thượng tọa, đây gọi là vô tướng tâm giải thoát... Tham dục (ràga) làm sự đo lường, sân làm sự đo lường, si làm sự đo lường. Đối với Tỷ-kheo đã đoạn tận các lậu hoặc, chúng bị đoạn tận, bị cắt tận gốc rễ, bị làm như thân cây ta-la, làm cho không thể tái sanh, không thể sanh khởi trong tương lai. Bạch Thượng tọa, đối các vô lượng tâm giải thoát, bất động tâm giải thoát được xem là tối thượng. Nhưng bất động tâm giải thoát này trống không, không có tham; trống không, không có sân; trống không, không có si." (Hết trích)

Đức Phật cũng dạy rằng, nếu hành giả vào được sơ thiền, từ đây quán vô thường, cũng sẽ giải thoát, mà không cần tập các pháp định sâu hơn. Bản dịch của Thầy Minh Châu trong Kinh AN 9.36 như sau:

"Cũng vậy, này các Tỷ-kheo, vị Tỷ-kheo ly dục... chứng đạt và an trú sơ Thiền. Vị ấy ở đây, đối với cái gì thuộc về sắc, thuộc về thọ, thuộc về tưởng, thuộc về hành, thuộc về thức, các pháp ấy, vị ấy tùy quán là vô thường, là khổ, là bệnh, là mụt nhọt, là mũi tên, là va chạm, là tật bệnh, là khách lạ, là biến hoại, là trống không, là vô ngã. Vị ấy tránh né tâm mình khỏi những pháp ấy, sau khi tránh né tâm mình khỏi những pháp ấy, vị ấy hướng dẫn đến giới bất tử: "Đây là tịch tịnh, đây là thù thắng, tức là sự chỉ tức tất cả hành, sự từ bỏ tất cả sanh y, sự diệt tận khát ái, ly tham, đoạn diệt, Niết-bàn". Vị ấy trú ở đây, đạt đến sự diệt tận các lậu hoặc. Nếu không diệt tận các lậu hoặc, với pháp ái ấy, với pháp hỷ ấy, do đoạn tận năm hạ phần kiết sử, vị ấy là vị hóa sanh, tại đấy chứng được Niết-bàn, không còn trở lui thế giới này nữa." (Hết trích)

Trường hợp, bạn ưa thích tu thiền công án? Người viết đề nghị rằng bạn nên chọn công án Tiếng Vỗ Của Một Bàn Tay. Đây là công án do Thiền sư Bạch Ẩn đưa ra cho học nhân chọn làm câu hỏi để quan sát. Nếu bạn có thì giờ, bạn nên đọc lại quyển 4 trong Kinh Lăng Nghiêm (nên đối chiếu nhiều bản dịch và chú giải cho quyển 4), phần nói về Đức Phật bảo ngài La Hầu La gõ tiếng chuông rồi hỏi, nghe được những gì khi gõ chuông và khi không gõ chuông. Nghĩa là, tánh nghe vẫn hiển lộ thường trực, bất kể khi có tiếng hay không có tiếng, bất kể khi bạn thức hay ngủ. Nhưng bạn đừng bận tâm mọi chuyện lý luận về công án Tiếng Vỗ Của Một Bàn Tay, bạn chỉ cần lắng nghe và đừng tìm câu trả lời nào hết, hãy hồn nhiên như trẻ nhỏ để tỉnh thức với cái nghe. Hãy giữ tâm không biết, mới thực sự là niệm vô thường.

Bạn sẽ thấy rằng, ngay khi bạn chú tâm nghe, chính là bạn đang lắng nghe vô thường, nơi đây tất cả tư lường đều biến mất, đều bị cuốn trôi. Nơi khi lắng nghe, bạn sẽ tự động có chánh kiến, vì tất cả những Có và Không đều bị cuốn trôi mất, bạn sẽ tự động đắc giới vì tham sân si đều vắng bặt trong lắng nghe, bạn sẽ tự động đắc định (ít nhất là sơ Thiền) vì tâm tự động "ly dục, ly bất thiện pháp…" và khi đắc cả giới và định, thì ngay ở niệm lắng nghe đó chính là huệ --- nơi kinh gọi rằng tâm bạn đã không còn vướng gì với quá khứ, hiện tại, và tương lai.

GHI CHÚ:

(1) The whole of the Path in 2 sentences or less - Sutta quotes: https://discourse.suttacentral.net/t/the-whole-of-the-path-in-2-sentences-or-less-sutta-quotes

(2) Easy Paths for attaining Nibbāna. https://download.watnapahpong.org/data/static_media/Easy_paths_English_version_29.pdf

7

XIN NÓI RẰNG KHÔNG BIẾT

Phật Tánh? Xin nói rằng, tôi không biết. Tôi không thể trả lời câu hỏi có Phật Tánh hay không, và nếu có, thì là như thế nào. Bài viết này không nhằm trả lời những câu hỏi tương tự, mà chỉ là một khảo sát từ cương vị một người học Phật, chưa học tới đâu và cũng chưa tu tới đâu. Bài viết này là một lời thú nhận, rằng không biết chắc có bao nhiêu phần đúng, nhưng hy vọng sẽ phần nào giúp được một số độc giả để dùng làm viên gạch dò đường qua sông. Xin mời độc giả khảo sát, nghi vấn từng câu, từng chữ trong bài này, và rồi nên dựa vào Kinh Phật để đối chiếu.

Trước tiên, nên nhớ rằng Đức Phật không hề sử dụng chữ "Phật Tánh" (Buddha Nature) và Ngài chỉ dùng chữ "vô vi" (the unconditioned), hiểu là pháp (không nên hiểu là một pháp, hay 2 pháp, hay nhiều pháp, vì bất khả đo đếm) xa lìa hữu vi, xa lìa tất cả nhân duyên, pháp này bất sinh và bất diệt, và có nghĩa rất gần với nghĩa của chữ Phật Tánh trong một số luận thư đời sau. Dĩ nhiên, có thể những chữ trong Kinh Phật chúng ta sử dụng bây giờ cũng không chắc là cùng nghĩa như thời Đức Phật tuyên thuyết. Thêm nữa, thời Đức Phật cũng chưa hề có Phật Giáo, hiểu như một tôn giáo với Đức Phật là giáo chủ. Lúc đó, Đức Phật chỉ nói rằng đây là con đường cổ xưa, đó là Bát Chánh Đạo, con đường để thoát khổ. Và chúng ta có thể đoán rằng Đức Phật không hề nghĩ rằng nhiều thế kỷ sau, con đường thực dụng này trở thành một tôn giáo nhiều nghi lễ như hiện nay.

Một điểm nhận thấy nhiều lần trong Kinh Phật: Đức Phật đã từng im lặng, từ chối trả lời nhiều câu hỏi mang tính siêu hình. Về sau, một số luận sư soạn ra sách A Tỳ Đàm và nhiều sách chú giải để trả lời nhiều vấn đề siêu hình. Tin các luận sư hay không, thì tùy (nếu không tin, thì cái đầu của bạn sẽ ít chữ phức tạp hơn).

Trong Kinh Trung Bộ MN 63, Đức Phật nói rằng Đức Phật không bàn chuyện siêu hình, mà Ngài chỉ là một thầy thuốc, tới nhổ mũi tên tẩm thuốc độc rất dày để cứu chúng sinh. Kinh MN 63 kể rằng Tôn giả Malunkyaputta thắc mắc về những câu hỏi, *"Thế giới là thường còn, thế giới là vô thường, thế giới là hữu biên, thế giới là vô biên; sinh mạng này và thân này là một, sinh mạng này và thân này là khác; Như Lai có tồn tại sau khi chết, Như Lai không có tồn tại sau khi chết, Như Lai có tồn tại và không có tồn tại sau khi chết. Như Lai không có tồn tại và không không tồn tại sau khi chết."* Cụ thể, các thắc mắc đó không hề có chữ Phật Tánh (thiệt là may, nếu ngài Malunkyaputta lúc đó biết tới chữ Phật Tánh thì cũng sẽ hỏi liền). Tuy nhiên, câu hỏi về Như Lai có tồn tại sau khí chết hay không thực tế có thể hiểu là một thắc mắc về Tánh Phật sẽ ở đâu khi Thân Tướng Phật hư hoại.

Đức Phật trả lời trong Kinh MN 63, trích, theo bản dịch của Thầy Minh Châu: *"Này Malunkyaputta, ví như một người bị mũi tên bắn, mũi tên được tẩm thuốc độc rất dày. Bạn bè và bà con huyết thống của người ấy mời một vị y sĩ khoa mổ xẻ đến săn sóc. Nhưng người ấy lại nói: "Tôi sẽ không rút mũi tên này ra khi nào tôi chưa biết được người đã bắn tôi thuộc giòng hoàng tộc, hay Bà-la-môn, hay buôn bán, hay người làm công". Người ấy có thể nói như sau: "Tôi sẽ không rút mũi tên này ra khi nào tôi chưa biết được người đã bắn tôi tên là gì, tộc tánh là gì?" Người ấy có thể nói như sau: "Tôi sẽ không rút mũi tên này ra khi nào tôi chưa biết được người đã bắn tôi là cao hay thấp, hay người bậc trung". Người ấy có thể nói như sau: "Tôi sẽ không rút mũi tên này ra khi nào tôi chưa biết được người đã bắn tôi là da đen, da sẫm hay da vàng". Người ấy có thể nói như sau: "Tôi sẽ không rút mũi tên này ra khi nào tôi chưa biết được người đã bắn tôi thuộc làng nào, thuộc thị trấn nào, thuộc thành phố nào". Người ấy có thể nói như sau: "Tôi sẽ không rút mũi tên này ra khi nào tôi chưa biết cái cung mà tôi bị bắn, cái cung ấy thuộc loại cung thông thường hay loại cung nỏ". Người ấy có thể nói như sau: "Tôi sẽ không rút mũi tên này ra khi nào tôi chưa biết được dây cung mà tôi bị bắn, dây cung ấy làm bằng cây leo, hay cây lau, hay một thứ gân, hay một thứ dây gai, hay một thứ cây có nhựa". Người ấy có thể nói như sau: "Tôi sẽ không rút mũi tên này ra khi nào tôi chưa biết cái tên mà tôi bị bắn, cái tên ấy thuộc một loại cây lau này hay cây lau khác". Người ấy có thể nói như sau: "Tôi sẽ không rút mũi tên này ra khi nào tôi chưa biết cái tên mà tôi bị bắn, mũi tên ấy có kết lông gì, hoặc lông con kên, hoặc lông con cò, hoặc lông con ó, hoặc lông con công, hoặc lông một loại két". Người ấy có thể nói như sau: "Tôi sẽ không rút mũi tên này ra khi nào tôi chưa biết cái tên mà tôi bị bắn, cái tên ấy được cuốn (parikkhittam) bởi loại gân nào, hoặc là gân bò cái, hoặc là gân trâu, hoặc là gân nai, hoặc là gân lừa". Người ấy có thể nói như sau: "Tôi sẽ không rút mũi tên này ra khi nào tôi chưa biết cái tên mà tôi bị bắn, cái tên ấy thuộc loại tên nhọn, hay thuộc loại tên móc, hay thuộc loại tên như đầu sào, hay thuộc loại tên như răng bò, hay thuộc loại tên như kẽm gai". Này Malunkyaputta, người ấy sẽ chết và vẫn không được biết gì...*

...Và này Malunkyaputta, vì sao điều ấy Ta không trả lời? Này Malunkyaputta, vì điều ấy không liên hệ đến mục đích, điều ấy không phải là căn bản Phạm hạnh, điều ấy không đưa đến yểm ly, ly tham, đoạn diệt, an tịnh, thắng trí, giác ngộ, Niết-bàn, cho nên điều ấy Ta không trả lời." (hết trích)

Nhưng, nghĩa của chữ Phật Tánh là gì? Hoặc nên hiểu là gì? Ý nghĩa này, hình như đã biến đổi tùy theo thời gian, tùy quốc độ, tùy các nhà sư và học giả. Khi chưa có chữ Phật Tánh, thì những chữ nào mang nghĩa gần gần như thế?

Hình như (xin nói rằng, hình như) khái niệm Phật Tánh đầu tiên là xuất hiện trong Kinh Pháp Hoa, với khái niệm về Tri Kiến Phật và Pháp Thân (than ôi, toàn những chữ rất là khó nhớ, khó hiểu và khó ứng dụng). Kinh Pháp Hoa nói rằng khả năng thành Phật nằm sẵn trong tất cả mọi chúng sanh, như viên ngọc nằm sẵn trong túi áo mà chàng cùng tử bỏ quên, như hình ảnh Đức Phật Đa Bảo từ dưới đất (tâm) hiện lên, như hình ảnh Long nữ (vừa mang thân nữ, vừa không mang thân người) chỉ trong khoảnh khắc là thành Phật, như ngài Đề Bà Đạt Đa đang thọ khổ dưới địa ngục rồi cũng được Đức Phật Thích Ca thọ ký là một vị Phật tương lai... và vân vân. Ngắn gọn, Phật Tánh là Tri Kiến Phật, nên Kinh Pháp Hoa xuất hiện là để Khai, Thị, Ngộ, Nhập Tri Kiến Phật. Đứng về thuần lý luận, hiểu như thế là hợp lý, vì có Đức Phật Thích Ca là khuôn mẫu trước mặt.

Vậy thì, Phật Tánh nằm ở đâu? Đó là viên ngọc của thức. Trong Phẩm Phổ Môn của Kinh Pháp Hoa, sau khi ngài Vô Tận Ý (hiểu là thức) dâng xâu chuỗi ngọc cúng dường Quán Thế Âm

Bồ Tát, thì ngài Quán Thế Âm chia chuỗi ngọc làm hai, một phần cúng dường Đức Phật Thích Ca Mâu Ni (hiểu là, Đức Phật hiện kiếp), một phần cúng dường tháp của Đức Phật Đa Bảo (hiểu là, khi Phật Thích Ca nhập Niết Bàn thì vẫn còn tháp Phật Đa Bảo). Vẫn chưa sử dụng chữ Phật Tánh.

Vậy thì, làm thế nào nhập Phật Tri Kiến? Đó là niệm tánh nghe, Kinh Pháp Hoa gọi là Niệm Quán Âm, ghi rằng người nào ngộ nhập được Tánh Phật thì vô lượng nghiệp tiêu tan, trích:

"Do sức niệm Quán-Âm, hầm lửa biến thành ao...
Do sức niệm Quán-Âm, sóng mòi chẳng chìm được...
Do sức niệm Quán-Âm, dao liền gãy từng đoạn...
Do sức niệm Quán-Âm, tháo rã được giải thoát...
Sanh, già, bịnh, chết khổ, lần đều khiến dứt hết..."

Như thế, trong thức (pháp hữu vi, do duyên sanh khởi) ẩn tàng trong Tánh Phật (pháp vô vi, viên ngọc của giải thoát, có thể vào bằng tánh nghe). Chỗ này, bạn có thể tạm ngưng đọc, để thực tập trong khoảng một phút, thử lặng lẽ lắng nghe cái đang nghe, thì sẽ thấy có những khoảnh khắc trong đó đã vắng mặt tham, sân, si. Thực tập như thế, có thể lắng nghe ở bất cứ nơi đâu, nơi ven biển, bên hiên nhà, trong đêm vắng, ở thư viện, giữa chợ… Và khi nghe chỉ là nghe, thì không hề có "cái tôi đang nghe" và không hề có "cái đang được tôi nghe" hiện lên. Đó là giải thoát, theo Kinh Bahiya Sutta, ký số là Kinh Ud 1.10.

Trong Tạng Pali, Kinh Bahiya Sutta có một vị trí đặc biệt, đọc lên y hệt như đọc Thiền sử Trung Hoa và Việt Nam. Lời Đức Phật dạy rất ngắn gọn, và cũng một phần nói về nghe, trích dịch như sau:

"Thế này, Bahiya, ông nên tu tập thế này: Trong cái được thấy sẽ chỉ là cái được thấy; trong cái được nghe sẽ chỉ là cái được

nghe; trong cái được thọ tưởng sẽ chỉ là cái được thọ tưởng; trong cái được thức tri sẽ chỉ là cái được thức tri.' Cứ thế mà tu tập đi, Bahiya.

"Khi với ông, này Bahiya, trong cái được thấy chỉ là cái được thấy... [nhẫn tới]... trong cái được thức tri chỉ là cái được thức tri, thì rồi Bahiya, ông sẽ không là 'với đó.' Này Bahiya, khi ông không là 'với đó,' thì rồi Bahiya, ông sẽ không là 'trong đó.' Này Bahiya, khi ông không 'trong đó,' thì rồi Bahiya, ông sẽ không ở nơi này, cũng không ở nơi kia, cũng không ở chặng giữa. Thế này, chỉ thế này, là đoạn tận khổ đau."

Nghĩa là, giải thoát, tức pháp vô vi, nằm sẵn ở các hành hoạt của chúng ta, ở thấy, nghe, cảm thọ và nhận biết. Nghĩa là, không ở đâu hết, "không với đó, không trong đó" nhưng chính là giải thoát. Nghe y hệt như Kinh Kim Cang, nhưng kinh này gọi là Như Lai, mà không gọi là Tánh Phật: *"Nếu thấy các tướng không phải là tướng, thì là thấy Như Lai."*

Trong khi đó, Kinh Lăng Nghiêm nói với ngôn phong khẳng định: *"Toàn tướng tức tánh, toàn tánh tức tướng"* – dù vậy, vẫn chưa gọi là Phật Tánh. Ý này về sau được Thiền sư Đạo Nguyên, vị tổ sáng lập dòng Tào Động (Soto Zen) của Nhật Bản nói cụ thể rằng Phật Tánh cũng chính là Vô Thường, và Phật Tánh cũng chính là núi, là sông, là gió, là mây, là thân tâm, và là tất cả các pháp.

Như thế, hiển nhiên là có nhiều định nghĩa về Phật Tánh, hoặc là được hiểu, được lý giải khác nhau. Bên Tịnh Độ Tông có một giải thích về Phật Tánh (có lẽ) khác với ngài Đạo Nguyên.

Trong tác phẩm Kinh A Di Đà Sớ Sao, khi nói về tự tánh (hiểu là Phật Tánh), nơi Quyển 1-01, phần Minh Tánh, viết:

"Bản thể của tự tính là: Linh (linh thiêng), Minh (sáng suốt),

Đổng (rỗng rang), Triệt (thông thấu), Trạm (trong trẻo). Tịch (vắng lặng), Thường (còn), Hằng (lâu), chẳng phải trược, chẳng phải thanh, không lui, không tới, rất lớn thay cái chơn thể của nó không thể nghĩ bàn được, phải chăng chỉ có tự tánh của chúng ta mới như vậy? Lóng đục thành trong, trở trái làm mặt, vượt khỏi ba kỳ trong một niệm; bằng các thánh nơi chút lời, rất mầu thay chỗ diệu dụng... cũng không thể nghĩ bàn đặng, duy có kinh A Di Đà mà đức Phật Thích Ca ngài nói đây thôi."

Vượt khỏi ba kỳ trong một niệm, đó là ngôn phong Thiền khi chú giải Tịnh Độ, nghe y hệt Kinh Bahiya của Tạng Pali, và cũng y hệt như Kinh Susima (SN 12.70) khi các vị sư nhận ra pháp ấn vô ngã, cho dù chưa đắc Sơ thiền nhưng đã giải thoát, đã trở thành A la hán nhờ quán sát theo lời Phật dạy: *"...tất cả sắc pháp cần phải được quán như chơn như sau: "Cái này không phải của tôi, cái này không phải là tôi, cái này không phải tự ngã của tôi"..."*

Tới đây, chúng ta thấy rằng, không phải vị sư nào cũng hiểu Phật Tánh theo cùng một nghĩa cố định, tuy rằng trong nghĩa đơn giản nhất, Phật Tánh chính là giải thoát. Đặc biệt, trong khi nhiều vị sư định nghĩa Phật Tánh rất phức tạp, khuynh hướng Thiền Tông lại cực kỳ đơn sơ, hồn nhiên.

Thậm chí, có Thiền sư nói trái nghịch với cách hiểu truyền thống. Thí dụ, như trong sách *"Vô môn quan,"* nơi công án thứ 33, khi một vị sư hỏi Mã Tổ rằng, *"Phật là gì?"* thì ngài Mã Tổ đáp, *"Tâm này chẳng phải Phật."* (Bản dịch Nyogen Senzaki và Paul Reps: This mind is not Buddha). Và rồi, ngài Vô Môn bình luận: *"Nếu bất kỳ ai hiểu chỗ này, người đó học xong Thiền rồi."* (If anyone understands this, he is a graduate of Zen.)

Thoạt nghe có vẻ bí hiểm, nhưng cần phải ngồi rất là lâu, nhiều năm sau, mới thấy rằng cái Vô Tận Ý chứa đựng xâu chuỗi ngọc (như Kinh Pháp Hoa nói) hiển nhiên là, giải thoát không nằm ở thức, vì thức là do duyên, thức sinh và diệt là do duyên, nhưng vẫn không lìa giá trị của chuỗi ngọc. Có thể hình dung bằng hình ảnh của Thiền Tông rằng tánh của tâm là như gương sáng, hình ảnh hiện lên khi vật tới, tức là thức hiện lên khi căn gặp trần, thức sinh và diệt, nhưng tánh sáng không lìa gương, và cũng không chỉ ra được tánh chiếu sáng đó ở đâu, tánh chiếu sáng đó không một, không hai, không ít và cũng không nhiều.

Theo Thiền Tông, chỉ khi buông bỏ trọn bộ tất cả những gì gọi là tâm, thì mới là giải thoát. Trong công án 46 của Vô Môn Quan, là khi đã tới đầu cây sào trăm trượng, khi tu giới định huệ tới mức tuyệt hảo rồi, thì bước thêm một bước (là buông bỏ hết, không nương dựa gì nữa, là vào nơi bất khả tư nghì) mới thấy được giải thoát.

Nói bước thêm một bước từ đầu sào trăm trượng, cũng là một hình ảnh của Thiền Tông Việt Nam, được ngài Tuệ Trung Thượng Sỹ (1230-1291) nói là trâu bùn qua sông, nghĩa là, trâu (tâm) muốn lội qua sông thì phải tan ra để hòa với nước. Chỗ này, trong Thiền Tông Trung Hoa ghi lời Ngài Phó Đại Sĩ (497-569) nói: *"Muôn tượng tuy bao la, song một mảy trần chẳng lập."* Tức là, trong tâm không lập gì hết. Đó là Kinh Kim Cang, khi nói rằng khi thấy các tướng không phải là tướng thì sẽ thấy Như Lai, tức là thấy Phật Tánh.

Tuy nhiên, hầu hết các Thiền sư vẫn tránh nói chữ Phật Tánh. Thậm chí, có vị còn nói kiểu như giễu cợt. Và nhiều Thiền sư khi gặp những câu hỏi, thì liền lôi kéo người hỏi Thiền về ngay cái thấy, cái nghe hiện tiền.

Thí dụ, Vô Môn Quan cũng ghi về tích một nhà sư hỏi về ý của Tổ sư từ Phương Đông tới là gì, thì ngài Triệu Châu liền chỉ ra cây bách trước sân và nói, *"Cây bách trước sân."* Sẽ có một số vị sư, khi quay đầu ra nhìn theo hướng tay ngài Triệu Châu để thấy cây bách, liền nhận ra trong tâm ở khoảnh khắc đó không còn tham sân si nào, bất giờ mới hiểu giải thoát là nơi thấy và nghe ở hiện tiền.

Tương tự, trong sách Bích Nham Lục, trong Tắc 20 nhan đề Thúy Vi Thiền Bản, bản Việt dịch của Thầy Thích Thanh Từ, có kể như sau, trích: *"Như Ngũ Duệ đến tham vấn Thạch Đầu tự ước hẹn: nếu một lời khế hợp thì ở, chẳng hợp thì đi. Thạch Đầu ngồi trên tòa, Ngũ Duệ phủi áo ra đi, Thạch Đầu biết là pháp khí, liền buông lời chỉ dạy. Ngũ Duệ không lãnh hội được yếu chỉ, cáo từ ra đi. Ra đến cửa, Thạch Đầu gọi: Xà-lê! Ngũ Duệ xoay lại nhìn. Thạch Đầu bảo: Từ sanh đến tử chỉ là cái này, xoay đầu chuyển não lại chớ tìm riêng. Ngũ Duệ ngay lời nói đó đại ngộ."*

Khi ngài Ngũ Duệ xoay đầu lại nhìn, thì được ngài Thạch Đầu nói rằng từ sanh đến tử chỉ là cái này... Tức là, khoảnh khắc đó trước mắt, trong cái thấy hiển lộ ra tâm giải thoát, một pháp vô vi tàng ẩn trong tất cả những gì hữu vi đời thường. Nhưng, không tự nhiên như thế, phải có con đường tu học, đó là Bát Chánh Đạo, nhưng mỗi thầy có thể dạy khác nhau.

Trong Tạng Pali, Đức Phật nói gì về những gì có thể hiểu gần như Phật Tánh. Có một số kinh như thế. Như trong Kinh Ud 8.3 (trong Tiểu Bộ Kinh), chúng ta trích dịch qua các bản Anh văn như sau:

"Này các Tỳ kheo, có một pháp không do sinh ra, không do trở thành, không do tạo tác, không do duyên tới. Này các Tỳ kheo, nếu không có cái không do sinh ra, không do trở thành, không do tạo tác, không do duyên tới, thì các ngươi sẽ không giải thoát nổi ra khỏi cái do sinh ra, cái do trở thành, cái do tạo tác và cái do duyên tới. Nhưng bởi vì, có một pháp không do sinh ra,

không do trở thành, không do tạo tác, không do duyên tới, nên giải thoát mới tìm được ra khỏi cái do sinh ra, cái do trở thành, cái do tạo tác và cái do duyên tới."

Dĩ nhiên, bạn có thể gọi là Phật Tánh, nếu muốn. Nhưng dịch cho sát nghĩa, người xưa vẫn thường dịch là vô vi. Hay là Kinh Pabhassara Sutta ghi lời Đức Phật: *"Tâm này, này các Tỷ-kheo, là sáng chói. Và tâm này bị ô nhiễm bởi các cấu uế từ ngoài vào. Kẻ phàm phu ít nghe, không như thật rõ biết tâm ấy."* (Bản dịch của Thầy Minh Châu). Có nghĩa là, bản tâm thì chói sáng và xa lìa cấu uế, nghĩa là, tham sân si chỉ là từ ngoài bám tới?

Đức Đạt Lai Lạt Ma nói rằng bản Kinh Pali vừa dẫn, khi nói về tâm chiếu sáng và xa lìa cấu uế, chính là cái Không chiếu diệu của gương tâm, và cũng là bản tâm (hay tự tánh), nhưng nhiều nhà sư Nam Tông lại giải thích khác. Bạn nên tự trả lời thì tốt hơn. Vì các Thiền sư nói, hãy bước thêm một bước, khi tới đầu sào trăm trượng, nghĩa là không bám vào bất kỳ gì nữa, không bám vào bất kỳ vị thầy nào nữa, và cũng không bám vào cả các chữ như Phật Tánh hay vô vi. Đó sẽ là hạnh phúc, ngay nơi ở thấy nghe hay biết.

Nói ngắn gọn, nếu bạn luôn luôn nói là "không biết" đối với tất cả các pháp, thì ngay khi đó bạn đang sống với một tâm rỗng rang của gương tâm, một tâm không có hình ảnh nào chiếm ngự được nơi mặt gương, một tâm "không biết" mà mọi thứ hiện ra là biến mất ngay, một tâm của xa lìa tham sân si, nơi đó bạn không dính vào bất kỳ chữ nào nữa. Và nếu bạn hỏi thêm nữa, thì tác giả bài viết này xin nói rằng không biết, và trăm vạn lần không biết, vì không còn chữ nào trong tâm người viết nữa, bất kể là khi đang gõ rất nhiều chữ.

8

LẮNG NGHE NHỮNG DÒNG CHỮ

Tôi vốn mê đọc từ thuở còn rất nhỏ. Dĩ nhiên, mê bất cứ thứ gì cũng đều không tốt, vì nó sẽ hình thành một thứ nghiệp gì đó. Thêm nữa, chữ bao giờ cũng mơ hồ. Chữ là ký hiệu, là biểu tượng, là ngón tay chỉ trăng. Dù vậy, trong khi chữ là một hàng rào ngăn cách chúng ta với thực tại, chữ lại là một phương tiện để hiểu nhau, để cảm thông và để hoằng pháp.

Từ thuở còn rất nhỏ, đôi khi tôi áp tai vào trang giấy của một vài cuốn sách, rồi ngửi mùi giấy, và rồi thấy lòng mình trân trọng với thế giới này hơn. Từ những cuốn tiểu thuyết võ hiệp của Kim Dung, cho tới Kinh Phật... Từ những niềm vui của nghệ thuật văn chương, cho tới bè pháp để qua bờ... Tôi không nghĩ tới tác giả, vì chữ viết xong, kể như tác giả vắng mặt rồi, bấy giờ là thế giới của người đọc đang đối diện với chữ. Tuyệt vời là chữ. Và, khi lắng nghe những dòng chữ, cũng là lắng nghe sự tịch lặng, tự ngấm vào lòng mình âm vang của chữ và những

133

tịch lặng của dấu phết, dấu chấm, dấu xuống hàng… Tất cả những âm thanh và tịch lặng đều có những sức mạnh riêng.

Thế rồi, khi đã trôi nổi ở dòng đời rất mực ồn ào, một trong những niềm vui của tôi là lắng nghe sự tịch lặng. Những buổi trưa nhiều thập niên trước, khi ngồi đối diện với Thầy Thường Chiếu ở một góc chùa đổ nát, nơi bây giờ là Chùa Huê Lâm ở vùng ngày xưa có tên là Đồng Ông Cộ, Gia Định, tôi lắng nghe sự tịch lặng của hai thầy trò, và lắng nghe cả bức tường gạch vữa loang lổ sau lưng Thầy. Không có gì để nói. Thậm chí, có lúc, không bận tâm tới cả cử động. Như dường, lời nói và cử động có thể làm tan vỡ bầu không khí tịch lặng của những buổi trưa nắng đẹp như thủy tinh. Nhiều năm sau, vẫn không quên được. Và rồi sau đó, buổi sáng, buổi chiều, hay buổi tối, tôi vẫn thường lắng nghe sự tịch lặng. Cũng không phải nghi thức gì hết, cũng không cần tư thế gì. Để nhớ lại, đúng ra, từ những ngày rất thơ ấu, tôi vẫn thường ưa thích ngồi lặng lẽ, tới nỗi má tôi nói là cái thằng nhóc này ngồi, ruồi bu mà nó đuổi ruồi không bay (cũng lạ, câu nói này tôi chưa bao giờ hiểu hết). Cho tới, khi vào nghề báo giữa nơi rất náo động ở Quận Cam, tôi lại càng ưa thích lắng nghe sự tịch lặng hơn, vì những khoảnh khắc này rất là hiếm.

Trước tiên, đó là niềm vui, khi bạn đang đi hay đang đứng giữa những nơi rất ồn ào như chợ, như phố mà vẫn lắng nghe lòng mình tịch lặng. Chỗ này không phải chuyện gì cao siêu. Hẳn là ai cũng có thể làm được, chỉ đơn giản là khi bạn tự thấy tâm buông hết tất cả những chữ nghĩa abc hay xyz, buông hết tất cả những hình vuông hay ảnh tròn, buông hết tất cả những nhận thức về xanh đỏ hay tím vàng, buông hết tất cả về đúng hay sai, về lành hay dữ… sẽ là những khoảnh khắc tịch lặng rất mực hạnh phúc. Nghĩa là, trong tâm không có gì hiện lên để đo lường nữa, chỉ còn cái lắng nghe đang hiển lộ, nơi đó không cả tham sân si, không cả ba cõi với sáu đường, cũng vắng mặt cả vô lượng thế giới trong quá khứ. Cũng như khi lắng nghe những dòng chữ trong Kinh Phật, đồng thời cũng là lắng nghe sự tịch lặng, lắng nghe hạnh phúc trên những dòng chữ và giữa những dòng chữ.

Để nói cho đúng, không phải tịch lặng nào cũng là sự tịch lặng nên có. Đức Phật đã từng rầy nhiều vị sư khi quý ngài giữ hạnh tịnh khẩu. Trong Kinh Pháp Cú, Đức Phật dạy trong bài kệ 268:

268. *"Im lặng nhưng ngu si,*
Đâu được gọi ẩn sĩ?
Như người cầm cán cân,
Bậc trí chọn điều lành."
(Bản dịch của Thầy Minh Châu)

Nghĩa là, Đức Phật dạy rằng có sự tịch lặng của ngu si, và có sự tịch lặng của trí tuệ. Khi Đức Phật im lặng trước nhiều câu hỏi, hẳn nhiên là sự tịch lặng của trí tuệ rồi. Còn tôi thì, vẫn trọn đời vẫn là học theo, chứ không dám nói mình hay ho gì, và thường khi tôi tự nghĩ rằng mình nên "dựa cột mà nghe" – kể cả đối với những cuộc thảo luận (cả tiếng Việt, và tiếng Anh) mà tôi đã đọc rất nhiều, như chuyện Phật pháp, hay chuyện của cộng đồng mình, hay của cộng đồng gốc Á (phiền nhất là, trong những năm bầu cử). Có ai hỏi, thì tôi thường lặng lẽ cười.

Thực tế, tự lòng mình, hễ nghĩ ra gì hay, ra gì có lợi cho người đọc, thì đều viết ra cả rồi. Dĩ nhiên, rất nhiều cảm nghiệm không thể tìm ra đủ chữ để viết. Cũng vì chữ nghĩa là một công phu rất mực khó khăn. Điều nghịch lý dị thường, trong khi tôi say mê tịch lặng, lại rất mực ưa thắc mắc về chữ, kể cả dấu chấm câu (một thói quen khi học văn phạm tiếng Anh, bây giờ không bỏ nổi). Có phải, tịch lặng là khi chữ vắng mặt? Hay ngược lại, tịch lặng là những gì đã hiển lộ trong tiếng chim kêu, tiếng gió thổi, tiếng ca dao à ơi, và vân vân?

Nhưng thắc mắc nào cũng có vài hữu dụng. Thí dụ, cổ đức nói ngắn gọn về giới đầu tiên là giới sát. Nghĩa là, đừng sát sanh. Tóm tắt có cái hay là dễ nhớ, nhưng có vẻ không đủ nghĩa. Về sau, đọc Kinh Pháp Cú, tôi nghĩ là khi nói về giới sát lẽ ra nên nói là giới bất hại, tức là, không gây tổn thương, thì sẽ bao gồm hơn. Nhưng chẳng hề gì, tôi tự nhủ, càng kiệm lời, càng tốt, đâu có phải làm thơ hay viết văn đâu, mà cần dài dòng. Chỉ là tự mình ưa thắc mắc về chữ.

Nhiều thập niên sau, tôi khám phá ra có một lần, Đức Phật nói rất chi tiết, và rất là tuyệt vời. Thí dụ, riêng về giới sát. Trong Kinh AN 10.176, Đức Phật dạy cho Cunda, con của một người thợ rèn: *"Ở đây, này Cunda, có người đoạn tận sát sanh, từ bỏ sát sanh, bỏ trượng, bỏ kiếm, biết tàm quý, có lòng từ, sống thương xót đến hạnh phúc tất cả chúng sanh, và loài hữu tình."*

Nghĩa là, kiệm lời, nói ít, sẽ không nêu được đầy đủ ý Đức Phật dạy. Tuy nhiên, bấy giờ tôi mới hiểu được cổ đức… khi dạy cho những người nông dân ít chữ, thì phải dạy cho rất ít chữ, vì nhiều người không thể nhớ nhiều được, thậm chí còn phải đặt thành thơ cho dễ nhớ. Lời dạy trên của Đức Phật không chỉ nói đoạn tận sát sanh, mà cũng nói là bàn tay của Phật tử (dù là tu sĩ hay cư sĩ, nơi đây người nghe là cư sĩ Cunda) cũng không có quyền chạm tới vũ khí.

Suy nghĩ cho kỹ, chỉ riêng giới thứ nhất thôi, là đủ để giải thoát rồi. Vì bỏ trượng, bỏ kiếm, nghĩa là không bao giờ để cho cả ba nghiệp của hành động (thân), lời nói (khẩu), tư tưởng (ý) biến thành trượng với kiếm. Không chỉ như thế, có phải "thương xót đến hạnh phúc tất cả chúng sanh" được hiểu là Tâm Từ, và rồi là Bồ đề tâm? Chỉ là nêu câu hỏi thôi, tôi không đọc nhiều đủ để trả lời.

Tuy nhiên, tôi nghiệm ra một điểm, rằng *"Không làm bất cứ những gì gây ra tổn thương cho thế giới này"* là đủ để giải thoát. Bởi vì chúng ta, nơi thân khẩu ý, sẽ làm mọi thứ rất là nhẹ nhàng, dịu dàng, và đó là vào sơ thiền (ly bất thiện pháp, ly dục, với tâm hướng về [tầm] và tâm dán vào [tứ] không gây ra bất kỳ tổn thương nào cho cõi này, dù với thân, khẩu hay ý). Nghĩa là, khi giới sát, trở thành giới "không gây tổn thương" cho bất kỳ những gì trong thế giới này, thì sẽ vào định. Đức Phật dạy rằng, thường trực trong sơ thiền sẽ đắc quả A la hán, nếu chưa, thì khi từ trần sẽ đắc quả Bất Lai rồi từ đây sẽ vào Niết Bàn. Nếu từ sơ thiền, mà hướng tâm vào vô thường là sẽ hoàn toàn giải thoát. Đức Phật nói như thế trong Kinh AN 11.16 và Kinh AN 9.36 ("Y chỉ vào sơ Thiền, các lậu hoặc được đoạn tận.").

Đó là một thực tế, mà rất nhiều người có thể trải nghiệm: lắng nghe tịch lặng là một cách tiện lợi để vào sơ Thiền. Bởi vì trong sự tịch lặng của tâm, bạn sẽ dễ dàng thoát khỏi những gì là thường kiến hay đoạn kiến. Khi bạn tỉnh thức lắng nghe tịch lặng, đó cũng là khi bạn *"tỉnh thức với tâm-không-biết"* – mà chữ của cổ đức gọi là *"tỉnh thức với vô-tâm"* hay *"tỉnh thức với vô-niệm."* Bạn sẽ lắng nghe bằng toàn thân, chứ không phải lắng nghe bằng lỗ tai. Lúc đó, cũng gọi là khán thoại đầu, tức là phía đầu của câu nói, hay là khi niệm chưa khởi lên. Nghĩa là, bạn gặp bất cứ thứ gì trong đời, cứ nói là *"không biết"* - thế là đủ để giải thoát, vì trong cái *"tâm kinh ngạc với không biết"* đó, chính là đã lìa tham sân si rồi.

Phần nữa là, lắng nghe tịch lặng cũng giúp chúng ta tránh rơi vào bẫy của chữ. Nếu bạn để ý, gần như bất kỳ chữ nào, khi nói về một cái gì, dù là trong hay ngoài (tức là, sáu nội xứ, và sáu ngoại xứ) chúng ta đều dễ bị vướng vào khung của không gian, thời gian, hình dạng, sắc màu... Thí dụ, bạn nghĩ về một chiếc xe hơi, thì luôn luôn bạn nghĩ chiếc xe đó trong một không gian nào, hay trong một thời gian nào, màu gì... lại thắc mắc xe Camry hay Tesla. Nghĩa là, không thoát nổi sắc, thanh, hương, vị, xúc pháp. Khi tu học chưa vững, và khi rơi vào thế giới hình ảnh hay chữ nghĩa, sẽ thấy khó nhớ về lý duyên khởi (trừ phi, lúc đó bạn nhớ câu *"sắc tức thị không"* thì mới lìa cạm bẫy, tức là, có cái gì, mà không kịp thấy, thực sự là không có cái gì hết).

Nhất là khi suy nghĩ về những nan đề, lại dễ rơi vào hoặc thường kiến, hoặc đoạn kiến. Lúc đó, Đức Phật mới nói lên Lý duyên khởi. Thí dụ, Đức Phật nói trong Kinh SN 44.10 rằng với câu hỏi có tự ngã hay không có tự ngã, thì trả lời cách nào cũng rơi vào, hoặc thường kiến, hoặc đoạn kiến. Trong khi đó, trong Kinh SN 12.17, Đức Phật giải thích về người gây nghiệp và người thọ khổ từ nghiệp lực đó, rằng hễ nói "khổ do tự mình làm ra" có nghĩa là rơi vào thường kiến, còn nói "khổ do người khác làm ra" lại là rơi vào đoạn kiến. Từ khi đọc như thế, tôi lại càng ưa thích sự tịch lặng, vì tự thấy lòng mình không có gì để nói. Rồi khi phải lý luận, tôi ưa thích viết hơn là nói, vì khi viết thì chủ yếu là mượn lời của Kinh Phật. Bởi vì, tôi tin rằng, cứ núp dưới cái dù Kinh Phật, sẽ tránh được nghiệp của nói sai, viết trật.

Phần nữa, cũng bởi vì, tự thấy bản thân mình chưa thực sự an tịnh được thân, khẩu và ý. Thôi thì tịch lặng là an toàn. Thêm nữa, tịch lặng cũng là lắng nghe cội nguồn tâm, lắng nghe khi tâm chưa khởi lên ý gì, lắng nghe để thấy vận hành của tâm. Thì cứ lặng lẽ, cho tới khi ba nghiệp an tịnh, thì tự nhiên là có chỗ hữu dụng trong cõi này. Lúc đó, là khi, như Đức Phật nói trong Kinh Pháp Cú, bài kệ 96, bản dịch của Thầy Minh Châu:

96. *"Người tâm ý an tịnh,*

Lời an, nghiệp cũng an,
Chánh trí, chơn giải thoát,
Tịnh lạc là vị ấy."

Kinh Thủy Sám có câu: "*Kẻ phàm phu, mỗi khi động chân cất bước là đã có tội.*" Đọc như thế, mới biết sợ. Mở miệng nói gì, khởi tâm làm gì, đưa tay làm gì cũng đều có thể có tội. Bởi vì hầu như bất kỳ khởi tâm muốn làm gì, hay khởi tâm không muốn làm gì, cũng đều hầu như rơi vào lựa chọn là "Tôi muốn làm gì" hay là "Tôi không muốn làm gì." Có nghĩa là, chính "cái tôi" đó đã hiển lộ lên, để có một cái hành như thế. Bởi vậy, trong Kinh Nibbedhika Sutta, tức là Kinh AN 6.63, Đức Phật dạy rằng chính ý định (intention: chữ Pali là "cetana") là nghiệp. Chúng ta gây ra nghiệp qua thân, khẩu, ý là vì "ý định."

Thanissaro Bhikkhu dịch là: ""Intention, I tell you, is kamma. Intending, one does kamma by way of body, speech, and intellect."

Sujato Bhikkhu dịch là: "It is intention that I call deeds. For after making a choice one acts by way of body, speech, and mind."

Thầy Minh Châu dịch là: "*Này các Tỷ-kheo, Ta tuyên bố rằng suy tư là nghiệp; sau khi suy tư, tạo nghiệp về thân, về lời, về ý.*" Bởi vì, suy tư là lựa chọn, là cân nhắc, là ý định, là so sánh đúng/sai, lành/dữ…

Bởi vậy, tôi nghiệm ra chữ " tình thức với vô-tâm" (như trong Kinh Pháp Bảo Đàn, khi Ngài Huệ Năng dạy Thượng Tọa Minh) hay là "tỉnh thức với tâm-không-biết" là sẽ xa lìa nghiệp.

Nhưng phải có một thước đo. Để biết rằng làm thế này là đúng, hay là sai. Không phải vấn đề chúng ta có mở miệng hay không mở miệng, có khởi tâm hay không khởi tâm, những chuyện đó không nhằm gì hết. Vấn đề nằm ở chỗ khác. Nên thấy rằng Đức Phật đã để lại một thước đo để người con Phật tự định vị được mình. Nghĩa là, một thước đo trong Kinh Phật ghi rõ để người Phật tử tự biết là đã an tâm đúng hay sai.

Lúc đó, Đức Phật giải thích thế nào là *"thiết thực hiện tại, có kết quả tức thời, đến để mà thấy, có khả năng hướng thượng, được những người có trí tự mình giác hiểu"* trong Kinh SN 35.70 và Kinh AN 3.53 rằng, khi thấy, khi nghe, khi ngửi, khi nếm, khi thân cảm xúc, khi ý nhận biết… mà không hề có tham, sân, si khởi lên. Ngay khi đó là Niết Bàn của *"thiết thực hiện tại, có kết quả tức thời."*

Đọc lại sử Phật giáo, chúng ta thấy có ít nhất là một vị trưởng lão ưa dạy pháp bằng sự tịch lặng, chúng ta ưa gọi là vô ngôn. Đó là Trưởng lão Thera Revata dạy cư sĩ Atula và 500 cư sĩ tới hỏi pháp bằng thái độ vô ngôn tịch mặc, và ngài Revata được so sánh như một con sư tử lặng lẽ. Chuyện này được kể trong tích truyện Kinh Pháp Cú, khi Đức Phật tuyên thuyết các bài kệ 227-230. Trong Thiền sử Việt Nam cũng có ngài Vô Ngôn Thông, ưa dạy pháp bằng vô ngôn tịch lặng.

Hình ảnh tịch lặng vô ngôn còn được so sánh với khi mọi ngôn ngữ và mọi tư lường đã bị tước đoạt. Nếu có cái gì tước đoạt đều không đúng, chỉ nên nói chính xác rằng khi một học nhân nhận ra đã bị pháp ấn vô thường, pháp ấn vô ngã tước đoạt toàn bộ thân tâm, thì tham sân si sẽ biến mất.

Khoảnh khắc bị tước đoạt thân tâm có thể gọi cho đơn giản là giác ngộ. Và vị Thầy phải có khả năng tước đoạt tất cả những gì học trò nương tựa. Trong tuyển tập Bích Nham Lục Của Thiền Sư Phật Quả Viên Ngộ, nơi tắc số 3 có câu nói về nhiệm vụ của bậc thầy trong cửa thiền là: *"Nếu là bổn phận Tông sư, đến trong đây phải có thủ đoạn, cướp trâu của người cày, đoạt cơm của người đói..."*

Tương tự, trong sách Pháp Diễn Thiền Sư Ngữ Lục do Pháp Sư Tài Lương biên soạn, cũng ghi về thầy giỏi là phải biết tước đoạt: *"Sư Thượng đường nêu: Cổ nhân nói: Phàm là thiện tri thức phải là cướp trâu của người cày đoạt lấy cơm của người đói. Đuổi trâu cày bừa làm cho lúa mạ của họ tốt tươi, đoạt cơm của người đói làm cho họ dứt được cơn đói."*

Không có nghĩa là có một Thiền sư tước đoạt trâu của người cày, tước đoạt cơm của người đói, tước đoạt thân tâm của một Thiền sinh... Không hề có cái gì là cái gì. Chỉ đơn giản là, vị Thầy giỏi đó, chỉ cho Thiền sinh thấy rằng thân tâm và thế giới này đang từng khoảnh khắc bị vô thường tước đoạt, và thực sự cũng không có cái gì bị tước đoạt bởi vì tất cả các pháp trong thế gian này chỉ là âm vang, là trăng hiện dưới nước, là ảnh chiếu trong gương, là ráng nắng ban chiều, là bọt sóng xô dạt trên sông, là làn gió lướt qua ban mai. Không có gì, thực sự là cái gì. Chỉ cho thấy như thế, là Thầy đã tước đoạt toàn bộ thế giới của trò. Đó là khi Tuệ Trung Thượng Sỹ làm bài thơ trâu bùn qua sông, toàn bộ thế giới của nghiệp trâu đã bị tước đoạt, đều biến mất trong sóng nước.

Trong Tứ liệu giản của dòng Lâm Tế, chỉ về bốn pháp giải thoát mà một vị Thầy có thể giúp chỉ cho học trò vượt qua dòng sông sinh tử.

Câu đầu là *"Đoạt nhân, không đoạt cảnh."* Đó là khi học trò nhận ra sáu nội xứ (mắt, tai, mũi, lưỡi, thân, ý) hoàn toàn đã bị vô thường, vô ngã tước đoạt. Tất cả đều là Niết Bàn, bất kể sáu ngoại xứ (cái được thấy, được nghe, được ngửi, được nếm, được cảm xúc, được tư lường) có hiển lộ thế nào đi nữa.

Câu thứ nhì là *"Đoạt cảnh, không đoạt nhân."* Đó là khi học trò nhận ra sáu ngoại xứ thường trực bị tước đoạt, như Đức Phật dạy về thế gian đang thường trực bị thiêu hủy trong lửa.

Câu thứ ba là *"Nhân, cảnh đều đoạt."* Đó là khi học trò nhận ra sáu nội xứ và sáu ngoại xứ đều đã bị tước đoạt. Đức Phật trong Kinh thường bắt đầu dạy bằng câu hỏi "Mắt có vô thường không" và rồi tuần tự… Khi thân tâm và thế giới đều bị tước đoạt, Niết Bàn sẽ hiển lộ, và nơi đó không có "một ai" trong Niết Bàn đó, chỉ có niềm an lạc của pháp ấn hiển lộ.

Câu thứ tư là *"Nhân, cảnh đều không đoạt."* Đó là nơi cả thân tâm và thế giới (sáu nội xứ và sáu ngoại xứ) đều tự bình an, đều tự tịch lặng, nơi không có nghiệp, nơi giới đầu tiên Đức Phật dạy là "không có gì làm tổn thương bất kỳ cái gì," và đó là nơi Tuệ Trung Thượng Sỹ nói về hình ảnh trâu bùn hòa lẫn trong sông, *"Mênh mang nước chảy, lăn quả cầu tròn"* (Mang mang thuỷ cấp đả viên cầu) – nơi của trâu bùn qua sông, nơi thân tâm tự tước đoạt, tự biến mất và trở thành nơi của thực tướng vô tướng. Đó là khi Thiền sư Long Sơn nói: *"Ta chỉ thấy hai con trâu bùn đánh nhau rồi chạy xuống bể. Từ bấy đến nay vẫn không tin tức gì."* Nơi đó, tất cả những gì của một, của hai, của mười, của trăm, của vô lượng đều biến mất.

Đó cũng là khi bạn lắng nghe những dòng chữ, và rồi chữ cũng đã tan biến.

9

GIỮ GIỚI CẨN TRỌNG
SẼ GIẢI THOÁT

Nhiều Thiền sư tiếp cận với cộng đồng Hoa Kỳ và Tây phương, trong những thời gian đầu dạy Thiền, thường tránh nói về giới, vì có thể bị hiểu nhầm là muốn chiêu dụ người khác đạo trở về với Đạo Phật. Thêm nữa, có những môi trường, thí dụ như tại các trường công lập Hoa Kỳ, thuyết giảng về tôn giáo là điều cấm kỵ.

Khái niệm về giới trong nhà Phật cũng khác với khái niệm về các điều răn trong các tôn giáo khác. Giới trong Phật giáo là tự nguyện đối trước Tam bảo, là phát nguyện trước Phật-Pháp-Tăng rằng người thọ giới tự nguyện (không bị ai ép buộc) là sẽ giữ gìn một số điều giới, trong khi hầu hết các tôn giáo khác không có khái niệm đó, mà họ chỉ có khái niệm về điều răn (Commandments) mà họ tin là từ lệnh trời ban xuống. Do vậy, khi giải thích về giới trong môi trường ngoài Phật giáo dễ gây ngộ nhận là chiêu dụ cải đạo. Trong khi đó, giới có tầm quan trọng rất lớn trong nhà Phật, và không có giới sẽ không đắc định (dù là sơ thiền).

Quan trọng tới mức, Phật giáo Trung Quốc thời xưa có riêng một tông phái có tên là Luật tông. Trong bộ sách Phật Học Phổ Thông của Hòa Thượng Thích Thiện Hoa, nơi Bài Thứ 6 về Mười Tông Phái Phật Giáo Ở Trung Hoa, ghi rằng Luật Tông (tông này, chủ yếu nói về giới Tỳ kheo) do ngài Đạo Tuyên thời nhà Đường thành lập.

Hòa Thượng Thích Thiện Hoa viết về tầm quan trọng của giới, ngay cả với Phật tử tại gia:

"Nói một cách tổng quát, giữ một giới là ngăn ngừa được một điều tội lỗi,và thêm được một điều lành; giữ nhiều giớ là ngăn ngừa được nhiều điều tội lỗi và thêm được nhiều điều lành. Bởi thế, nên giữ giới luật là phương pháp tu không xa thực tế và rất cần thiết cho các Phật tử cầu đạo giải thoát.

Nhờ giữ "giới luật" không làm các việc tội lỗi, nên tâm được "định"; do tâm định nên phát ra"trí huệ sáng suốt". Nhờ có trí huệ sáng suốt nên phá trừ được vô minh si ám, và được minh tâm kiến tâm thành Phật.

Người tu tại gia có giữ giới, mới thành Phật tử chơn chính. Người xuất gia thọ Sa-di, có giữ giới mới phải là chơn tu. Thầy Tỳ-kheo có giữ giới mới phải là Tỳ-kheo thanh tịnh. Bồ Tát có giữ giới mới phải là chơn Bồ Tát. Bởi thế nên trong ba món vô-lậu học (giới, định, huệ), "giới" đứng đầu tất cả."

Trong Tạng Pali, có khoảng ít nhất là 10 Kinh, nói rằng chỉ cần giữ giới, là tự nhiên giải thoát. Như trong Tăng Chi Bộ, Kinh AN 10.1 ghi rằng hễ giữ được giới [Tỳ kheo] nghiêm chỉnh, là tự nhiên đắc định, tự nhiên đắc tuệ, và tự nhiên giải thoát. Vì tất cả các bước tiến tự động theo sau như dòng sông lưu chảy, như Đức Phật nói với ngài Ananda, rằng *"các thiện giới thứ lớp đưa đến tối thượng.*" Có nghĩa là, không cần ngồi thiền với chỉ hay quán, mà các pháp tuần tự thành tựu nếu giữ giới nghiêm túc.

Bản Kinh năm kế tiếp Kinh trên, trong Tăng Chi Bộ là AN 10.2, nói rằng người giữ giới không cần khởi tâm ước muốn gì, vì từng bước sẽ tự hoàn thành. Kinh AN 10.2, trong bản dịch của Thầy Minh Châu, trích như sau:

"Này các Tỷ-kheo, với người có giới, có giới đầy đủ, không cần phải làm với dụng ý rằng: "Mong rằng không hối tiếc sẽ sanh khởi nơi ta". Pháp nhĩ là vậy, này Tỷ-kheo, với người có giới, có giới đầy đủ, không hối tiếc sanh khởi. Này các Tỷ-kheo, với người không hối tiếc, không cần phải làm với dụng ý rằng: "Mong rằng hân hoan sẽ sanh khởi nơi ta". Pháp nhĩ là vậy, này các Tỷ-kheo, với người có không hối tiếc, hân hoan sanh khởi. Này các Tỷ-kheo, với người có hân hoan, không cần phải làm với dụng ý rằng: "Mong rằng hoan hỷ sẽ sanh khởi nơi ta". Pháp nhĩ là vậy, này các Tỷ kheo, với người có hoan hỷ, không cần phải làm với dụng ý rằng: "Mong rằng thân ta được khinh an", Pháp nhĩ là vậy, này các Tỷ-kheo, với người có ý hoan hỷ, thân được khinh an. Này các Tỷ-kheo, với người có thân khinh an, không cần phải làm với dụng ý rằng: "Mong rằng ta cảm thọ an lạc". Pháp nhĩ là vậy, này các Tỷ-kheo, với người có thân khinh an, an lạc được cảm thọ. Này các Tỷ-kheo, với người có an lạc, không cần phải làm với dụng ý: "Mong rằng tâm ta được Thiền định". Pháp nhĩ là vậy, này các Tỷ-kheo, với người có an lạc, tâm được Thiền định. Này các Tỷ-kheo, với người có Thiền định, không cần phải làm với dụng ý: "Mong rằng ta biết, ta thấy như thật". Pháp nhĩ là vậy, này các Tỷ-kheo, người có tâm Thiền định, biết và thấy như thật". Pháp nhĩ là vậy, này các Tỷ-kheo, người có tâm Thiền định, biết và thấy như thật. Này các Tỷ-kheo, người biết và thấy như thật, không cần phải làm với dụng ý: "Mong rằng ta sẽ nhàm chán, ta sẽ ly tham" Pháp

nhĩ là vậy, này các Tỷ-kheo, người biết và thấy như thật, nhàm chán và ly tham. Này các Tỷ-kheo, người nhàm chán, ly tham không cần phải làm với dụng ý: "Mong rằng ta sẽ chứng ngộ giải thoát tri kiến". Pháp nhĩ là vậy, này các Tỷ-kheo, người nhàm chán, ly tham, chứng ngộ giải thoát tri kiến." (1)

Chúng ta có thể giải thích cách nào về hiện tượng, một cách tự nhiên, khi giữ giới luật cũng đủ để giải thoát? Có thể là (chúng ta chỉ suy đoán theo Kinh Phật) khi một người Phật Tử giữ giới nghiêm chỉnh, ly bất thiện pháp, ly dục (nếu là cư sĩ, thì phải sống đời độc thân), với tầm (chú tâm vào giữ giới) với tứ (dán tâm vào giữ giới), với nhất tâm, thì sẽ tới lúc tự động vào sơ thiền, và Đức Phật nói trong Kinh AN 4.123 rằng hễ ai thường trực sống trong sơ thiền thì khi từ trần, nếu chưa giải thoát thì sẽ đắc quả Bất Lai, và sau đó là sẽ vào Niết Bàn tối hậu.

Trong Kinh kế tiếp Kinh dẫn trên, Đức Phật nói trong Kinh AN 10.3 qua một so sánh rằng, người giữ giới y hệt như một cội cây đầy sức sống, tất nhiên sẽ mọc cành, mọc lá, mọc hoa. Kinh này, trích như sau: *"Ví như này các Tỷ-kheo, một cây có đầy đủ cành và lá, các mầm non của cây ấy đi đến viên mãn, vỏ trong, giác cây, lõi cây đi đến viên mãn. Cũng vậy, này các Tỷ-kheo, với giới có mặt, với giới có đầy đủ, không hối tiếc có sở y. Với không hối tiếc có mặt, với không hối tiếc có đầy đủ... giải thoát tri kiến có sở y."* (2)

Tương tự, các Kinh AN 10.4, AN 10.5, AN 11.1, AN 11.2, AN 11.3, AN 11.4, AN 11.5 ghi rằng giữ giới sẽ dẫn tự nhiên tới định, tới tuệ và tới giải thoát, mà không cần ước muốn hay làm gì khác.

Trong Tạng A Hàm, Kinh Tăng Nhất A Hàm EA 23.5, cũng ghi rằng thành tựu được hương giới, tất nhiên sẽ ly dục, tất nhiên sẽ không nhiễm, tất nhiên được chánh trí, tất nhiên được giải thoát, theo bản dịch của hai Thầy Tuệ Sỹ & Đức Thắng:

"Trong hết thảy hương này,
Hương giới là tối thắng.
Thành tựu được giới này,
Không dục, không bị nhiễm,
Chánh trí mà giải thoát.
Chỗ đi, Ma chẳng biết." (3)

Trong Tạp A Hàm, Kinh SA 1073 cũng nói về oai lực của giới y hệt như vừa dẫn.

Tuy nhiên, chúng ta có thể thắc mắc rằng, giới luật nhiều quá, vậy thì có cách nào rút gọn lại hay không? Để rút gọn, Đức Phật từng dạy trong các kinh Phật Thuyết Như Vậy (Itivuttaka) rằng chỉ cần đoạn trừ một pháp là đủ. Đó là, hoặc đoạn trừ tâm tham, hoặc tâm sân, hoặc tâm si.

Nơi đây, chúng ta sẽ tập trung về tâm tham. Trong Kinh Iti 1, Đức Phật dạy rằng, chỉ cần từ bỏ tham, là sẽ đắc quả Bất Lai. Kinh Iti 1, ghi lời Đức Phật, xin trích dịch như sau, dựa vào các bản Anh văn:

"Hãy từ bỏ một điều, này các Tỳ kheo, và ta bảo đảm rằng các ngươi sẽ đắc quả Bất lai, sẽ không quay trở lại cõi này. Đó là một điều gì? Tham là một điều đó, này các Tỳ kheo. Hãy từ bỏ tham, và ta bảo đảm bảo các người sẽ không quay trở lại." (4)

Còn với những người giỏi hơn, thì trong Kinh Iti 9, Đức Phật nói rằng, người nào trực tiếp biết và hiểu hoàn toàn về tâm tham, ly tham được thì sẽ hoàn toàn giải thoát, tức là chứng quả A la hán:

"Bằng cách trực tiếp biết và hoàn toàn hiểu biết về tham, từ bỏ tham và dứt bỏ tham hẳn, người có thể chấm dứt đau khổ." (5)

Như thế, tất cả các giới luật có thể quy về một điểm "ly tham" cho đơn giản, nếu chưa hiểu "tham" hoàn toàn, cũng sẽ chứng quả Bất Lai (theo Kinh Iti 1), nếu hiểu "tham" hoàn toàn, là giải thoát ngay trong đời này (theo Kinh Iti 9).

Nhưng, "tham" hiện ra ở đâu để cho mình từ bỏ? Đó là một tâm sở có thể sẽ xuất hiện ra trong tâm, khi nội xứ gặp ngoại xứ, khi mắt gặp cái được thấy, khi tai gặp cái được nghe, khi mũi gặp mùi hương, vân vân. Như thế, khi mắt tham cái đẹp, khi tai tham cái giọng nói du dương, vân vân… đều là cửa dẫn tới sinh tử luân hồi. Nghĩa là, phải nhìn thường trực mắt, tai, mũi, lưỡi, thân, ý… hễ thấy tâm tham lấp ló là trừng mắt ngó liền, thì tâm tham sẽ từ từ nhạt dần, cho tới khi biến mất. Nghĩa là, chánh niệm và tỉnh giác. Nếu chúng ta không hiểu rõ tận tường tâm tham (như Kinh Iti 9 dạy), thì chỉ cần ly tham (như Kinh Iti 1 dạy) là đủ để chứng quả Bất Lai.

Như thế, giới là một cửa giải thoát cực kỳ quan trọng. Như thế, ly tham, là đủ. Tuy nhiên, Thiền Tông vẫn cho rằng như thế chưa đủ, vì vẫn là pháp đối trị, dù là đối trị "tâm tham" là điều cần thiết, mà phải nhìn thấy bản tính của tâm, tức là, thay vì nhận diện xem tâm tham hiện ra thế nào để buông bỏ, nghĩa là còn vướng trong thế giới ngôn ngữ của "tham" và "ly tham" – mà Thiền Việt Nam bảo là cần đọc Kinh vô tự, là nơi không còn chữ nào hiện ra trong tâm nữa, là xa lìa cả hai bờ. Và bản tính của tâm, tức là Tâm Không, tức là Vô Tâm, là nơi tỉnh thức của tịch lặng, và nơi không còn chữ nào hiện ra, nơi "ngôn ngữ đạo đoạn" (con đường ngôn ngữ dứt bặt) và là nơi "tâm hành xứ diệt" (nơi tâm duyên dứt bặt, tỉnh thức với mặt trời Tâm Không, lìa cả ý và lời). Trực nhận bản tâm, tỉnh thức thường trực với Tâm Không, còn gọi là giữ giới bình đẳng.

Bởi vậy, giới là cửa giải thoát, nơi chúng ta phải đi từng chút một, phải quan sát từng hơi thở, phải tỉnh giác từng cái nhìn, cái nghe… hàng ngày, tuần tự theo lời Đức Phật dạy.

GHI CHÚ:

(1) HT Minh Châu. Kinh AN 10.2:
https://suttacentral.net/an10.2/vi/minh_chau
(2) HT Minh Châu. Kinh AN 10.3:
https://suttacentral.net/an10.3/vi/minh_chau
(3) HT Tuệ Sỹ, HT Đức Thắng. Kinh EA 23.5:
https://suttacentral.net/ea23.5/vi/tue_sy-thang
(4) Kinh Iti 1: https://suttacentral.net/iti1/en/ireland
(5) Kinh Iti 9: https://suttacentral.net/iti9/en/sujato

10

KHI THẤY TÂM BÌNH ĐẲNG

Giới lớn nhất là giới bình đẳng. Phải thấy tâm bình đẳng. Phải giữ tâm bình đẳng. Hòa Thượng Thích Tịch Chiếu đã nói với tôi như thế từ nhiều thập niên trước. Tôi vốn là một kẻ tối dạ, nên đã choáng váng ngay từ khi nghe câu nói đó. Tôi thấy như dường những lời dạy như thế chỉ có trong truyền thống Phật Giáo Trung Hoa và Việt Nam, và đặc biệt là Thiền Tông. Tôi tự nhủ là phải học Anh văn để tìm đọc Kinh Phật từ các nguồn khác để hiểu tới nơi tới chốn, và cũng vì văn phạm tiếng Anh luôn luôn rõ nghĩa, minh bạch hơn. Nơi đây, tôi chỉ dám nói là dò theo Kinh điển, không dám nói là chứng ngộ gì hết.

Để thấy tâm bình đẳng là một tiến trình rất lâu dài. Thực ra, không có gì bí ẩn hết, bởi vì bài Bát Nhã Tâm Kinh đã nói minh bạch rồi, rằng tất cả các pháp vốn thực sự bình đẳng trong cái nhìn của một hành giả khi thấy năm uẩn tức là không. Nghĩa là, trong tánh Không, hay trong Không tánh, không có gì dị biệt nhau giữa ta và người, không cách biệt gì giữa người nhìn hoa và hoa được ngắm. Chư tổ đã nói như thế. Nhưng từ việc tụng bài Bát Nhã Tâm Kinh hàng ngày cho tới khi hốt nhiên đốn ngộ là một chặng đường rất dài.

Dòng chữ mà độc giả vừa đọc là một nghịch lý, xin đọc kỹ lại, bởi vì nói rằng từ tụng kinh tới khi hốt nhiên đốn ngộ là một chặng đường rất dài. Chỉ có nghĩa là, phải chuẩn bị lâu dài, phải có giới, phải có định, và phải có tuệ, tới một khoảnh khắc thì đột nhiên thấy được thân và tâm của mình thực sự là Không, đi đứng nằm ngồi chỉ là một khối lung linh hiển lộ của Không, và trong tâm vắng bặt mọi nghĩ ngợi tư lường. Nghĩa là, một cách tự động, hễ trong tâm vừa chợt khởi lên hình ảnh của Đức Phật thì hình ảnh đó được thấy biến mất ngay trong cái nhìn của tâm bình đẳng này. Nơi tâm rất mực thanh tịnh của tánh Không này đã không còn thấy có bờ này hay bờ kia. Khi không còn thấy bờ nào nữa, lúc đó là gặp Phật thì giết Phật, nhưng vẫn phải giả vờ khuyến tấn người tụng kinh và lạy Phật để lấy phước đức. Lúc bấy giờ, có khuyên người ngồi tập thở, hay khuyên người tập sống tỉnh thức cũng chỉ vì có nhiều người chưa đủ duyên để vào cửa Tổ sư. Tuy nhiên, nên thấy sẽ có một số người an trụ trong "cái bây giờ và ở đây" của thiền tỉnh thức, dễ gặp mối nguy khác, rằng họ không chắc gì thấy được ánh sáng trí tuệ nơi Bát Nhã Tâm Kinh nói là "vô Khổ, Tập, Diệt, Đạo" để phủ nhận pháp Thanh Văn, rồi nói là "vô Trí" để phủ nhận pháp của Bồ Tát Đạo (vì Trí Tuệ Ba La Mật là tận cùng Lục độ), rồi nói là "diệc vô Đắc" để phủ nhận tất cả những quả vị giải thoát bởi vì thực tướng là các pháp bình đẳng, nơi phiền não và Niết bàn bất dị.

Nếu có ai hỏi, xin tìm giùm một lời khuyên ngắn gọn cho pháp Thiền Tổ Sư, tôi sẽ do dự, vì thực sự lời nào cũng có thể gây ngộ nhận. Bởi vì, nếu nói là phải nhìn vào tâm để thấy tánh, lập tức người nghe sẽ nghĩ rằng có một cái gì đó, nhưng hễ nói là phải thấy tánh không, người nghe lại dễ nhầm là không, một đối nghịch của có. Đây là trí tuệ, là đại trí tuệ, không thể vin vào chữ mà vào được.

Có một chữ rất thường được nói trong Thiền Tông: đó là chữ "vô tâm" và chữ này lại mang rất nhiều nghĩa. Hiển nhiên, chữ này trái nghịch với lời Đức Phật dạy về "tứ niệm xứ" – tức là bốn lĩnh vực quán niệm, bây giờ được học giới Tây phương thu gọn thành pháp Thiền Tỉnh Thức.

Chữ "vô tâm" dễ dàng bị hiểu trong nhiều nghĩa khác nhau. Trong nghĩa tiêu cực, "vô tâm" bị hiểu là thất niệm, là không biết, là mê mờ, là vô ý thức, và vân vân. Trong nghĩa đó, hiển nhiên là tương đương với vô minh, là lối đi của sinh tử luân hồi.

Trong khi đó, ở mặt ngược lại, các Thiền sư dùng chữ "vô tâm" theo nghĩa tích cực, đây là cái nhìn tỉnh thức mà không khởi lên bất kỳ tâm nào, dù là tâm thiện hay ác (như lời Lục Tổ Huệ Năng dạy cho Thượng Tọa Minh).

Phương pháp Thiền vô tâm ai cũng có thể tập được. Độc giả có thể tạm ngưng đọc vài phút để thử cái nhìn này. Tức là, tâm thường trực tỉnh thức với tâm không biết, tỉnh thức với tâm không tác ý, như thế, tất cả những gì khởi lên trong tâm đều sẽ tự động biến đi nhanh chóng. Bởi vì bình thường, tâm mọi người lúc nào cũng khởi lên niệm này, niệm kia. Khi tâm thường trực tỉnh thức với vô niệm, sẽ không thấy bờ này hay bờ kia trong tâm, sẽ thấy không có niệm tham sân si nào khởi lên trong tâm đồng thời cũng không thấy có niệm giải thoát nào trong tâm – nơi đó, là bình đẳng. Nơi đó, không gọi tâm là có, cũng không gọi tâm là không.

Tiếng Anh dịch ra cũng mơ hồ. Ngài Suziki dịch "vô tâm" là

"no mind," nghĩa là đúng từng chữ. Nhưng nếu bạn tìm đọc nhiều sách hơn, sẽ thấy có những cách dịch khác hơn. Thiền sư Gil Fronsdal dịch là "not-knowing." Trong khi đó, các Thiền sư người Hoa Kỳ bản xứ theo truyền thống Thiền Tông Đại Hàn dịch là "don't know mind" và các vị này đã giải thích Thiền pháp "don't know mind" tràn ngập trên các video YouTube.

Chúng ta không nên chấp vào cách dùng chữ, vì chữ có khi không nói rõ nghĩa. Bản thân tôi lại không giỏi tiếng Anh như người Mỹ bản xứ, nên không dám nói là cách dịch nào thích nghi hơn. Tốt nhất, bạn nên xem như chữ nào dịch cũng đúng, nhưng chắc chắn là không có nghĩa tiêu cực, không có nghĩa là tâm mê mờ hay thất niệm, mà chỉ có nghĩa tích cực, đó là tỉnh thức thường trực với tâm không biết (bởi vì hễ biết, là bít lối của tâm liền…).

Đức Phật nói gì về pháp Thiền của vô tâm? Đức Phật gọi đây là pháp Thiền Vô Tướng. Trong Kinh SN 22.80, Đức Phật dạy chư Tăng ni rằng hoặc là tu Tứ niệm xứ, hoặc là tu Thiền vô tướng thì đều sẽ đoạn diệt không có dư tàn.

Trong Kinh SN 47.9, Đức Phật kể rằng, bấy giờ bệnh trầm trọng khởi lên, thân thể đau đớn, Ngài mới dùng Thiền Vô Tướng bằng cách "không tác ý" để cơ thể dứt những cơn đau: "*Này Ananda, chỉ trong khi Như Lai không tác ý đến tất cả tướng, với sự diệt trừ một số cảm thọ, chứng và an trú vô tướng tâm định, chính khi ấy, thân Như Lai được thoải mái.*"

Trong Kinh vừa dẫn, Ngài Bodhi dịch là: "nonattention to all signs,"

và ngài Sujato dịch là: "*not focusing on any signs*"

và ngài Minh Châu dịch là "*không tác ý đến tất cả tướng.*"

Tất cả cách dịch đó trong Kinh Pháp Bảo Đàn đều có thể hiểu tùy ngữ cảnh là: vô tâm, vô niệm, vô tướng... Tức là, tỉnh thức nhìn vào tánh Không của tâm, nơi lìa cả có với không, nơi lìa tham sân si mà cũng không bận tâm với giải thoát.

Có chỗ nào Đức Phật nói cụ thể là vô niệm hay không? Câu hỏi này có vẻ trái nghịch với truyền thống, vì chúng ta thường nghe là những lời dạy về niệm thân, niệm thọ, niệm tâm, niệm pháp... Vậy mà Đức Phật từng dạy cụ thể là vô tâm, vô niệm, và gọi đó là pháp ngắn gọn.

Trong Kinh SN 22.64, ghi lại rằng:

"Một vị tỳ khưu đến gặp Đức Thế Tôn và thưa với Ngài: 'Kính bạch Thế Tôn, con xin Thế Tôn dạy cho con Giáo pháp ngắn gọn...'

Đức Phật dạy: 'Này Tỳ khưu, khi khởi niệm, ngươi sẽ bị Ma vương trói buộc; không khởi niệm, ngươi sẽ giải thoát khỏi Ác ma.'' ("Bhikkhu, in conceiving one is bound by Mara; by not conceiving one is freed from the Evil One.")

Bạn có thể giữ tâm tỉnh thức với vô niệm, hay với tâm "không biết" (cách dịch sau là dựa vào lời của Bồ Đề Đạt Ma, khi trả lời Lương Vũ Đế). Pháp Thiền này còn gọi là không y chỉ vào bất cứ gì hết. Và Đức Phật trong Kinh AN 11.9 gọi đây là Thiền pháp của tuấn mã, với lòng ngây thơ vô cùng tận, các vị này không tác ý gì hết, không khởi tâm gì hết, không dựa vào bất kỳ đất nước lửa gió, không dựa vào bất kỳ tầng thiền nào hết, và nơi tâm "không biết" thì vô lượng tham sân si rụng sạch. Trước Kinh dẫn trên, có 2 Kinh (Kinh AN 11.7, Kinh AN 11.8) cũng nói rằng có Thiền pháp *"không y chỉ vào đâu,"* và Thiền pháp này đều không hề tác ý gì về cả thân và tâm và về tất cả những gì khác.

Nơi pháp Thiền này, khi bạn thấy hiển lộ tánh không, bạn sẽ thấy đó chính là bản tâm, vì bản tâm không gọi là có, không gọi là không, tuy là xa lìa tham sân si nhưng lòng từ bi lặng lẽ vẫn khởi lên vì thương xót mình và tất cả chúng sanh trước giờ vẫn mê mờ. Khi bạn thấy bản tâm là tánh không, lúc đó một kinh nghiệm hiển lộ: bạn là tất cả những hình ảnh được thấy, bạn là tất cả những âm thanh được nghe, bạn nhìn thấy người đối diện và chung quanh chính là bạn, bạn nhìn thấy tất cả núi sông cây rừng chính là bạn.

Tất cả đều là bản tâm, một sân khấu khổng lồ trước mắt hiển lộ, là khi một hớp mà uống trọn cả dòng sông.

Bấy giờ, bạn sẽ hiểu Kinh Phật dưới mắt Thiền Tông. Như trong Kinh SN 35.23, Đức Phật nói về toàn bộ thế giới này rằng: *"Và, này các Tỷ-kheo, tất cả là gì? Mắt và cái được thấy, tai và cái được nghe, mũi và cái được ngửi, lưỡi và cái được nếm, thân và cái được chạm xúc, tâm và cái được tư lường. Đây được gọi là tất cả. Này các Tỷ-kheo, nếu có người nào nói như sau: 'Sau khi đã bác bỏ tất cả điều này, tôi sẽ làm hiển lộ tất cả điều khác' – đó chỉ là sự khoác lác hư dối."*

Nơi đây là bình đẳng. Tất cả thế giới chỉ là những gì hiển lộ nơi bản tâm. Và nơi đây, là trí tuệ vô cùng tận, là khi tâm bật sáng, tâm thường trực tỉnh thức với tâm không biết, với tâm không tác ý, với tâm vô tâm, với tâm vô niệm, nơi không chút bụi dính vào.

11

MỪNG PHẬT ĐẢN,
NGHĨ VỀ THIỀN TÔNG

Bài này được viết để mừng Đại Lễ Phật Đản. Và trong dịp này, xin ghi vài suy nghĩ về Thiền Tông, một cửa vào đạo thường được chư Tổ sư Trung Hoa và Việt Nam gọi là Cửa Không Cửa – tức Vô Môn Quan.

Khi nói về Thiền Tông, thoạt nghe có vẻ bộ phái. Nhưng chúng ta không nên nghĩ ngợi gì về bộ phái, chỉ nên đơn giản, xem như một phương tiện, một công cụ. Cũng như người phương Đông ăn bằng đũa, người phương Tây lại ăn bằng muỗng. Bởi vì, nên ghi nhận rằng trong tâm của người giải thoát, nghĩa là tâm đã xa lìa lậu hoặc, tức là tâm Niết bàn, vốn thực không hề có gì gọi là trước hay sau, Ấn Độ hay Việt Nam, Thiền Tông hay Tịnh Độ, Nam tông hay Bắc tông. Tâm giải thoát này nói đơn giản là xa lìa tham sân si. Và là nơi thức không có chỗ nương tựa, vì thức là pháp hữu vi, do duyên hình thành, trong khi tuệ giải thoát này là vô vi, không do duyên hình thành. Khi thức còn nghĩ ngợi suy lường, là còn trước sau, phải trái, là còn hữu vi, nương vào duyên mà thành. Nhưng khi thức lìa thời gian, là khi thức tịch diệt, thì tuệ giải thoát hiển lộ, đây là cảnh giới của vô vi, không dựa vào thời gian, không dựa vào suy lường. Tức là, tuệ của vô tâm. Rất nhiều kinh trong Tạng Pali và Tạng A Hàm đã nói như thế.

Nơi đây, chúng ta dẫn ra Kinh SN 22.57 ghi lời Đức Phật dạy, bản dịch của Thầy Minh Châu: "*Sa-môn hay Bà-la-môn nào thắng tri thức là như vậy, thắng tri thức tập khởi là như vậy, thắng tri thức đoạn diệt là như vậy, thắng tri con đường đưa đến thức đoạn diệt là như vậy, thắng tri vị ngọt của thức là như vậy, thắng tri sự nguy hiểm của thức là như vậy, thắng tri sự xuất ly của thức là như vậy; do yếm ly, ly tham, đoạn diệt thức, họ giải thoát, không chấp thủ. Họ được khéo giải thoát.*" (1)

Đó là ngôn ngữ của Lục Tổ Huệ Năng. Nếu chúng ta đọc và đối chiếu nhiều bản dịch tiếng Anh của đoạn văn trên, sẽ thấy nghĩa rõ hơn, bởi vì tiếng Việt có nhiều chữ Hán Việt khó hiểu. Nên đọc kỹ đoạn văn trên: khi thức đoạn diệt, Niết bàn hiển lộ. Lúc đó là cái biết của Tâm Niết bàn, không phải đoạn diệt thức là không biết gì hết. Câu chuyện này y hệt như chuyện ngài Bồ Đề Đạt Ma khi trả lời ngài Huệ Khả. Thiền sử kể rằng, ngài Huệ Khả (487-593), xuất gia tại chùa Long Môn, núi Hương Sơn, Lạc Dương với Pháp sư Bảo Tịnh. Rồi dau đó thọ giới cụ túc tại chùa Vĩnh Mục. Sư Huệ Khả đi khắp nơi học các giáo lý của Nam Tông, Bắc Tông, rồi trở lại Hương Sơn, suốt ngày chuyên tâm tọa Thiền. Chúng ta cần ghi chú rằng, như thế, ngài Huệ Khả đã rất uyên bác, đã du học nhiều chùa, nhiều thầy như thế, rồi về một góc núi để suốt ngày ngồi thiền. Thế rồi, một hôm, thần nhân hiện ra, bảo tìm về phương Nam học đạo.

Ngài Bảo Tịnh thấy vậy, khuyên ngài Huệ Khả về phương Nam gặp ngài Bồ Để Đạt Ma. Đoạn đối thoại giữa hai ngài Bồ Đề Đạt Ma và Huệ Khả như sau.

Huệ Khả nói: Con không an được tâm, xin thầy an tâm cho con.
Bồ Để Đạt Ma nói: Ngươi đưa tâm cho ta, ta sẽ an cho.
Huệ Khả nói: Con không thấy tâm đâu cả.
Bồ Để Đạt Ma nói: Ta đã an tâm cho con rồi.
Sư Huệ Khả ngay đó liền đại ngộ.

Đơn giản vì, ngài Huệ Khả đã đọc trăm kinh, ngàn luận, rồi chuyên tâm ngồi Thiền. Khi không thấy tâm đâu hết, chỉ đơn giản là nhìn vào tâm bằng tuệ và nhận ra thức đã biến mất vào lúc đó, và ngài Huệ Khả nhận ra lời Đức Phật dạy trong rất nhiều Kinh (nhắc lại: trong rất nhiều Kinh) rằng khi thức đoạn diệt thì Tâm Niết bàn hiện ra. Và Tổ sư Thiền là y cứ vào các kinh này.

Có một số người ngộ nhận rằng Thiền Việt Nam chú trọng vào tĩnh chỉ (samatha), nghĩa là thiên lệch như thế sẽ không dẫn tới đâu, và rồi sẽ đọa. Rất đáng tiếc là có những học giả ngộ nhận kiểu bi hài như thế, để rồi bác bỏ cả một truyền thống Thiền Tông rất mực tuyệt vời của dân tộc (xin nhắc lại: tâm giải thoát không Đông, Tây, Nam, Bắc; không Ấn, Tàu, Nhật, Việt… chỉ là khi thức đoạn diệt, tuệ giải thoát hiển lộ, nghĩa là xa lìa hữu vi để ngộ nhập pháp vô vi.).

Nơi đây, xin trích dẫn Ngài Trần Thái Tông (1218 – 1277) với bài kệ về định và huệ (tức là, không nghiêng về phía nào) như sau:

Dụng của chân tâm
Tỉnh tỉnh lặng lặng
Không đi không đến

Không thêm không bớt
Nay vì anh biện
Rành rẽ rõ ràng.

Tỉnh tỉnh, lặng lặng. Thấy rõ đó, Thiền Tông không hề sa vào thuần samatha. Để nhắc lại một tích mà ai cũng nhớ, đó là chuyện Bà Già Đốt Am. Thời thịnh hành Thiền Tông ở Trung Hoa, có một số bà cụ thông hiểu Thiền, đôi khi hơn hẳn quý Tăng Ni bình thường. Truyện kể rằng, một bà cụ phát tâm hộ thất cho một thiền sư. Một thời gian lâu, khoảng 3 năm sau, bà cụ thử nghiệm bằng cách cho đứa con gái tới thử nhà sư. Cô gái mang cơm đến cúng dường như lệ thường, rồi cô gái ôm nhà sư tha thiết. Nhà sư lặng yên, không động, rồi nói: "*Khô mộc ỷ hàn nham, Tam xuân vô noãn khí*" (Cây khô dựa vào ngọn núi cao lạnh buốt, ba mùa xuân qua rồi mà không có chút hơi ấm). Nghĩa là, nhà sư tu Thiền tới mức thành cây khô rồi. Bà cụ nghe cô gái về kể lại, liền lên đốt am tranh, đuổi nhà sư, nói rằng uổng công hộ thất cho sư. Tại sao? Bởi vì, tu tới mức thành cây khô thì tu làm chi. Nhưng cũng cần cảnh giác, nếu nhà sư lạc bước trần gian thì cũng hỏng. Do vậy, qua tích này, thấy rõ rằng Thiền Tông chú trọng định và huệ đẳng dụng. Nghĩa là, không phải thuần tĩnh chỉ.

Có người sau khi ngộ nhận Thiền Tông là thuần Samatha, rồi đề cao theo pháp Vipassana. Nơi đây, xin phép góp ý rằng: nếu thuần Vipassana, thì hiển nhiên cũng là sai lời Đức Phật dạy. Chỗ này người viết đã phân tích từ nhiều năm trước, khi chứng minh rằng quý Thầy Miến Điện khi tập trung dạy Vipassana là để khẩn cấp chống thực dân, để vực dậy dân tộc Miến bằng phong trào Thiền tập Vipassana. Nơi đây, không muốn bàn nhiều, =vì đã viết quá nhiều từ nhiều năm trước, chỉ xin dịch một đoạn của vị sư Thanissaro, người theo truyền thống Theravada Thái Lan, cũng là người dịch hầu hết Tam Tạng Pali sang tiếng Anh. Đoạn dưới đây dịch là từ sách *"One Tool Among Many: The Place of Vipassana in Buddhist Practice"* (Một công cụ trong nhiều công cụ: Vị trí của Vipassana trong pháp tu của Phật giáo) của ngài Thanissaro, ấn bản 1997.

"Nhưng nếu bạn nhìn thẳng vào các Kinh bằng tiếng Pali - những nguồn xưa nhất cho chúng ta hiểu về những lời dạy của Đức Phật - bạn sẽ thấy rằng mặc dù họ sử dụng từ samatha để chỉ sự tĩnh lặng, và vipassana để chỉ sự thấy rõ ràng, nhưng mặt khác thì các Kinh không xác nhận gì về trí tuệ trong các từ ngữ này. Chỉ hiếm khi các Kinh mới sử dụng từ vipassana - một sự tương phản rõ rệt với việc các Kinh thường xuyên sử dụng từ jhana. Khi các Kinh kể lời Đức Phật bảo các đệ tử hãy hành thiền (meditate), các Kinh không bao giờ trích dẫn lời Ngài nói "hãy hành thiền vipassana" ("go do vipassana") mà luôn luôn nói "hãy hành thiền jhana" ("go do jhana"). Và họ không bao giờ đánh đồng chữ vipassana với bất kỳ kỹ thuật chánh niệm nào (any mindfulness techniques). Trong một vài trường hợp khi các Kinh đề cập đến vipassana, các Kinh hầu như luôn luôn ghép nó song song với samatha - không phải là hai phương pháp thay thế nhau, mà là hai phẩm chất của tâm mà một người có thể "đạt được" hoặc "có được", và rằng như thế [cả samatha và vipassana] nên được phát triển cùng nhau. Có một ẩn dụ, như trường hợp Kinh SN 35.204, so sánh samatha và vipassana với một cặp sứ giả nhanh nhẹn đi vào tòa thành của thân xuyên qua Bát Chánh Đạo và trình bản báo cáo chính xác của họ -- Giải thoát, hay Niết bàn - với thức đóng vai là Tư lệnh của tòa thành trì này." (2)

Nghĩa là, vị nào tu thuần Samatha thì sẽ thành củi khô, cành mục, coi chừng các bà già đốt am (người viết tin rằng trong Việt Nam bây giờ hiện có nhiều bà cụ hiểu đạo). Và nếu vị nào tu thuần Vipassana, thì đó cũng là tu sai khi đối chiếu với Kinh

Phật. Nơi đây, xin trích thêm Kinh Pháp Bảo Đàn, để tất cả độc giả thấy rằng Thiền Tông là định và huệ thực tế không lìa nhau.

Trong Kinh Pháp Bảo Đàn Giảng Giải, do ngài Thích Thanh Từ dịch và chú giải, nơi "Phẩm Thứ Tư: Định Tuệ" có đoạn ghi rằng:

"Tổ dạy chúng: "Này Thiện tri thức, pháp môn của ta đây lấy Định Tuệ làm gốc, đại chúng chớ lầm nói Định Tuệ riêng, Định Tuệ một thể không phải là hai. Định là thể của Tuệ, Tuệ là dụng của Định, ngay khi Tuệ, Định ở tại Tuệ, ngay khi Định, Tuệ ở tại Định, nếu biết được nghĩa này tức là cái học Định Tuệ bình đẳng. Những người học đạo chớ nói trước Định rồi sau mới phát Tuệ, trước Tuệ rồi sau mới phát Định, mỗi cái riêng khác. Khởi cái thấy như thế ấy thì pháp có hai tướng.[...] Này Thiện tri thức, Định Tuệ ví như cái gì? Ví như ngọn đèn và ánh sáng. Có ngọn đèn tức có ánh sáng, không đèn tức là tối, đèn là thể của ánh sáng, ánh sáng là dụng của đèn, tên tuy có hai mà thể vốn đồng một, pháp Định Tuệ này cũng lại như thế..." (3)

Cũng có những người ngộ nhận câu nói "tám mươi bốn ngàn pháp môn" của chư Tổ sư Thiền, quy chụp rằng sao mà Kinh không nói nhiều như thế. Đơn giản chư Tổ chỉ muốn nói rằng sắc thọ tưởng hành thức của chúng ta trong ba thời quá hiện vị lai đều xa lìa lậu hoặc, đều thường trực ở trong tuệ giải thoát, và con số 84.000 pháp môn, hay 84.000 cửa hộ trì Chánh pháp chỉ có nghĩa như thế. Nếu không hiểu qua ẩn dụ, rồi sẽ ngộ nhận về chuyện Đức Phật ra đời bên hông mẹ, bước đi 7 bước và đứng đưa tay chỉ trời và đất rồi nói bài kệ. Than ôi, cõi này đầy những ngộ nhận.

Một số người còn dựa vào một vài bản dịch sai lầm để nói rằng *"Tứ niệm xứ là pháp duy nhất,"* điều mà người viết đã trong nhiều cách tế nhị, đã chứng minh đó là cách dịch sai, vì những người dịch sai cũng là bậc thầy của người viết về ngữ pháp và đạo học. Không lẽ bây giờ lại bàn lại chuyện dịch sai này trong mùa Lễ Phật Đản. Câu nói đúng phải là, *"Bát chánh đạo là con đường duy nhất."* Và con đường duy nhất đó có nhiều pháp khác nhau, nhiều công cụ khác nhau.

Chúng ta thấy ngay rằng trong Kinh MN 52 (Kinh Bát Thành -- Aṭṭhakanagara Sutta) Đức Phật dạy rằng có 11 cửa giải thoát. Trong Kinh Bahiya Sutta, có lẽ là trong nhóm Kinh nổi tiếng nhất cả trong Bắc Tông và Nam Tông, dạy pháp để tâm xa lìa thời gian, dạy cách thấy, nghe, hay, biết… trong một cách không vướng gì vào trước sau hay nghĩ ngợi tư lường.

Trong nhóm 32 Kinh trong Kinh Tập được Đức Phật cho làm Kinh Nhật Tụng Sơ Thời cho đại chúng thời ngài còn sinh tiền thì chỉ qua vấn đáp, mà 32 vị Bà La Môn chứng quả A La Hán ngay sau vài câu nói với mỗi vị (trong 32 Kinh này không nói về Tứ niệm xứ, chủ yếu là biện tâm). Xin nhắc rằng, có lẽ khoảng phân nửa trường hợp truyền pháp Thiền Tông ở Trung Hoa và Việt Nam là qua vấn đáp, qua đối thoại. Kinh nghiệm của người viết không đáng là gì để bàn, chỉ xin nhắc lời ngài Trần Thái Tông đã dẫn trên, hẳn là cũng qua một cuộc đối thoại để biện tâm: *"Nay vì anh biện, Rành rẽ rõ ràng."* Đặc biệt, nơi đây xin dẫn ra Kinh SN 22.80, nói về 2 lựa chọn, Đức Phật khuyến tấn hãy tu Tứ niệm xứ hay là tu Vô tướng Thiền định. Kinh này trong Tạng A hàm là Kinh SA 272. Trích Kinh SN 22.80, bản dịch của Thầy Minh Châu như sau:

"Này các Tỷ-kheo, có ba bất thiện tầm này: dục tầm, sân tầm, hại tầm. Và này các Tỷ-kheo, ba bất thiện tầm này được đoạn diệt không có dư tàn, đối với vị nào tâm đã khéo an trú vào bốn Niệm xứ hay tu tập vô tướng Thiền định. Này các Tỷ-kheo, hãy khéo tu tập vô tướng Thiền định. Này các Tỷ-kheo, vô tướng

Thiền định được tu tập, làm cho tăng thịnh, đưa đến quả lớn, lợi ích lớn." (4)

Như thế nào là Vô tướng Thiền định? Trong Thiền Tông có nhiều cách giải thích. Hình ảnh chư Tổ Thiền Tông thường sử dụng là "trâu bùn qua sông" – vì trâu là tâm, và bùn sẽ tức khắc tan trong nước, và chỉ có vô tâm, vô niệm mới thoát được dòng sông sinh tử. Nhưng chớ khởi tâm làm cái gì cho thành vô hết, vì như thế là trên đầu lại chắp thêm đầu, vì khi nhìn kỹ vào tâm [như khi ngài Huệ Khả nhìn vào tâm] sẽ thấy tự gốc tâm đã là vô tâm rồi, tự gốc đã là vô vi, là lìa sanh diệt rồi. Thấy chỗ này xong, thì lấy tâm nào mà tu nữa?

Thiền sử cũng nói về một hình ảnh khác, rằng tại sao con trâu chui được qua song cửa sổ cả đầu mình và cẳng chân, sao lại kẹt cái đuôi không qua được? Đơn giản, vì hễ còn thấy có trâu, hễ còn thấy cho dù là một mảnh đuôi trâu, cũng không thể giải thoát. Dó là ý của vô tâm, vô niệm. Những hình ảnh này Đức Phật còn so sánh rằng các pháp hữu vi chỉ là như bọt sóng, như điển chớp, như huyễn ảo, như mộng... Đức Phật cũng so sánh như tiếng đàn, có chẻ cây đàn làm trăm mảnh cũng không nắm bắt được tiếng đàn, vì trước tiếng đàn, sau tiếng đàn và ngay tự thân tiếng đàn đã là bất khả đắc rồi. Đọc lời Đức Phật dạy như thế là thấu được Thiền Tông rồi, còn đòi tu gì nữa, sự nghiệp tu chỉ còn là bảo nhậm cái tâm vốn đã rỗng rang xa lìa tham sân si này thôi.

Trong khi ngài Trần Nhân Tông (1258 – 1308) dạy rằng "*Đối cảnh vô tâm mạc vấn thiền*" (Khi gặp cảnh mà vô tâm, thì không cần hỏi thiền gì nữa), Đức Phật dạy ngắn gọn hơn, rằng đó là "*không tác ý tất cả tướng*" – tức là, không khởi tâm xanh đỏ trắng vàng gì nữa, hãy để thấy mặc thấy và nghe mặc nghe (như Bahiya Sutta). Trong cách khác, Đức Phật cũng dạy pháp Tổ sư

Thiền bằng ngôn phong là khi thấy hay nghe thì đừng dính vào tướng chung cũng như tướng riêng (như Kinh MN 33). Tương tự, như lời Đức Phật dạy hãy thường trực nhìn các pháp là không, thấy không có gì là tự ngã, thì là giải thoát (Kinh Sn. 5.15 trong Phẩm Qua Bờ Kia của Kinh Tập) – đây cũng là lý do các chùa Bắc Tông phải tụng Bát Nhã Tâm Kinh ngày đêm. Đơn giản như thế, vậy mà nhiều học giả không thấy được các pháp ngắn gọn của Thiền Tông, mà lại cứ hiểu nhầm.

Về lời dạy vô tâm, vô niệm, khi nói chính xác là *"không tác ý tất cả tướng,"* trong Kinh SN 41.7, bản dịch của Thầy Minh Châu, trích lời vấn đáp giữa ngài Godatta và gia chủ Citta (một cư sĩ thượng thủ) như sau:

"Ở đây, bạch Thượng tọa, Tỷ-kheo không tác ý tất cả tướng, chứng và trú Vô tướng tâm định. Bạch Thượng tọa, đây gọi là vô tướng tâm giải thoát... Tham dục (ràga) làm sự đo lường, sân làm sự đo lường, si làm sự đo lường. Đối với Tỷ-kheo đã đoạn tận các lậu hoặc, chúng bị đoạn tận, bị cắt tận gốc rễ, bị làm như thân cây ta-la, làm cho không thể tái sanh, không thể sanh khởi trong tương lai. Bạch Thượng tọa, đối các vô lượng tâm giải thoát, bất động tâm giải thoát được xem là tối thượng. Nhưng bất động tâm giải thoát này trống không, không có tham; trống không, không có sân; trống không, không có si." (5)

Không tác ý, vô niệm, vô tâm... là một pháp trực chỉ do Đức Phật dạy, không phải là phát minh đời sau của Bồ Đề Đạt Ma hay Lục Tổ Huệ Năng. Chúng ta gặp lời Đức Phật dạy vô niệm trong rất nhiều Kinh, cụ thể là 3 Kinh nằm kế bên nhau: Kinh SN 12.38, Kinh SN 12.39, Kinh SN 12.40... Chưa kể các Kinh khác. Nơi đây, chúng ta trích lời Đức Phật dạy vô niệm trong Kinh SN 12.38, bản dịch của Thầy Minh Châu:

"Này các Tỷ-kheo, nếu chúng ta không có tư niệm, không có tư

lường, không có thầm ý, thời không có sở duyên cho thức an trú. Khi nào sở duyên không có mặt thời thức không an trú. Do thức ấy không an trú và không tăng trưởng, nên trong tương lai tái hữu không sanh khởi. Do sanh khởi tái hữu không có mặt trong tương lai, nên sanh, già chết, sầu, bi, ưu, não được đoạn diệt. Như vậy là sự đoạn diệt của toàn bộ khổ uẩn này." (6)

Nếu chúng ta quan sát tâm, và đọc kinh nhiều để đối chiếu, sẽ thấy rằng Đức Phật nhiều lần nói rằng "*pháp là thiết thực hiện tại, không có thời gian, đến để mà thấy, có khả năng hướng thượng, được người có trí tự mình giác hiểu*"… Nghĩa là, nói y hệt các Thiền sư Trung Hoa, hễ nghĩ ngợi là sai rồi, vì nghĩ ngợi là rơi vào thời gian, là dính vào niệm trước và niệm sau, là ký ức của tư lường.

Có một lần, Kinh AN 6.48 ghi lời Đức Phật giải thích về câu trên là, khi nhìn vào tâm, thấy tâm có tham/sân/si thì biết tâm đang có tham/sân/si, nếu thấy tâm không tham/sân/si thì biết là tâm đang không tham/sân/si… đó là biết tức khắc, không qua suy lường, không dính vào thời gian – mà Đức Phật gọi là "*pháp là thiết thực hiện tại, không có thời gian, đến để mà thấy, có khả năng hướng thượng, được người có trí tự mình giác hiểu*"…

Thiết thực hiện tại, không có thời gian… Trong Kinh DN 25, Đức Phật nói với một du sĩ ngoại đạo rằng, người trí thực hành lời Đức Phật dạy thì chỉ cần 7 năm là giải thoát, và sẽ có người chỉ cần 7 tháng là giải thoát, và sẽ có người chỉ cần 7 ngày là giải thoát, và cũng sẽ có người "*sẽ tự biết mình và chứng ngộ ngay trong hiện tại*" --- tức là, đốn ngộ. Điều đặc biệt, trong Kinh vừa dẫn, ***Đức Phật nói rõ là không cần du sĩ kia phải xuất gia, và cũng không cần phải rời bỏ nghề truyền thống…***

Trong Trường Bộ Kinh DN 25, Kinh Ưu-đàm-bà-la sư tử hống, bản dịch của Hòa thượng Thích Minh Châu, trích lời Đức Phật nói với du sĩ Nigrodha:

"Này Nigrodha, Ta nói cho Ngươi như sau: "Người có trí hãy đến đây, trung thực, không lừa đảo, chân trực, Ta sẽ huấn dạy, Ta sẽ thuyết pháp". Nếu vị ấy thực hành đúng như điều đã dạy, vị ấy sẽ tự biết mình và chứng ngộ ngay trong hiện tại phạm hạnh và mục tiêu vô thượng, mà vì lý tưởng này các Thiện nam tử, từ bỏ gia đình xuất gia tu đạo. Vị ấy cần có bảy năm. Này Nigrodha, đâu cần phải bảy năm! Nếu vị ấy thực hành đúng như điều đã dạy, vị ấy sẽ tự biết mình và chứng ngộ ngay trong hiện tại phạm hạnh và mục tiêu vô thượng mà vì lý tưởng này các Thiện nam tử từ bỏ gia đình, xuất gia tu đạo, chỉ cần có sáu năm, năm năm, bốn năm, ba năm, hai năm, một năm ... chỉ cần bảy tháng, một tháng, nửa tháng. Này Nigrodha, đâu cần có nửa tháng! Người có trí hãy đến đây, trung thực, không lừa đảo, chơn trực, Ta sẽ huấn dạy, Ta sẽ thuyết pháp. Nếu vị ấy thực hành đúng như điều đã dạy, vị ấy sẽ tự biết mình và chứng ngộ ngay trong hiện tại, phạm hạnh và mục tiêu vô thượng, mà vì lý tưởng này các thiện nam tử từ bỏ gia đình, xuất gia tu đạo, vị ấy chỉ cần có bảy ngày...

... Này Nigrodha, Ngươi có thể nghĩ rằng: "Sa môn Gotama nói như vậy là muốn chúng tôi từ bỏ nghề sống của chúng tôi." Này Nigrodha, chớ có hiểu như vậy. Nghề sống của Ngươi là gì, hãy giữ nguyên nghề sống ấy cho Ngươi." (7)

Và Đức Phật nói rằng không chỉ giới tu sĩ, mà ngài đã có tới hàng trăm (nhiều hơn 500 vị) cư sĩ đã chứng quả Bất Lai để hóa sanh và nhập Niết bàn tại nơi đó. Kinh MN 73, bản dịch của Thầy Minh Châu trích:

"—Này Vaccha, không phải chỉ một trăm, hai trăm, ba trăm, bốn trăm, năm trăm mà còn nhiều hơn thế nữa là những Nam cư sĩ, là đệ tử sống tại gia, mặc áo trắng, theo Phạm hạnh, sau khi

đã đoạn trừ năm hạ phần kiết sử, được hóa sanh, nhập Niết-bàn tại chỗ ấy, không phải trở lại đời này nữa." (8)

Tuy nhiên, chúng ta có thể nào chọn ra được một hay vài Kinh có thể thích nghi với tất cả các căn cơ chúng sinh hay không? Và có Kinh nào như thế mà cũng mang được yếu tố "thiết thực hiện tại, không có thời gian, đến để mà thấy, có khả năng hướng thượng" hay không? Và có Kinh nào cũng có thể mang cả yếu tố làm cho hành giả *"sẽ tự biết mình và chứng ngộ ngay trong hiện tại, phạm hạnh và mục tiêu vô thượng"* hay không?

Hẳn là có nhiều Kinh như thế. Ngay khi nhìn các câu hỏi vừa dẫn, người viết nghĩ ngay tới Bát Nhã Tâm Kinh. Và rồi nghĩ ngay tới 32 Kinh trong 2 phẩm cuối trong Kinh Tập. Tuy nhiên, để cho đơn giản hơn, và mang cả hình ảnh "trâu bùn qua sông" của Thiền Tông, và để mang trọn gói cả hương vị Bắc Tông và Nam Tông, nơi đây xin mời gọi thường trực thọ trì Kinh AN 7.95, thì ngay hiện tiền sẽ có tuệ giải thoát.

Sau đây xin trích Kinh AN 7.95, bản dịch của Thầy Minh Châu: *"Ở đời, này các Tỷ-kheo, có hạng người sống tùy quán vô thường trên con mắt, tưởng vô thường, cảm thọ vô thường, trong tất cả thời, liên tục, không có gián đoạn, với tâm thắng giải, với tuệ thể nhập. Vị ấy, với sự đoạn diệt các lậu hoặc, ngay trong hiện tại, tự mình với thắng trí chứng ngộ, chứng đạt và an trú vô lậu tâm giải thoát, tuệ giải thoát."* (9)

Không gì hạnh phúc hơn là cảm thọ dòng sông vô thường trôi qua thân tâm mình thường trực, chính ngay khi thấy như thế, sẽ không có một pháp nào trụ lại, sẽ không thấy có chút gì tham sân si thực sự là tham sân si… Cảm thọ dòng sông vô thường trôi qua thân tâm, là sẽ thấy không còn gì gọi là "sở kiến," nơi đó sẽ không có ta, không có người, và cũng không có cái gì gọi là Thánh với phàm. Tất cả các công án Thiền Tông đều bị cuốn trôi trong dòng sông vô thường chảy xiết này, khi thấy không ta, không người, không vật, không Thánh, không phàm thì ngay cả công án "Bà già đốt am" cũng tự hủy vì không còn thấy có tướng người, dù là tướng bà già hay tướng cô gái, không còn thấy có tướng nhà sư với tướng nam nữ cư sĩ… Đó là thấy vô tướng. Đó là Vô tướng Tâm định. Đó là hạnh phúc tuyệt vời, khi Đức Phật đản sinh.

GHI CHÚ:

(1) Kinh SN 22.57:

(2) https://suttacentral.net/sn22.57/vi/minh_chau

(3) Thanissaro. "One Tool Among Many":

(4) https://www.accesstoinsight.org/lib/authors/thanissaro/onetool.html

(3) HT Thanh Từ. Kinh Pháp Bảo Đàn:

https://thuvienhoasen.org/a1631/pham-thu-tu-dinh-tue

(5) HT Minh Châu. Kinh SN 22.80:

(6) https://suttacentral.net/sn22.80/vi/minh_chau

(5) Kinh SN 41.7: https://suttacentral.net/sn41.7/vi/minh_chau

(6) Kinh SN 12.38:

https://suttacentral.net/sn12.38/vi/minh_chau

(7) Kinh DN 25: https://suttacentral.net/dn25/vi/minh_chau

(8) Kinh MN 73: https://suttacentral.net/mn73/vi/minh_chau

(9) Kinh AN 7.95: https://suttacentral.net/an7.95/vi/minh_chau

12

TẠI SAO ĐỨC PHẬT KHÔNG DÙNG CHỮ ĐỂ VIẾT KINH?

Bài viết này sẽ khảo sát về vấn đề, rằng trong thời Đức Phật đã có chữ viết, tại sao Ngài không sử dụng chữ viết để truyền pháp. Duyên khởi bài này là do Cư sĩ Thanh Liên và anh Trần Quốc Định nhắc rằng, thời Đức Phật đã có chữ viết, nhưng trong một bài viết trước đây người viết đã nhầm lẫn ghi là chưa có chữ viết. Nơi đây xin sám hối với Tam Bảo về tất cả những sai lầm đã từng có, và trân trọng cảm ơn hai vị cư sĩ đã chỉ ra lỗi trên.

**Học thuộc lòng, đọc lớn tiếng,
chư thiên nghe Kinh**

Khi đọc Kinh Phật, chúng ta thấy rằng tụng đọc Kinh Phật lớn tiếng là truyền thống có từ thời kỳ Đức Phật mới hoằng pháp. Không phải đọc trên chữ, mà là học thuộc lòng để tụng đọc lớn

170

tiếng. Như trường hợp Kinh AN 7.53 cho thấy vị nữ cư sĩ Velukantakì (mẹ của ngài Nanda) đã thức dậy sớm, tụng đọc Kinh Nhật Tụng Pàràyana (Con đường qua bờ kia) -- khóa nhật tụng này gồm 16 Kinh trong Phẩm 5 của Kinh Tập. Và khi đọc lớn tiếng như thế, chư Thiên sẽ nghe được, nơi đây là vị Thiên vương Vessavana (Tỳ-sa-môn) trong khi bay từ phương Bắc về phương Nam đã ngừng lại, chờ đọc hết phẩm Pàràyana mới dám bay qua. Trích Kinh AN 7.52, bản dịch của Thầy Minh Châu như sau:

"Một thời, Tôn giả Sàriputta và Tôn giả Mahàmoggallàna đang du hành ở Dakkhinàgiri, cùng với đại chúng Tỷ-kheo. Lúc bấy giờ, nữ cư sĩ Velukantakì, mẹ của Nanda thức dậy trước khi mặt trời mọc, và đọc lớn tiếng bài "Pàràyana" (Con đường đưa đến bờ bên kia). Lúc bấy giờ, Đại vương Vessavana (Tỳ-sa-môn) đang đi từ phương Bắc đến phương Nam vì một vài công việc. Đại vương Vessavana nghe nữ cư sĩ Velukantakì, mẹ của Nanda, sau khi lớn tiếng đọc xong bài Pàràyana, liền đứng lại, chờ đợi cho bài được đọc xong. Và nữ cư sĩ, mẹ của Nanda, sau khi lớn tiếng đọc xong bài Pàràyana, liền im lặng." (1)

Chúng ta biết rằng tụng đọc với tốc độ trung bình cho hết Phẩm Pàràyana (2) sẽ mất khoảng gần 1 tiếng đồng hồ. Nghĩa là, tâm phải rất chí thành mới có thể một mình, mỗi buổi sáng dậy sớm, tụng đọc lớn tiếng cho trọn Phẩm Pàràyana và tâm chí thành đó có oai lực tới nỗi buộc vị thiên vương kia phải ngừng bay, chờ đợi. Chúng ta biết thêm rằng, cụ bà trình ngài Xá Lợi Phất rằng cụ bà biết tâm cụ bà rất bình lặng, kể cả khi biết người con trai duy nhất đã bị vua sát hại, trích kinh này, nơi đoạn vấn đáp của ngài Xá Lợi Phất và cụ bà như sau:

"—Thật vi diệu thay, Mẹ của Nanda! Thật hy hữu thay, Mẹ của Nanda! Bà có thể nói chuyện, mặt tận mặt với một Thiên tử có đại thần lực như vậy, có đại uy lực như vậy.

—Thưa Tôn giả, không phải chỉ có sự vi diệu như vậy, sự hy hữu như vậy đối với con. Con còn có một sự kiện vi diệu, hy hữu khác! Ở đây, thưa Tôn giả, Nanda, đứa con độc nhất của con, khả ái, khả ý, vì một lý do gì đó, bị các vua dùng sức mạnh bắt giữ và đoạn mạng sống. Thưa Tôn giả, trong khi đứa trẻ bị bắt giữ hay đang bị bắt giữ, khi bị trói hay đang bị trói, khi bị giết hay đang bị giết, con rõ biết tâm của con không có đổi khác." (1)

Chưa hết, cụ bà cư sĩ này tuyệt vời tới mức đã tự biết là đã đắc quả Bất Lai (còn gọi là Bất Hoàn hay A Na Hàm) vì đã đoạn tận năm hạ phần kiết sử, như lời cụ bà nói với ngài Xá Lợi Phất, trích:

"—Thưa Tôn giả, không phải chỉ có sự vi diệu như vậy, sự hy hữu như vậy đối với con. Con còn có một sự kiện vi diệu, hy hữu khác! Ở đây, thưa Tôn giả, năm hạ phần kiết sử được Thế Tôn thuyết giảng, con thấy rõ không còn pháp nào ở nơi con chưa được đoạn tận." (1)

**Hướng dẫn đông người tụng đọc,
xua đuổi tà ma, dịch bệnh**

Như trên là trường hợp thời khóa riêng của cụ bà cư sĩ Velukantakì, khi đọc tụng lớn tiếng một mình. Trường hợp khác, có khi đại chúng cùng tụng đọc lớn tiếng. Và rồi có lúc đích thân Đức Phật đọc kinh lớn tiếng cho đại chúng nghe. Như thế, nếu sử dụng chữ viết, thời đó phải viết chữ trên lá, số người mù chữ hiển nhiên là nhiều hơn người biết chữ, và cũng không thể có mỗi người một bản kinh để cầm trên tay để đọc cho chính xác. Cách đơn giản của thời Đức Phật là: nghe kinh, học thuộc lòng, để cùng tụng đọc lớn tiếng.

Trong Kinh kể rằng, có một trường hợp Đức Phật dạy ngài Ananda hãy hướng dẫn cư dân thành phố Vesali vừa đi quanh thành phố, vừa tụng đọc lớn tiếng Kinh Ratana Sutta (Kinh Châu Báu) để trừ đại dịch đang tàn phá nơi này. Sau khi ngài Ananda cùng cư dân về lại tu viện gặp Đức Phật, chính ngay lúc đó đích thân Đức Phật tụng đọc lớn tiếng Kinh Châu Báu cho đại chúng nghe. Có nghĩa là, không đọc thầm trong đầu. Và khi ngài Ananda tác pháp, là cùng cư dân thành phố tụng đọc lớn tiếng.

Theo chú thích của ngài Thanissaro trên trang Access to Insight về Kinh Châu Báu (Tạng Pali ghi thành 2 nơi: Kinh Kp6, Kinh Snp 2.1), ghi về cơ duyên của Kinh này, trích dịch như sau:

"Cơ duyên cho bài kinh này, nói một cách ngắn gọn, theo Luận thư chú giải, như sau: Thành phố Vesali bị nạn đói tàn phá, làm nhiều người chết, đặc biệt là đối với dân nghèo. Vì có quá nhiều xác chết đang nằm phân hủy, những tinh linh hung dữ bắt đầu quậy phá thành phố; thế rồi sau đó là dịch bệnh. Bị ám ảnh bởi ba nỗi sợ hãi: nạn đói, nạn phi nhân quậy phá, và nạn dịch bệnh, người dân thành phố tới xin Đức Phật, lúc đó đang cư trú ở Rajagaha, giúp để thoát 3 đại nạn.

Đức Phật mới đi bộ tới thành phố Vesali, cùng với đông đảo Tỷ khưu, trong đó có thị giả là Đại đức Ananda. Khi Đức Phật tới thành phố, có những cơn mưa xối xả tuôn xuống, cuốn trôi những xác chết đang tan rã. Bầu không khí trở nên trong lành, thành phố sạch sẽ.

Sau đó, Đức Phật dạy ngài Ananda bài Kinh Châu Báu, chỉ phương pháp cùng đi với cư dân đi một vòng thành phố tụng đọc kinh này để bảo vệ cho dân thành phố Vesali. Ngài Ananda làm theo lời dạy, và rảy nước đã tịnh hóa từ bình bát khất thực của Đức Phật. Kết quả là tà ma bị trục xuất, đại dịch lắng xuống. Sau đó, ngài Ananda cùng cư dân thành phố Vesali về lại hội trường nơi Đức Phật và các môn đệ đang chờ. Khi đó, Đức Phật đọc tụng lớn tiếng bài Kinh Châu Báu đó cho đại chúng nghe…" (3)

Trong Kinh DN 33, ghi lời ngài Xá Lợi Phất thay mặt Đức Phật cũng dạy rằng đại chúng "phải cùng nhau tụng đọc không cãi cọ nhau" để an lạc cho chúng sanh, an lạc cho chư Thiên và cho loài Người. Hiểu rằng, chúng sanh có nghĩa là các cõi vô hình mà mắt người không thấy được. Trong Kinh DN 33, câu "phải cùng nhau tụng đọc không cãi cọ nhau" được ngài Xá Lợi Phất lặp đi, lặp lại 22 lần. Cuối Kinh, Đức Phật khen ngợi "Lành thay, lành thay Sāriputta! Này Sāriputta, Ngươi đã khéo giảng, khéo tụng kinh này cho chúng Tỷ kheo"... Nơi đây, trích Kinh DN 33, bản dịch của Thầy Minh Châu như sau:

"Này các Hiền giả, thế nào là Pháp được Thế Tôn chúng ta khéo giảng dạy, khéo trình bày, một pháp có hiệu năng hướng dẫn, hướng đến an tịnh do vị Chánh Đẳng Giác trình bày? Ở đây, tất cả cần phải cùng nhau tụng đọc không cãi cọ nhau, để phạm hạnh này được trường tồn, được duy trì lâu ngày, vì hạnh phúc cho chúng sanh, vì an lạc cho chúng sanh, vì lòng thương tưởng cho đời, vì lợi ích, vì hạnh phúc, vì an lạc cho chư Thiên và loài Người." (4)

Do vậy, ngày nay chúng ta có Kinh in chữ trên giấy, có thể thầm lặng đọc, nhưng cũng nên nhớ rằng Đức Phật từng dạy là hãy đọc Kinh lớn tiếng để làm lợi ích cho bản thân, cho chư Thiên, cho các giới vô hình chung quanh mình. Có một lý do nữa, đọc tụng lớn tiếng dễ thuộc lòng Kinh hơn. Đức Phật trước khi đọc bài Kệ 241 trong Kinh Pháp Cú đã rầy ngài Laludayi là đã không tụng đọc Kinh, nên chưa thuộc Kinh.

Bản Anh văn, Kệ 241, của ngài Ācāriya Buddharakkhita là: *"Non-repetition is the bane of scriptures; neglect is the bane of a home; slovenliness is the bane of personal appearance, and heedlessness is the bane of a guard."*

Bản Việt dịch, Kệ 241, của Ngài Minh Châu là: *"Không tụng làm nhớp kinh. Không đứng dậy, bẩn nhà. Biếng nhác làm nhơ sắc, Phóng dật uế người canh."* (5)

Đức Phật từ nhỏ đã xuất sắc về đọc, viết và nhiều môn học

Theo một số tài liệu, Đức Phật từ thơ ấu đã được vua cha cho học nhiều môn, và môn nào ngài cũng xuất sắc hơn các vương tử khác. Như thế, cũng cho thấy lý do Đức Phật yêu cầu đại chúng đọc tụng Kinh lớn tiếng hẳn là cũng từ kinh nghiệm riêng khi quan sát về cách dạy và học của thời kỳ đó. Cũng là để thấy, Đức Phật không viết Kinh xuống lá để lưu trữ là đã cân nhắc lợi hại.

Trong tác phẩm *Đường Xưa Mây Trắng*, ấn bản 1992, tác giả Thích Nhất Hạnh viết về thời kỳ Đức Phật khi còn là cậu bé Hoàng tử Siddhatta đã học như thế nào nơi Chương 6 *"Bóng mát cây hồng táo"* trích như sau:

"Đến tuổi đi học, Siddhatta được **học đọc, học viết**, *học vẽ, học âm nhạc và học thể thao. Siddhatta được học chung với các vương tử khác trong dòng họ Sakya. Tất ca đều là con trai. Trong số các bạn học của Siddhatta, có Devadatta, Kaludayu và Kimbila. Devadatta là em chú bác của Siddhatta. Kaludayi là*

con của một vị đại thần trong triều, Kimbila là một người em cô cậu của Siddhatta. Vì tư chất thông minhh, Siddhatta học rất mau chóng. Thầy dạy chữ của Siddhatta là giáo sư Visvamitra. Devadatta đã là một đứa trẻ thông minh đối với ông, nhưng Siddhatta mới là đứa trẻ làm cho ông kinh ngạc. Ông chưa bao giờ dạy một đứa trẻ thông minh đến như thế." (6)

Trong tác phẩm "A Young People's Life of the Buddha" của ngài Bhikkhu Silacara (1871-1951), một vị sư người Anh xuất gia theo truyền thống Theravada Miến Điện, ghi về thời thơ ấu của Đức Phật đã học đọc, học viết và học toán số, trích dịch như sau:

"Sau khi được nuôi dưỡng dưới sự chăm sóc thương yêu của dì Mahapajapati, người đã chăm sóc đứa con của người chị gái đã quá cố như thể hoàng tử Siddhatta là con của bà, cho đến khi cậu được 8 tuổi, các giáo viên lúc đó đã được cử đến để dạy hoàng tử về đọc, về viết, và về số học. Dưới hướng dẫn của các giáo viên này, hoàng tử nhanh chóng học được tất cả những gì các giáo viên phải dạy trong môn học họ phụ trách. Thực tế, hoàng tử học rất nhanh và giỏi đến nỗi mọi người, các giáo viên, phụ vương và di mẫu đều kinh ngạc về sức học nhanh chóng của cậu. Vì bất kể môn học nào hoàng tử được dạy, ngay khi được nghe bất cứ điều gì, tâm trí hoàng tử lập tức ghi nhớ những gì được dạy và không bao giờ quên mất, qua đó cho thấy cậu hoàng tử đặc biệt có năng khiếu về số học."(7)

**Viết là một nghề ưu thế
trong xã hội thời Đức Phật**

Trong Kinh Ud 3.9, ghi về cuộc tranh luận giữa các vị sư rằng nghề nào là nghề tốt nhất, lúc đó các sư chia nhau nói nghề giỏi nhất là dạy voi, dạy ngựa, bắn cung, nghệ thuật viết --- writing -- vâng, đúng là có nghề viết nữa, tức là đã có chữ viết trong thời Đức Phật.

Trích dịch Kinh Ud 3.9, như sau: "*Trong câu trả lời, một số vị sư nói rằng nghề làm voi là nghề thủ công tốt nhất. Các vị sư khác nói rằng nghề tốt nhất là nghề cưỡi ngựa, hoặc chế tạo xe ngựa, hoặc bắn cung, hoặc kiếm thuật, hoặc tính toán, hoặc kế toán, hoặc tính toán, hoặc nghệ thuật viết (writing, writing-craft), hoặc làm thơ, hoặc vũ trụ học (cosmology), hoặc phong thủy.*" (8)

Tới buổi chiều, các vị sư mới kể lại cho Đức Phật, và Đức Phật mới rầy, "*Khi ngồi lại với nhau, các tu sĩ nên làm một trong hai điều sau: hoặc thảo luận về giáo pháp, hoặc giữ im lặng bậc thánh.*"

Kinh Tạng Pali cũng ghi rằng, vào thời Đức Phật, nghệ thuật viết là một nghề có ưu thế trong xã hội. Những người học viết chữ thời đó sẽ có thể "*sống thoải mái và không bị cực nhọc*" nhưng vì học viết quá gian nan, cho nên "*học chữ viết thì các ngón tay sẽ bị đau.*" Chúng ta không rõ tại sao ngón tay dễ bị đau khi học viết chữ. Có thể vì viết bằng dao khắc chữ lên vỏ cây bạch dương (birch bark manuscripts) hay là viết chữ lên các tấm bảng vàng (suvaṇṇapaṭṭa) đòi quá nhiều công phu?

Trong Tạng Luật, Chương Phân Tích Giới Tỳ Khưu, nơi Điều Học Về Người Kém Hai Mươi Tuổi, bản Việt dịch của ngài Bhikkhu Indacanda ghi rằng, trích:

"*Lúc bấy giờ, đức Phật Thế Tôn ngự tại thành Rājagaha, Veḷuvana, nơi nuôi dưỡng các con sóc. Vào lúc bấy giờ, trong thành Rājagaha có nhóm mười bảy thiếu niên là bạn bè. Thiếu niên Upāli là thủ lãnh của chúng. Khi ấy, cha mẹ của Upāli đã khởi ý điều này: "Có phương cách gì để sau khi chúng ta từ trần, Upāli có thể sống thoải mái và không bị cực nhọc?" Rồi cha mẹ của Upāli đã khởi ý điều này: "Nếu Upāli có thể học chữ viết, như thế sau khi chúng ta từ trần Upāli có thể sống thoải mái và không bị cực nhọc." Rồi cha mẹ của Upāli đã khởi ý điều này: "Nếu Upāli học chữ viết thì các ngón tay sẽ bị đau." Rồi cha mẹ của Upāli đã khởi ý điều này: "Nếu Upāli có thể học tính toán, như thế sau khi chúng ta từ trần Upāli có thể sống thoải mái và không bị cực nhọc." (9)*

Như thế, do quyết định của Đức Phật, Kinh phải được học thuộc lòng để thành một văn hệ truyền khẩu. Thời đó chưa có giấy, chưa có máy in, số người biết chữ lại ít. Đặc biệt là do địa phương rộng lớn, nhiều phương ngữ dị biệt trong ngôn ngữ các bộ tộc. Rồi tới nhiều thế kỷ sau, Kinh mới được chép xuống thành chữ. Tuy nhiên, theo ngài Sujato, người đã dịch hầu hết Tạng Pali sang tiếng Anh, có thấy một luận thư Pali chú giải Kinh MN 140 ghi rằng có một số văn bản được viết thành chữ trong thời Đức Phật sinh tiền, nhưng không có chứng cớ nào cho thấy như thế, dù là có thể như thế, và cổ thư đó nói rằng lúc đó Kinh viết lên các tấm vàng để lưu trữ lâu bền (They were said to be inscribed on gold plates (suvaṇṇapaṭṭa), so barring the accidents of history, they could even survive.) (10)

Tới thời chúng ta, có khi tụng đọc lớn tiếng không thích hợp, nếu đang sống trong các ký túc xá sinh viên, hay trong các khu nhà công nhân, hay trong các xóm chợ ồn ào, nơi nhiều người theo nhiều tôn giáo khác nhau cùng cư ngụ. Hay khi đang tu định (vì nhị Thiền là tịch lặng âm thanh, là im lặng bậc thánh). Nhưng thông điệp của Đức Phật là, hãy học thuộc lòng một số Kinh cốt tủy để tu học thực tiễn, như lời dạy rằng, *"Pháp được Thế Tôn khéo nói, thiết thực hiện tại, không có thời gian, đến để mà thấy, có khả năng hướng thượng, được người trí tự mình giác hiểu…*" Và pháp đó khi chúng ta kinh nghiệm ngay nơi thân tâm của mình, thường trực, sáng trưa chiều tối, mới đúng là đang tụng đọc Kinh.

GHI CHÚ:

(1) Kinh AN 7.53: https://suttacentral.net/an7.53/vi/minh_chau

(2) Qua Bờ Bên Kia:
https://thuvienhoasen.org/p15a30611/pham-qua-bo-ben-kia-cac-bai-ke-gioi-thieu
(3) Giới thiệu Kinh Châu Báu:
https://accesstoinsight.org/ati/tipitaka/kn/khp/khp.19x.piya.html#khp-6
Kinh Châu Báu: https://thuvienhoasen.org/a21766/kinh-chau-bau
(4) Kinh DN 33: https://suttacentral.net/dn33/vi/minh_chau
(5) Kinh Pháp Cú, Kệ 241:
https://thuvienhoasen.org/p15a7962/pham-11-20
(7) Đường Xưa Mây Trắng:
(8) https://thuvienhoasen.org/p97a13790/quyen-mot-phan-2
(7) A Young People's Life of the Buddha:
https://www.accesstoinsight.org/lib/authors/silacara/youngpeoples.html
(8) Kinh Ud 3.9: https://suttacentral.net/ud3.9/en/sujato
(9) Điều Học Về Người Kém Hai Mươi Tuổi:
https://suttacentral.net/pli-tv-bu-vb-pc65/vi/indacanda
(10) Kinh viết lên vàng: https://discourse.suttacentral.net/t/first-written-buddhist-canon/5388/9

13

ĐỨC PHẬT DẠY
PHÁP MÔN BẤT NHỊ

Cửa vào bất nhị, còn gọi là pháp môn bất nhị, từ xa xưa đã được truyền dạy từ thời Đức Phật, chứ không phải là hậu tác của chư tổ Bắc Tông, như một số vị thầy hiện nay đã ngộ nhận, khi nói rằng pháp môn này xuất phát từ Kinh Duy Ma Cật Sở Thuyết – một bản kinh tuyệt tác về pháp môn bất nhị -- chỉ xuất hiện vài thế kỷ sau khi Đức Phật nhập Niết bàn. Bài này sẽ giải thích rằng pháp môn bất nhị là những lời dạy cốt tủy của Đức Phật (và là của Thiền Tông Việt Nam) và ai cũng có thể nhận ra được, trải nghiệm được.

Trước tiên để nhắc lại trong Kinh Duy Ma Cật Sở Thuyết, nơi Chương 9 kể rằng Duy Ma Cật nói với các Bồ tát hiện diện: *"Thưa các nhân giả, thế nào là Bồ tát vào Pháp môn bất nhị?"* Lúc đó, 32 vị Bồ tát trả lời, tất cả các câu trả lời đều tuyệt vời ý đạo. Nơi đây, theo bản dịch của Thầy Tuệ Sỹ, xin trích ra vài câu trả lời từ vài vị Bồ tát để thấy khái quát tinh thần bất nhị trong thế giới nhị nguyên vây quanh chúng ta:

"6. Bồ tát Thiện Nhãn nói: «Nhất tướng với vô tướng là hai. Hiểu được nhất tướng rốt ráo là vô tướng, không chấp vào vô tướng để thành tựu bình đẳng, đó là vào Pháp môn bất nhị.»

7. Bồ tát Diệu Tý nói: «Tâm Bồ tát với tâm Thanh-văn là hai. Quán tướng của tâm vốn rỗng không, hư ảo, thì chẳng có tâm nào là tâm Bồ tát hay tâm Thanh-văn. Đó là vào Pháp môn bất nhị.»

8. Bồ tát Phất-sa nói: «Thiện và bất thiện là hai. Nếu không khởi thiện hay bất thiện là nhận chân thật tế của vô tướng. Thông suốt như vậy là vào Pháp môn bất nhị.»

...[...] 13. Bồ tát Thiện Ý nói: «Sinh tử và Niết bàn là hai. Nếu thấy được tánh của sinh tử thì chẳng còn sinh tử, không trói buộc, không cởi mở, không bùng cháy, không dập tắt. Hiểu được vậy là vào Pháp môn bất nhị.»

...[...] Chư Bồ tát đã lần lượt từng vị trình bày xong, liền hỏi Văn-thù-sư-lợi: «Thế nào là Bồ tát vào Pháp môn bất nhị?»

Văn-thù-sư-lợi nói: «Theo ý tôi, đối với hết thảy pháp không nói, không thuyết, không chỉ thị, không nhận thức; vượt ngoài vấn đáp. Đó là vào bất nhị pháp môn.»

Đoạn Văn-thù hỏi Duy-ma-cật: «Chúng tôi mỗi người đã nói rồi, xin nhân giả cho biết thế nào là Bồ tát vào Pháp môn bất nhị?»

Bấy giờ, Duy-ma-cật lặng im không nói. Văn-thù-sư-lợi tán thán: «Tuyệt, tuyệt thay; cho đến không còn văn tự và ngôn thuyết, ấy mới thật là vào Pháp môn bất nhị.» (1)

Lặng im không nói... Trong khi chỉ lối vào pháp môn bất nhị, nổi bật trong Thiền sử Việt Nam có ngài Vô Ngôn Thông (759 – 826), đã truyền dạy cách nhận ra bản tâm vốn xa lìa mọi lời nói, xa lìa mọi cái thấy có và không, xa lìa tất cả những gì của ngôn ngữ, dứt bặt tất cả những hình ảnh và ký hiệu trong tâm để hiển lộ Niết bàn tâm.

Ngài Vô Ngôn Thông không phải là vị thầy duy nhất như thế: Dò lại kinh điển, chúng ta sẽ thấy ngay trong thời Đức Phật, cũng đã có Trưởng lão Thera Revata truyền dạy bằng pháp vô ngôn. Trong Kinh Pháp Cú, khi Đức Phật tuyên thuyết các bài kệ 227-230 là từ một trường hợp đặc biệt, liên hệ tới cư sĩ Atula đi hỏi pháp. Và nơi đầu tiên mà ngài Atula và 500 cư sĩ tới hỏi pháp là một vị trưởng lão truyền dạy bằng vô ngôn tịch lặng. Đây là chỗ chúng ta cần suy nghĩ: Tại sao nơi đầu tiên tới hỏi pháp lại là vị Trưởng lão nổi tiếng về vô ngôn?

Trong khi cư trú tại tịnh xá Jetavana, Đức Phật đã đọc các bài kệ từ 227 đến 230 trong Kinh Pháp Cú. Lúc đó, cư sĩ Atula và 500 bạn đồng hành, muốn nghe những lời pháp, nên đi đến Trưởng lão Revata. Tuy nhiên, sách kể rằng, Trưởng lão Revata rất xa vời như một con sư tử: ngài không nói gì với họ. Than ôi, đâu phải ai cũng nhận ra cái tịch lặng tuyệt vời này. Ngay cả trong Thiền Tông đời sau cũng thế, không dễ mấy người vào.

Nhóm cư sĩ cảm thấy bất mãn và do vậy họ đi đến Trưởng lão Sariputta. Khi trưởng lão Sariputta biết được lý do tại sao họ đến đây, ngài giải thích cặn kẽ về Abhidhamma. Ngài cũng không được họ ưa thích, và họ than phiền rằng Trưởng lão Sàriputta dạy quá dài dòng và quá phức tạp. Thế rồi, Atula và nhóm 500 cư sĩ tìm gặp Trưởng lão Ananda. Ngài Ananda giải thích cho họ những điều cơ bản nhất của Giáo pháp. Lần này, họ nhận xét rằng Trưởng lão Ananda đã dạy quá ngắn và quá sơ sài.

Cuối cùng, họ đến gặp Đức Phật và trình với Ngài: "*Bạch Thế Tôn, chúng con đến để nghe lời dạy của Ngài. Trước khi đến đây, chúng con đã từng gặp những vị thầy khác, nhưng chúng con không hài lòng với bất kỳ vị nào trong số họ. Trưởng lão Revata không bận tâm dạy pháp vì ngài Revata chỉ giữ im lặng. Trưởng lão Sariputta dạy quá phức tạp, quá khó hiểu đối với chúng con. Còn Trưởng lão Ananda, ngài quá ngắn gọn và quá sơ sài. Chúng con không thích bất kỳ bài giảng nào của họ.*"

Đức Phật mới nói: "*Các đệ tử của ta, đổ lỗi cho người khác không phải là điều gì mới. Trên đời này không có ai là không bao giờ bị than phiền, người ta sẽ đổ lỗi cho cả một vị vua, thậm chí cả một vị Phật. Bị chê hay được khen bởi một kẻ ngu không có gì để bận tâm, chỉ khi bị người trí chê trách mới thực sự đáng trách, và chỉ thực sự là được khen ngợi khi được người trí thức khen ngợi.*"

Rồi Đức Phật nói các bài kệ cho sự tích này như sau, theo bản dịch của Thầy Minh Châu:

"Kệ 227: *A-tu-la, nên biết. Xưa vậy, nay cũng vậy. Ngồi im, bị người chê. Nói nhiều bị người chê. Nói vừa phải, bị chê. Làm người không bị chê, Thật khó tìm ở đời.*

Kệ 228: *Xưa, vị lai, và nay. Đâu có sự kiện này. Người hoàn toàn bị chê. Người trọn vẹn được khen.*

Kệ 229: *Sáng sáng, thẩm xét kỹ. Bậc có trí tán thán. Bậc trí không tỳ vết. Đầy đủ giới định tuệ.*

Kệ 230: *Hạnh sáng như vàng ròng. Ai dám chê vị ấy? Chư thiên phải khen thưởng, Phạm Thiên cũng tán dương.*" (2)

Vào cuối bài giảng, Atula và 500 bạn đồng hành cùng đạt được Quả Dự Lưu.

Tới đây, chúng ta sẽ thảo luận về một công án. Trong Bích Nham Lục, Tắc 84 là Duy Ma Pháp Môn Bất Nhị, bản dịch của Thầy Thanh Từ trích như sau:

"LỜI DẪN: Bảo phải phải không chỗ phải, nói quấy quấy không chỗ quấy, phải quấy được mất cả hai quên, sạch trơn trọi hiện bày thong dong. Hãy nói trước mặt sau lưng là cái gì? Có Thiền khách ra nói: Trước mặt là điện Phật, ba cửa, sau lưng là nhà nghỉ, phương trượng. Thử nói người này lại đủ mắt hay không? Nếu biện được người này, hứa ông thân thấy cổ nhân đến.

CÔNG ÁN: Duy-ma-cật hỏi Văn-thù-sư-lợi: Những gì là Bồ-tát vào pháp môn bất nhị? Văn-thù đáp: Như ý tôi, đối tất cả pháp không nói không lời, không chỉ không biết, lìa các vấn đáp, ấy là vào pháp môn bất nhị. Văn-thù-sư-lợi hỏi Duy-ma-cật: Chúng tôi mỗi người tự nói xong, nhân giả phải nói những gì là Bồ-tát vào pháp môn bất nhị? Tuyết Đậu nói: Duy-ma-cật nói gì? Lại bảo: Khám phá xong." (3)

Trong khi sách Bích Nham Lục (Tên tiếng Anh: The Blue Cliff Record) chọn công án này làm công án thứ 84, thì Thung Dung Lục (Tên tiếng Anh: Book of Serenity) chọn làm công án thứ 48. Câu cuối Tắc 84 của hai sách khác nhau.

Trong khi Bích Nham Lục ghi: *"Tuyết Đậu nói: Duy-ma-cật nói gì? Lại bảo: Khám phá xong."* Thì Thung Dung Lục ghi: *"Duy Ma Cật vẫn im lặng."* Những dị biệt trong câu cuối của 2 sách Bích Nham Lục và Thung Dung Lục không quan trọng gì, bởi vì Lời Dẫn của ngài Viên Ngộ đã nói minh bạch, cho thấy không có gì là bí ẩn, đã làm lộ minh bạch ra ý của người xưa. Yếu chỉ đó nằm trong bài Bát Nhã Tâm Kinh được tụng hàng ngày trong các chùa của Phật giáo Bắc truyền, và Tâm Kinh đã hàng ngày chỉ rõ cửa vào pháp môn bất nhị. Và bởi vì Lời Dẫn cô đọng trong Tắc 84, khi dựa theo các bản Anh dịch của Thomas

Cleary & J. C. Cleary và bản của Meredith Hotetsu Garmon, chúng ta viết lại mấy dòng đầu Lời Dẫn cho đơn giản như sau:

"Không có gì đúng mà có thể thực sự gọi là đúng, không có gì sai mà có thể thực sự gọi là sai. Khi đúng và sai được buông bỏ, được và mất đều sẽ quên bặt, [tâm ngươi sẽ] hiện ra trần trụi phơi bày, rất mực thong dong... [phần tiếp theo, trích theo Thầy Thanh Từ] Hãy nói trước mặt sau lưng là cái gì? Có Thiền khách ra nói: Trước mặt là điện Phật, ba cửa, sau lưng là nhà nghỉ, phương trượng. Thử nói người này lại đủ mắt hay không? Nếu biện được người này, hứa ông thân thấy cổ nhân đến."

Để nói bất nhị, chúng ta khảo sát về đúng/sai, được/mất, trước mặt/sau lưng (nơi đây xin ghi chú: trước mặt, khi hiểu là tương lai, sau lưng sẽ hiểu là quá khứ; khi trước mặt hiểu là cái được thấy, nghe, ngửi, nếm, cảm thọ, tư lường… thì sau lưng là mắt, tai, mũi, lưỡi, thân, ý…)

Đọc kỹ Kinh Pháp Cú, chúng ta sẽ thấy Đức Phật nói pháp bất nhị như sau:

- nói trong bài Kệ 39 rằng người đã buông bỏ cả thiện và ác thì không sợ hãi gì;

- nói trong bài Kệ 126 rằng người không rơi vào thiện (lên trời) và ác (xuống địa ngục) thì thành tựu Niết Bàn;

- nói trong bài Kệ 267 rằng người đã ném bỏ hết mọi pháp thiện và ác thì được gọi là một vị sư;

- và nói trong bài Kệ 412 rằng người vượt qua sự trói buộc của mọi pháp thiện và ác thì được Phật gọi là một vị Bà La Môn.

Chỗ này, cần phải luôn luôn nhớ rằng sống với thực tướng là lìa cả thiện và ác, nhưng lối vào là phải "ly dục, ly bất thiện pháp"

– vì nếu không ly dục và ly bất thiện pháp, sẽ không vào được sơ thiền, thậm chí cũng không tới được cận định. Vì dục là dòng sông, tạo ra bờ này (sinh tử) và bờ kia (giải thoát), và khi ly dục thì dòng sông sẽ cạn, sẽ thấy bờ này với bờ kia chỉ là giấc mộng đêm qua. Do vậy, phải thấy được thực tướng bất nhị, tức là thấy tánh, chính là con đường tắt, và là cốt tủy Thiền Tông. Đó là khi Có (hiện hữu) và Không (không hiện hữu) đều dứt bặt. Đó là khi Sanh Khởi và Không Sanh Khởi đều dứt bặt, là khi tâm xa lìa mọi ngôn thuyết, như trong Kinh Lăng Già gọi là ly tứ cú, tuyệt bách phi. Thấy được chỗ này, là tự nhiên tâm bình lặng, sẽ không còn lăng xăng ngờ vực, sẽ không còn thắc mắc là khi tập thiền cần phải tập ngồi hay tập đứng, tập sáng hay tập chiều…

Bất nhị, còn gọi là trung đạo. Đức Phật đã nhiều lần thuyết về trung đạo. Trong Kinh SN 12.15, giải thích về bất nhị bằng cách chỉ ra tâm giải thoát là xa lìa nhị nguyên: xa lìa cả Có với Không, xa lìa cả Hiện hữu và Không hiện hữu, xa lìa cả tập khởi và đoạn diệt. Trích bản dịch của Thầy Minh Châu như sau:

"—Này Hiền giả Channa, tôi tận mặt nghe Thế Tôn, tận mặt nhận lãnh từ Thế Tôn lời giáo giới này cho Kaccànaghotta: "Thế giới này dựa trên hai (quan điểm), này Kaccāna, hiện hữu và không hiện hữu. Ai thấy như thật với chánh trí tuệ sự tập khởi của thế giới, thì không chấp nhận là thế giới không hiện hữu! Nhưng này Kaccāna, ai thấy như thật với chánh trí tuệ sự đoạn diệt của thế giới, thì cũng không chấp nhận là thế giới có hiện hữu. Thế giới này phần lớn, này Kaccāna, là chấp thủ các phương tiện và bị trói buộc bởi thành kiến. Với ai không đi đến, không chấp thủ, không an trú vào chấp thủ các phương tiện, tâm không an trú vào thiên kiến tùy miên, vị ấy không nói: 'Đây là tự ngã của tôi''. Với ai nghĩ rằng: 'Cái gì khởi lên là đau khổ, cái gì diệt là đau khổ', vị ấy không có phân vân, nghi hoặc. Trí ở đây không mượn nhờ người khác. Cho đến như vậy, này

Kaccāna, là chánh trí".

"'Tất cả đều có', này Kaccāna, là một cực đoan. 'Tất cả đều không có' là một cực đoan. Không chấp nhận hai cực đoan ấy, này Kaccāna, Như Lai thuyết pháp một cách trung đạo. Do duyên vô minh, nên hành khởi..." (4)

Cái chỗ bất nhị bất khả ngôn thuyết đó, từng có một lần Đức Phật nói rằng có nói gì cũng không trúng. Đó là trong Kinh MN 72, khi Đức Phật trả lời một du sĩ ngoại đạo, trích:

"— Thưa Tôn giả Gotama, một Tỷ-kheo được tâm giải thoát như vậy sanh khởi chỗ nào?

> — Sanh khởi, này Vaccha, không có áp dụng.
> — Như vậy, Tôn giả Gotama, vị ấy không sanh khởi?
> — Không sanh khởi, này Vaccha, không có áp dụng.
> — Như vậy, Tôn giả Gotama, vị ấy sanh khởi và không sanh khởi?
> — Sanh khởi và không sanh khởi, này Vaccha, không có áp dụng.
> — Như vậy, Tôn giả Gotama, vị ấy không sanh khởi và không không sanh khởi?
> — Không sanh khởi và không không sanh khởi, này Vaccha, không có áp dụng."(5)

Tới đây, chúng ta có một cách thảo luận tiếp về Tắc 84 Bích Nham Lục, khi một Thiền khách nói: "Trước mặt là điện Phật, ba cửa; sau lưng là nhà nghỉ, phương trượng" ngài Viên Ngộ mới hỏi: "Thử nói người này lại đủ mắt hay không?" Nơi đây, chúng ta đọc lại Kinh Uragasutta trong Tiểu Bộ Kinh, còn gọi là Kinh Con Rắn, ký số là Kinh Snp 1.1. Kinh này có 17 đoạn, mỗi đoạn 4 câu, theo các bản Anh văn của Nyanaponika Thera, Thanissaro, Sujato, Khantipalo. Ngài Viên Ngộ muốn chỉ thẳng vào tâm giải thoát, qua câu hỏi đã ám chỉ rằng người có mắt không nên nói trước mặt là điện Phật và không nên nói sau lưng la nhà nghỉ. Nơi đây, chúng ta dịch các đoạn 9-13 của Kinh Snp 1.1, như sau.

Người không đi quá xa, cũng không tụt lại phía sau
và biết về thế giới: "Tất cả đều không thật,"
— nhà sư như thế rời bỏ cả bờ này và bờ kia,
hệt như con rắn lột bỏ lớp da sần sùi của nó.

Người không đi quá xa, cũng không tụt lại phía sau,
xa lìa tham, vị nay biết: "Tất cả đều không thật,"
— nhà sư như thế rời bỏ cả bờ này và bờ kia,
hệt như con rắn lột bỏ lớp da sần sùi của nó.

Người không đi quá xa, cũng không tụt lại phía sau,

xa lìa dục, vị này biết: "Tất cả đều không thật,"

— nhà sư như thế rời bỏ cả bờ này và bờ kia,
hệt như con rắn lột bỏ lớp da sần sùi của nó.

Người không đi quá xa, cũng không tụt lại phía sau,
xa lìa sân, vị này biết: "Tất cả đều không thật,"
— nhà sư như thế rời bỏ cả bờ này và bờ kia,
hệt như con rắn lột bỏ lớp da sần sùi của nó.

Người không đi quá xa cũng không tụt lại phía sau,
xa lìa si mê, vị này biết: "Tất cả đều không thật,"
— nhà sư như thế rời bỏ cả bờ này và bờ kia,
hệt như con rắn lột bỏ lớp da sần sùi của nó. (6)

Pháp bất nhị cũng được Đức Phật đưa vào Kinh Nhật Tụng Sơ Thời, trong nhóm kinh chư tăng ni phải tụng hàng ngày trong những năm đầu Đức Phật hoằng pháp. Nơi đây, chúng ta dẫn ra

Kinh Snp 4.5 – tức là Paramaṭṭhaka Sutta, còn gọi là Kinh Về Tối Thượng. Nơi đây, Đức Phật dạy rằng tất cả những gì được thấy, được nghe, được tư lường… chớ có nắm giữ một kiến nào, tức là hãy vô sở kiến. Nơi đây y hệt văn phong của Lục Tổ Huệ Năng. Trích bản dịch Nguyên Giác như sau:

801. Người trí không nghiêng về bất kỳ phía nào
dù về hữu hay phi hữu (có/không), dù cõi này hay cõi sau
Không có gì để nắm giữ, bấu víu trong
tất cả các giáo thuyết người này đã học và suy tính

802. Trong những cái được thấy, nghe, nhận biết
chớ để một niệm vi tế nào khởi trong tâm
Với người không nắm giữ một kiến nào như thế
làm sao có ai trong thế giới này xếp loại được vị đó.

803. Vị đó không dựng lập, thiên về,
không nắm giữ giáo thuyết nào
không bị dẫn dắt bởi giới luật hay nghi lễ tôn giáo
Sống với Như Thị [is Thus] vị đó qua bờ, không lùi lại. (7)

Tới đây, chúng ta đi tới câu hỏi: có cách nào ngắn gọn để vào cửa bất nhị hay không? Có lẽ có nhiều. Đức Phật đã dạy rất nhiều, như dẫn trên. Nhưng có một kinh, kể rằng khi ngài Yamaka khởi tà kiến rằng giải thoát là đoạn tận lậu hoặc, khi tới thời thân hoại mạng chung, rồi sẽ không còn gì nữa sau khi chết. Nghĩ như thế là tà kiến, vì rơi vào chủ nghĩa hư vô, cho rằng vào Niết Bàn là xóa sổ hoàn toàn. Khi biết chuyện, ngài Xá Lợi Phất mới tới giải thích với ngài Yamaka, rằng không nên giữ tà kiến rằng giải thoát là hư vô, và chỉ ra một pháp đơn giản là quán vô thường ở sắc thọ tưởng hành thức, và khi quán vô thường như thế, khi thấy thường trực vô thường ở thân tâm là sẽ "không còn trở lui trạng thái này nữa" – tức là giải thoát, nhưng không thể nói là Có hay Không, vì đã lìa tất cả ngôn ngữ của cõi này.

Khi thấy vô thường chảy xiết qua thân tâm mình, sẽ thấy vô ngã, sẽ thấy không một cái gì gọi được là cái gì, sẽ thấy ly dục (vì trong vô thường, sẽ không có gì trụ ở thân tâm mình), sẽ thấy lìa cả thiện và bất thiện (vì không có bất kỳ một pháp nào hiển lộ trong tâm mình nơi dòng chảy vô thường), sẽ thấy trong tâm xa lìa cả bờ này và bờ kia (vì không bờ nào thành hình trong dòng chảy vô thường)… Kinh SN 22.85, bản dịch của Thầy Minh Châu, trích như sau.

"Ngồi xuống một bên, Tôn giả Sāriputta nói với Tôn giả Yamaka: —Có thật chăng, Hiền giả Yamaka, Hiền giả có khởi lên ác tà kiến như sau: "Như ta đã hiểu lời Thế Tôn thuyết pháp … không còn gì nữa sau khi chết".

—Thưa Hiền giả, tôi hiểu như vậy lời Thế Tôn thuyết pháp: "Tỷ-kheo đã đoạn tận các lậu hoặc, sau khi thân hoại mạng chung, sẽ đoạn tận, sẽ diệt tận, không còn gì nữa sau khi chết".

—Hiền giả nghĩ thế nào, Hiền giả Yamaka, sắc là thường hay vô thường?
—Là vô thường, này Hiền giả.
—Thọ … tưởng … các hành … thức là thường hay vô thường?
—Là vô thường, này Hiền giả.
—Do vậy … thấy vậy … " … không còn trở lui trạng thái này nữa". Vị ấy biết rõ như vậy." (8)

Và do vậy, khi thường trực thấy vô thường chảy xiết qua thân tâm, sẽ thấy đó là bất nhị, cũng không thể gọi là một hay hai, là ba hay tư, là năm hay sáu, là ít hay nhiều, vì đã lìa tất cả ngôn thuyết, lìa tất cả đo đếm... Đó là hạnh phúc vô cùng tận.

GHI CHÚ:

(1)Kinh Duy Ma Cật Sở Thuyết. Thầy Tuệ Sỹ dịch.
https://thuvienhoasen.org/p16a1647/chuong-9-phap-mon-bat-nhi
(2) Kinh Pháp Cú. Thầy Minh Châu dịch.
https://thuvienhoasen.org/p15a7962/pham-11-20
(3) Bích Nham Lục. Thầy Thanh Từ dịch:
https://thuvienhoasen.org/p33a7589/tac-82-tac-85
(4) Kinh SN 12.15:
https://suttacentral.net/sn12.15/vi/minh_chau
(5) Kinh MN 72. Thầy Minh Châu dịch.
https://suttacentral.net/mn72/vi/minh_chau
(6) Kinh Snp 1.1, bản Nyanaponika:
https://accesstoinsight.org/tipitaka/kn/snp/snp.1.01.nypo.html
Bản Thanissaro:
https://accesstoinsight.org/tipitaka/kn/snp/snp.1.01.than.html
(7) Kinh Snp 4.5. Nguyên Giác dịch.
https://thuvienhoasen.org/p15a30598/sn-4-5-parama-haka-sutta-kinh-ve-toi-thuong
(8) Kinh SN 22.85:
(9) https://suttacentral.net/sn22.85/vi/minh_chau

14

ĐỌC KINH LUẬN, CẦN ĐỐI CHIẾU

Bài này được viết để mời gọi Phật tử siêng năng đọc Kinh, đọc Luận, đọc các bài viết về Phật học, kể cả trong tiếng Việt và tiếng Anh, đối chiếu Kinh luận để làm sáng tỏ lời Đức Phật và để tu học. Chúng ta có thể để ý, nhiều bài viết về Phật học hiện nay trên mạng phần lớn dựa vào các sách đã ấn hành nửa thế kỷ trước tại Việt Nam, trong khi đã có nhiều nghiên cứu mới xuất hiện gần đây trên thế giới chiếu rọi thêm nhiều vấn đề mới. Thêm nữa, trong khi đọc, nên tìm nhiều nguồn để đối chiếu, để gạn lọc những thông tin khả vấn, và để tìm những hướng dẫn khả dụng cho đường tu học của mình. Bài viết này sẽ nêu vài đề tài ít được nói tới, chủ yếu chỉ để giúp nhau thông tin trên đường tu học. Nếu trong bài có điểm sai, người viết xin chân thành sám hối và hoan hỷ đón nhận các lời chỉ giáo.

Gần đây, có bạn thắc mắc rằng tại sao những bài viết tiếng Việt, và cả tiếng Anh, trong những thập niên gần đây không đề cập tới 40 đề mục thiền tập, như một số luận thư cổ điển từng nói

192

tới. Để trả lời ngắn gọn, rằng người viết (tu học chẳng bao nhiêu, nên) không có thẩm quyền để đưa ra câu trả lời chính xác, nơi đây chỉ là góp vài ý kiến, sau khi tìm đọc về câu hỏi này, và một số câu hỏi khác. Độc giả được mời gọi để đọc trực tiếp lời Đức Phật dạy trong Kinh, trong khi nên xem lời dạy trong các Luận thư, kể cả A Tỳ Đàm, chỉ là để tham khảo như lời diễn giải và chỉ nên ghi nhớ những gì phù hợp với lời Đức Phật dạy trong Kinh.

Nhóm 40 đề mục thiền tập nằm trong phần tập Định của một luận thư nổi tiếng -- Bộ Thanh Tịnh Đạo Luận (Visuddhi-magga, tiếng Anh: The Path of Purification) gồm 3 quyển, do ngài Phật Âm (Buddhaghosa) soạn vào khoảng giữa thế kỷ thứ 5, và được đưa vào Đại tạng kinh thuộc Nam truyền, quyển 62-64. Theo ngài Thanissaro, một nhà sư theo truyền thống Phật Giáo Nam Truyền Thái Lan đã từng dịch phần lớn Kinh Tạng Pali sang tiếng Anh, luận thư vừa nói có nhiều điểm không thấy trong Kinh Phật, đặc biệt khi nói về các pháp định thì luận thư này "chỉ giống chút xíu với mô tả trong Kinh Phật" (that bear little resemblance to the canonical description).

Nhà sư Thanissaro viết trong tác phẩm "Wings to Awakening" nơi Chương F. Định và Tuệ, ghi rằng luận thư "The Path of Purification" dạy phương pháp vào định bằng nhìn chăm chú vào các kasina, trích dịch như sau:

"...thực tế là các luận thư chú giải định nghĩa về định (jhana) theo những thuật ngữ chỉ giống chút xíu với lời Đức Phật dạy trong Kinh. Sách Thanh Tịnh Đạo—nền tảng của hệ thống luận thư—lấy một phương pháp tiêu chuẩn cho thiền định gọi là kasina nơi đây học nhân nhìn chăm chú vào một vật ngoại thân cho tới khi hình ảnh của vật đó in sâu vào tâm của học nhân. Hình ảnh đó sẽ khởi lên một tướng đối trọng (countersign) mà

tướng này là biểu thị đạt tới ngưỡng định, một bước đầu cần thiết vào định (jhana).

Sau đó, sách này cố gắng đưa tất cả các phương pháp thiền khác vào khuôn mẫu này, để chúng cũng tạo ra các tướng đối trọng, nhưng ngay cả luận thư đó cũng nhìn nhận, thiền hơi thở không phù hợp lắm với khuôn mẫu. Với các phương pháp khác, sự tập trung của học nhân càng mạnh, vật được nhìn càng sinh động và càng gần với việc tạo ra một tướng đối trọng; nhưng với hơi thở, sức tập trung càng mạnh, hơi thở càng vi tế và càng khó dò ra hơi thở. Kết quả là, bản văn nói rằng chỉ có chư Phật và những người con của chư Phật mới thấy hơi thở là một điểm tập trung an lạc thích hợp để đắc định.

Không có khẳng định nào trong các điểm vừa dẫn được ghi trong Kinh Phật. Mặc dù một pháp thực hành gọi là kasina được nhắc tới chỉ chút xíu trong vài Kinh, nơi duy nhất được mô tả chi tiết [trong Kinh MN 121] lại chẳng nói gì về chuyện nhìn chăm chú vào một vật thể, hay là chuyện đạt tới một tướng đối trọng.

Nếu thiền hơi thở chỉ phù hợp với Đức Phật và những người con của Đức Phật, thì dường như không có lý do gì để Đức Phật dạy thiền hơi thở thường xuyên và cho nhiều người như vậy.

Nếu sự khởi lên của một tướng đối trọng là cần thiết để đắc định, học nhân sẽ mong đợi nó được [Đức Phật kể lại] trong các bước về thiền hơi thở và trong các phân tích sinh động được dùng để mô tả định, nhưng thực tế không như thế. Một số người Theravada nói rằng chất vấn các luận thư là một dấu hiệu bất kính đối với truyền thống, nhưng nó như dường là một dấu hiệu của sự bất kính lớn hơn đối với Đức Phật – hay đối với những vị sư kết tập Kinh điển - khi cho rằng Đức Phật hoặc họ [các nhà sư kết tập Kinh điển] đã bỏ sót những gì rất cốt tủy trong phương pháp vào định." (1)

Khi Kinh và Luận trái nghịch nhau, chúng ta nên tin vào Kinh, vì Kinh là lời Đức Phật dạy, còn Luận là hậu tác, do quý ngài đời sau viết để chú giải lời Phật dạy. Nơi đây, xin nói rõ rằng, người viết đã đọc, và tự thân đã học rất nhiều từ luận thư "Thanh Tịnh Đạo" – đặc biệt là các pháp quán vô thường. Do vậy, những thắc mắc nên được độc giả tìm đọc, nghiên cứu, đối chiếu, và thậm chí nên thử nghiệm qua thực hành để xem thân tâm mình thích nghi với pháp nào. Độc giả có thể đọc bản dịch "Thanh Tịnh Đạo" của Ni Trưởng Trí Hải ở đây (2).

Người viết xin đề nghị thêm, bạn có thể đọc song song "Thanh Tịnh Đạo" (luận thư của Nam Truyền) cùng lúc với "Trung Luận" (tác phẩm của ngài Long Thọ, luận thư của Bắc Truyền) và rồi đối chiếu với Kinh Tạng Nikaya và Tạng A Hàm. Điều may mắn là, Hòa Thượng Thích Thiện Siêu đã dịch "Trung Luận" xong, và bằng ngôn phong dễ hiểu, đơn giản, có thể tu tập được. Nên ghi nhận rằng Trung Luận còn được gọi là nền tảng cho Đốn giáo Thiền Tông, để rồi từ Trung Luận xuất hiện ngài Huệ Năng (638-713) ở Trung Hoa với Thiền pháp "không tác ý, dù là tác ý thiện hay ác, dù là tác ý lành hay dữ" và rồi gần đây là Ni Trưởng Trí Hải (1938 – 2003) ở Việt Nam với Thiền pháp Người Gỗ. (3)

Bạn có thể tu cùng lúc nhiều pháp mà không ngăn ngại gì, để rồi sẽ thấy mình thích nghi với pháp nào. Thí dụ, hôm nay bạn ngồi tập thở, ngày mai bạn ngồi quán thọ, ngày mốt tập thiền đi bộ, ngày kia nữa tập quán vô thường, ngày kia kia nữa thì quán vô ngã, và vân vân. Bạn cũng sẽ hạnh phúc khi thực tập pháp quán vô thường như dạy trong "Thanh Tịnh Đạo" và cũng sẽ hạnh phúc khi nhập lý được "Trung Luận" để hồn nhiên đi đứng nằm ngồi trong cái thấy thường trực là không có ai đang đi đứng nằm ngồi.

Thực ra, không chỉ các luận thư cổ xưa mới có chỗ không tương thích với Kinh Phật. Ngay trong vài sách của các vị danh tăng cận đại, chúng ta cũng thấy có một số dị biệt với Kinh Phật. Thí dụ, như trong sách *"The Jhanas in Theravada Buddhist Meditation"* (Các tầng thiền trong Thiền pháp Phật giáo Theravada) của cao tăng Henepola Gunaratana, cũng có một số chỗ khả vấn, (xin dè dặt nói rằng) có vẻ như không tương thích với lời Đức Phật dạy.

Nơi đây, xin trích từ (Chương "The Good Friend and the Subject of Meditation") trong sách vừa dẫn để phân tích về các điểm khả vấn: *"The ten kasinas and mindfulness of breathing, owing to their simplicity and freedom from thought construction, can lead to all four jhanas. The ten kinds of foulness and mindfulness of the body lead only to the first jhana, being limited because the mind can only hold onto them with the aid of applied thought (vitakka) which is absent in the second and higher jhanas. The first three divine abidings can induce the lower three jhanas but not the fourth, since they arise in association with pleasant feeling, while the divine abiding of equanimity occurs only at the level of the fourth jhana, where neutral feeling gains ascendency."* (4)

Chúng ta dịch như sau: *"Mười pháp định kasiṇa và pháp thiền hơi thở, nhờ tính đơn giản và không có cấu trúc tư tưởng, có thể dẫn đến cả bốn tầng thiền. Mười pháp niệm về bất tịnh và pháp thân hành niệm chỉ đưa tới sơ thiền, bị giới hạn bởi vì tâm chỉ có thể trụ vào chúng với sự trợ giúp của tầm (vitakka: applied thought, placing the mind, đặt tâm vào), vốn vắng mặt trong tầng nhị thiền và cao hơn. Ba pháp thiên trú đầu tiên (tức là 3 phần đầu của Tứ vô lượng tâm: Từ, Bi, Hỷ) có thể dẫn tới ba tầng thiền thấp hơn (tức là: sơ thiền, nhị thiền, tam thiền) nhưng không phải là tứ thiền, bởi vì chúng khởi dậy cùng với thọ hỷ, trong khi pháp thiên trú về Xả (tức là: phần cuối của Tứ vô lượng tâm) chỉ xảy ra ở tầng tứ thiền, nơi thọ trung tính đạt được ưu thế."*

Từ đoạn văn trên, chúng ta có thể có vài thắc mắc. Vì ngài Gunaratana viết rằng:

. Thiền pháp Thân hành niệm chỉ đưa tới tối đa là sơ thiền;

. Thiền pháp niệm bất tịnh chỉ đưa tới tối đa là sơ thiền;

. Ba phần đầu của Tứ vô lượng tâm (Từ, Bi, Hỷ) không thể đưa tới tứ thiền.

Đọc Kinh kỹ lưỡng, chúng ta sẽ thấy không phải như thế. Trong khi ngài Gunaratana viết rằng Thân hành niệm chỉ đưa tới tối đa là sơ thiền (theo dẫn trên), Kinh MN 119 ghi lời Đức Phật rằng Thân hành niệm có thể dẫn tới tứ thiền và từ đó đoạn trừ lậu hoặc để giải thoát. Trích bản dịch Kinh Thân hành niệm MN 119 của Thầy Minh Châu như sau:

"Trong khi vị ấy sống không phóng dật, nhiệt tâm, tinh cần, các niệm và tư duy thuộc về thế tục được đoạn trừ. Nhờ đoạn trừ các pháp ấy, nội tâm được an trú, an tọa, chuyên nhất, định tĩnh. Như vậy, này các Tỷ-kheo, Tỷ-kheo tu tập thân hành niệm. Lại nữa, này các Tỷ-kheo, Tỷ-kheo, xả lạc, xả khổ, diệt hỷ ưu đã cảm thọ trước, chứng và an trú Thiền thứ tư, không khổ, không lạc, xả niệm thanh tịnh....

... Với sự diệt trừ các lậu hoặc, sau khi tự mình chứng tri với thượng trí, vị ấy chứng đạt và an trú ngay trong hiện tại, tâm giải thoát, tuệ giải thoát không có lậu hoặc." (5)

Tương tự, Kinh AN 1.576-615 ghi lời Đức Phật dạy rằng Thân hành niệm dẫn tới ít nhất là Nhị thiền (tầm, tứ được tịnh chỉ), chỉ một pháp Thân hành niệm có thể đưa tới chứng ngộ quả A la hán, theo bản dịch của Thầy Minh Châu, trích:

"Có một pháp, này các Tỷ-kheo, khi được tu tập, được làm cho sung mãn, thân được khinh an, tâm được khinh an, tầm tứ được tịnh chỉ, toàn bộ các pháp thuộc về minh phần đi đến tu tập, làm cho viên mãn. Một pháp ấy là gì? Chính là thân hành niệm. Khi tu tập, làm cho sung mãn một pháp này, thân được khinh an, tâm được khinh an, tầm và tứ được tịnh chỉ, toàn bộ các pháp thuộc về minh phần đi đến tu tập, làm cho viên mãn...[] ...Có một pháp, này các Tỷ-kheo, khi được tu tập, được làm cho sung mãn, đưa đến sự chứng ngộ quả Dự lưu, đưa đến sự chứng ngộ quả Nhất lai, đưa đến sự chứng ngộ quả Bất lai, đưa đến sự chứng ngộ quả A-la-hán. Một pháp ấy là gì? Chính là thân hành niệm." (6)

Tới thắc mắc thứ nhì, trong khi ngài Gunaratana viết rằng quán bất tịnh chỉ đưa tới tối đa là sơ thiền vì học nhân chỉ đứng lại với tầm (như dẫn trên), Đức Phật dạy trong Kinh AN 5.121 rằng quán bất tịnh không bị kẹt với tầm, và rằng khi quán bất tịnh câu hữu với quán vô thường sẽ có thể giải thoát ngay trong hiện tại. Trích bản dịch của Thầy Minh Châu như sau:

"Ở đây, này các Tỷ-kheo, vị Tỷ-kheo sống quán bất tịnh trên thân, với tưởng ghê tởm đối với các món ăn, với tưởng không thích thú đối với tất cả thế giới, quán vô thường trong tất cả hành, và nội tâm khéo an trú trong tưởng về chết. Này các Tỷ-kheo, nếu năm pháp này không rời bỏ một kẻ ốm yếu bệnh hoạn, thời người ấy được chờ đợi như sau: Không bao lâu, do đoạn diệt các lậu hoặc, ngay trong hiện tại, với thắng trí sẽ chứng ngộ, chứng đạt và an trú vô lậu tâm giải thoát, tuệ giải thoát."

(7)

Trong Trưởng Lão Ni Kệ Thig5.4, ni trưởng Nandā kể rằng vâng lời Phật dạy, ngài quán bất tịnh rồi thấy thực tướng (trong và ngoài thân), vào định (trạng thái an tịnh) và chứng Niết Bàn, theo bản dịch của ngài Bhikkhu Indacanda:

"'Này Nandā, cô hãy nhìn thấy xác thân là bệnh hoạn, không trong sạch, hôi thối, hãy tu tập tâm được chuyên nhất, khéo được định tĩnh, về (đề mục) tử thi. Thân này như thế nào thì xác kia như vậy, xác kia như thế nào thì thân này như vậy. Nó bốc mùi khó chịu, hôi thối, lại được hứng thú đối với những kẻ ngu. Trong khi xem xét xác thân này như thế, không biếng nhác, cả ngày lẫn đêm, từ đó, với trí tuệ của mình, sau khi đã phân thích thấu đáo, cô sẽ nhìn thấy.'

Tôi đây, không bị xao lãng, trong lúc đang suy xét theo đúng đường lối, đã nhìn thấy thân này đúng theo bản thể, cả bên trong lẫn bên ngoài. Rồi tôi đã nhàm chán xác thân, và tôi đã không còn luyến ái ở nội phần. Không bị xao lãng, không còn bị ràng buộc, tôi có được trạng thái an tịnh, chứng được Niết Bàn." (8)

Bây giờ tới thắc mắc thứ ba, trong khi ngài Gunaratana viết rằng ba phần đầu của Tứ vô lượng tâm (Từ, Bi, Hỷ) không thể dẫn tới tứ thiền (hàm ý, thiếu tâm Xả, không thể giải thoát), Đức Phật dạy trong Kinh SN 42.8 rằng, học nhân khởi tâm lìa tham sân si, giữ chánh niệm câu hữu với Tâm từ rải khắp tất cả các phương hướng, sẽ xóa được vô lượng nghiệp, và sẽ giải thoát không còn dư tàn. Bản dịch của Thầy Minh Châu trích như sau:

"Này Thôn trưởng, vị Thánh đệ tử ấy từ bỏ tham, từ bỏ sân, từ bỏ si, chánh niệm, tỉnh giác, với tâm câu hữu với từ, sống biến mãn một phương. Như vậy, phương thứ hai. Như vậy, phương

thứ ba. Như vậy, phương thứ tư. Như vậy, cùng khắp thế giới, trên dưới, bề ngang, hết thảy phương xứ, cùng khắp vô biên giới, vị ấy an trú biến mãn với tâm câu hữu với từ, quảng đại vô biên, không hận, không sân. Ví như, này Thôn trưởng, một người lực sĩ thổi tù và (bằng con ốc), với ít mệt nhọc làm cho bốn phương được biết. Cũng vậy, này Thôn trưởng, tu tập từ tâm giải thoát như vậy, làm cho tăng trưởng như vậy, phàm nghiệp làm có hạn lượng, ở đây, sẽ không còn dư tàn; ở đây, sẽ không còn tồn tại." (Và tương tự với bi, hỷ, xả) (9)

Mặt khác, trong Kinh MN 52, Đức Phật dạy rằng, học nhân an trú trong Từ tâm vô lượng, bấy giờ mới suy nghĩ (tức là, còn tầm) rằng phải nhận ra các pháp vô thường, từ đây đoạn trừ lậu hoặc để giải thoát, nếu chưa giải thoát được thì cũng hóa sanh (tức là vào cõi trời của các bậc thánh Bất lai) và từ cõi này sẽ vào Niết bàn tuyệt đối. Bản dịch của Thầy Minh Châu trích như sau:

"Này Gia chủ, Tỷ-kheo an trú biến mãn một phương với tâm câu hữu với từ; cũng vậy phương thứ hai, cũng vậy phương thứ ba, cũng vậy phương thứ tư. Như vậy cùng khắp thế giới, trên dưới bề ngang, hết thảy phương xứ, cùng khắp vô biên giới, vị ấy an trú biến mãn với tâm câu hữu với từ, quảng đại, vô biên, không hận, không sân. Vị ấy suy tư và được biết: "Từ tâm giải thoát này là pháp hữu vi, do suy tư tác thành. Phàm sự vật gì là pháp hữu vi, do suy tư tác thành, thời sự vật ấy là vô thường, chịu sự đoạn diệt". Vị ấy do vững trú ở đây, đoạn trừ được các lậu hoặc. Và nếu các lậu hoặc chưa được đoạn trừ, do tham luyến pháp này, do hoan hỷ pháp này, vị ấy đoạn trừ được năm hạ phần kiết sử, được hóa sanh, nhập Niết-bàn tại cảnh giới ấy, khỏi phải trở lui đời này." (Tương tự với bi, hỷ, xả) (10)

Cần ghi nhận rằng, ngài Gunaratana có công đã làm sáng tỏ

nhiều lời dạy của Đức Phật trong Kinh điển. Thí dụ, cũng trong sách đã dẫn ở (4), ngài Gunaratana ghi về trường hợp Kinh Susima Sutta (Kinh SN 12.70) rằng *"Textual evidence that there can be arahats lacking mundane jhana is provided by the Susima Sutta..."* (*Chứng cớ trong văn bản cho thấy có thể có các vị A la hán chưa từng đắc định thế tục nào được ghi trong Kinh Susima*). Trường hợp này là giải thoát bằng huệ khô (càn huệ) vì chưa có định, chưa có thần thông, hoàn toàn chưa đắc gì hết chỉ trừ một cái thấy vô ngã thường trực.

Kinh SN 12.70 không dạy thở, không dạy quán bất tịnh, không dạy quán bốn tâm vô lượng, không dạy niệm thân thọ tâm pháp, mà chỉ dạy thường trực quán pháp ấn vô ngã, trích bản dịch của Thầy Minh Châu:

"Cái gì thuộc sắc [thọ, tưởng, hành, thức] quá khứ, vị lai hay hiện tại, nội hay ngoại, thô hay tế, liệt hay thắng, xa hay gần, tất cả sắc [thọ, tưởng, hành, thức] cần phải quán như chơn với chánh trí tuệ như sau: "Cái này không phải của tôi, cái này không phải là tôi, cái này không phải tự ngã của tôi". Này Susīma, thấy như vậy, vị Đa văn Thánh đệ tử nhàm chán đối với sắc, nhàm chán đối với thọ, nhàm chán đối với tưởng, nhàm chán đối với các hành, nhàm chán đối với thức. Do nhàm chán, vị ấy ly tham. Do ly tham, vị ấy giải thoát. Trong sự giải thoát, trí khởi lên biết rằng: "Ta đã giải thoát". Vị ấy biết rõ: "Sanh đã tận, Phạm hạnh đã thành, những việc nên làm đã làm, không còn trở lui trạng thái này nữa"." (11)

Chúng ta cũng thường xuyên gặp trong nhiều bài viết, và trong nhiều video trên YouTube, một ngộ nhận rằng Tứ niệm xứ là pháp duy nhất để giải thoát. Nếu bạn đọc Kinh kỹ lưỡng, bạn sẽ thấy không phải như thế. Chiến binh Mỹ được dạy thiền pháp tỉnh thức (mindfulness meditation) để khi ra chiến trường sẽ tỉnh thức đối phó với tất cả những nguy hiểm có thể gặp từ bốn hướng nơi mặt trận, nguy hiểm từ các bãi mìn dưới chân, nguy hiểm từ trên cao với các phi cơ từ xa và với các tay bắn tỉa mai phục nơi cao điểm. Hãy suy nghĩ rằng, một người lính bắn tỉa thường trực tỉnh thức như thế, có thể giải thoát hay không? Hẳn nhiên là không. Bởi vì mục tiêu là sẽ phạm giới sát sanh. Do vậy, Tứ niệm xứ không phải là pháp duy nhất để giải thoát.

Chúng ta thấy trong Kinh MN 52 đã dẫn trên, Đức Phật dạy 11 pháp giải thoát nơi link (10) trong đó, pháp giải thoát đầu tiên là chỉ cần vào sơ thiền rồi quán vô thường là vào Niết bàn, nếu còn lậu hoặc thì sẽ vào cõi bậc thánh Bất Lai trước rồi sẽ vào Niết bàn tuyệt đối sau, và 11 pháp không nói gì về Tứ niệm xứ, trích bản dịch của Thầy Minh Châu:

"...này Gia chủ, Tỷ-kheo ly dục, ly bất thiện pháp chứng và trú Thiền thứ nhất, một trạng thái hỷ lạc do ly dục sanh, có tầm, có tứ. Vị ấy suy tư và được biết: "Sơ Thiền này là pháp hữu vi, do suy tư tác thành. Phàm sự vật gì là pháp hữu vi, do suy tư tác thành, thời sự vật ấy là vô thường, chịu sự đoạn diệt". Vị ấy vững trú ở đây, đoạn trừ được các lậu hoặc. Và nếu các lậu hoặc chưa được đoạn trừ, do tham luyến pháp này, do hoan hỷ pháp này, vị ấy đoạn trừ được năm hạ phần kiết sử, được hóa sanh, nhập Niết-bàn tại cảnh giới ấy, khỏi phải trở lui đời này." (10)

Trong khi đó, nơi Kinh SN 22.80, Đức Phật nói rõ rằng hoặc là tu pháp Tứ niệm xứ, **hoặc là** tu pháp Thiền vô tướng đều có thể giải thoát. Trích bản dịch của Thầy Minh Châu:

*"Này các Tỷ-kheo, có ba bất thiện tầm này: dục tầm, sân tầm, hại tầm. Và này các Tỷ-kheo, ba bất thiện tầm này được đoạn diệt không có dư tàn, đối với vị nào tâm đã khéo an trú vào bốn Niệm xứ **hay** tu tập vô tướng Thiền định. Này các Tỷ-kheo, hãy*

khéo tu tập vô tướng Thiền định." (12)

Tại sao có ngộ nhận rằng Tứ niệm xứ là pháp duy nhất để giải thoát? Ngộ nhận này nguy hiểm tới mức, có những học nhân sơ cơ đã chỉ trích các bậc tôn túc vì quý ngài đã không chịu nói như thế, vì quý ngài đã nói rằng Bát chánh đạo là con đường duy nhất để giải thoát. Kinh đầy đủ về Tứ niệm xứ là Kinh MN 10. Khi dịch Kinh này sang tiếng Anh, hai ngài Nyanasatta và Soma dịch rằng Tứ niệm xứ là con đường duy nhất (This is the only way) nhưng nhiều học giả khác nói rằng dịch như thế là sai, trích ghi chú 1 của ngài Thanissaro:

"1. Ekāyana-magga. Trong nhiều thập niên, cụm chữ này được dịch là "con đường duy nhất", nhưng gần đây hơn—bắt đầu với Ven. Ñāṇamoli—các dịch giả đã nhận thấy rằng cụm từ ekāyana magga xuất hiện trong một loạt ví dụ ở Kinh MN 12 khi nó biểu hiện ý nghĩa thành ngữ của nó... Để những ví dụ có tác dụng, ekāyana magga đòi hỏi ý nghĩa, không phải là một con đường duy nhất, mà là một con đường chỉ đi đến một điểm đến duy nhất. Nói cách khác, một ekāyana magga là một con đường không có ngã rẽ—con đường mà, miễn là bạn đi theo nó, sẽ đưa bạn đến một mục tiêu đơn độc tất yếu (a single, inevitable goal)." (13)

. ngài Thanissaro (dhammatalks.org) dịch là: This is the direct path (Đây là con đường trực tiếp)

. quý ngài Ñanamoli & Bodhi (obo.genaud.net) dịch là: this is the direct path (như trên)

. ngài Suddhāso (suttacentral.net) dịch là: this is the one-way path (đây là con đường một chiều)

. ngài Horner (nt) dịch là: There is this one way (nt)

. ngài Sujato (nt) dịch là: the path to convergence (con đường hợp nhất [định-tuệ]).

Có một kỳ thư đã biến mất. Trong một cuộc thảo luận giữa các học giả trên mạng SuttaCentral, có nói về một cổ thư Tích Lan, liệt kê các Kinh mà người đương cơ tức khắc đắc quả A la hán, và cổ thư này đã lạc mất. Theo nhà học Phật sarana: *"Có một cổ thư nhan đề là "Suttasangaha," trước đây được bao gồm trong Khuddaka Nikaya (của Suttapitaka) trong Tam Tạng Kinh điển Sri Lanka, hoặc ít nhất đây là những gì tôi đã nghe ở đâu đó... Tôi cố gắng tìm quyển Suttasangaha này nhưng không tìm thấy... Lời giới thiệu của Bộ Chú giải Suttasangaha nói rằng đây là những bài kinh mà Đức Phật đã dạy cho mọi người mà nhờ đó mọi người đã giác ngộ ngay tại chỗ."* (14)

Giác ngộ ngay sau khi nghe lời Phật dạy? Chắc chắn là phải có Kinh Bahiya Sutta và nhiều kinh tương tự. Chúng ta thấy trong Kinh Tập, có 32 kinh thuộc dạng này, nghĩa là, ngay sau khi đối thoại xong với Đức Phật, 32 chàng trai Bà La Môn chứng quả A la hán. Và nhóm 32 Kinh này trở thành Kinh Nhật Tụng cho tăng đoàn trong những năm đầu Đức Phật hoằng pháp. (15)

Pháp đốn ngộ của Thiền Tông đã được Đức Phật nói minh bạch trong Kinh DN 25, trích bản dịch của ngài Minh Châu: *"Này Nigrodha, đâu cần phải bảy năm! Nếu vị ấy thực hành đúng như điều đã dạy, vị ấy sẽ tự biết mình và chứng ngộ ngay trong hiện tại phạm hạnh và mục tiêu vô thượng mà vì lý tưởng này các Thiện nam tử từ bỏ gia đình, xuất gia tu đạo, chỉ cần có sáu năm, năm năm, bốn năm, ba năm, hai năm, một năm... chỉ cần bảy tháng, một tháng, nửa tháng. Này Nigrodha, đâu cần có nửa tháng! Người có trí hãy đến đây, trung thực, không lừa đảo, chơn trực, Ta sẽ huấn dạy, Ta sẽ thuyết pháp. Nếu vị ấy thực hành đúng như điều đã dạy, vị ấy sẽ tự biết mình và chứng ngộ ngay trong hiện tại, phạm hạnh và mục tiêu vô thượng, mà vì lý tưởng này các thiện nam tử từ bỏ gia đình, xuất gia tu đạo, vị ấy chỉ cần có bảy ngày."* (16)

Đề tài này có nói cũng sẽ bất tận, vì Kinh Phật rất mực mênh mông và rất mực cao siêu. Nơi đây, chúng ta bàn về một trường hợp trong Thiền sử Việt Nam. Ngài Vô Ngôn Thông (759(?)-826) là một trường hợp độc đáo tại Việt Nam. Ngài từ Trung Quốc sang Việt Nam năm 820, ở tại chùa Kiến Sơ, ngày nay thuộc Hà Nội, thành lập phái thiền Vô Ngôn Thông. Ngài mất năm 826, và phái thiền của ngài kéo dài được 17 thế hệ. Theo truyền thuyết, khi tới chùa Kiến Sơ, suốt mấy năm liền ngài chỉ quay mặt vào vách toạ thiền và không ai biết tông tích của ngài. Vị trụ trì nơi đây là Cảm Thành thầm biết ngài là cao tăng đắc đạo nên hết sức kính trọng. Sắp sửa tịch, ngài gọi Cảm Thành đến nói kệ... Câu hỏi của chúng ta là, trong gần 6 năm hầu hết là ngồi tịch lặng tại Việt Nam, làm sao ngài truyền dạy Thiền Tông, và làm sao dòng Thiền này có đạo lực kéo dài tới 17 thế hệ?

Dĩ nhiên là phải có đạo lực rất mạnh, mới có thể truyền thừa tới 17 thế hệ. Nơi đây, chúng ta mời gọi nhau thực tập pháp vô ngôn. Đây là một phương diện của Thiền đốn ngộ, và ai cũng có thể tập được sau khi giữ giới nghiêm ngặt một thời gian. Thiền pháp này không cần ngồi. Thiền pháp này thực tập được ở đi đứng nằm ngồi. Trước tiên là ly dục, bạn đừng ham muốn gì hết, khởi tâm lìa tham, lìa sân. Đừng nghĩ gì hết trong tâm, đừng nghĩ gì tới thiện ác lành dữ, đừng nghĩ gì tới mọi chuyện khác, chỉ thấy hơi thở nhẹ nhàng, lặng lẽ nhìn tâm và thấy sự tịch lặng, không lời. Vô ngôn, có nghĩa là vẫn tỉnh thức, vẫn biết đang đi đứng nằm ngồi, nhưng vẫn tịch lặng, trong tâm lìa ngôn ngữ, lìa tiếng nói, lìa hình ảnh, lìa tất cả ký hiệu... Không có nghĩa là không làm gì hết. Dễ nhất là mỗi sáng dậy sớm, khoảng

3 hay 4 giờ sáng, chung quanh thế gian còn lặng lẽ, bạn pha trà, không cần ngồi Thiền, bạn chỉ ngồi uống trà và nhìn ra sân... Vô ngôn, không có nghĩa là không đọc, không viết. Chỉ có nghĩa là, bạn thường trực nhìn vào tâm và không thấy chữ gì trong tâm (dù là đang đọc sách), không thấy hình ảnh nào trong tâm (dù đang nhìn cây lá ngoài sân), không thấy trong tâm ký hiệu nào hay biểu tượng nào (lìa tất cả những ngón tay chỉ trăng). Nghĩa là nhìn vào tâm chỉ thấy rỗng lặng. Nghĩa là không mơ gì tương lai, không tiếc gì quá khứ, và không dính gì nơi hiện tại. Ban đầu bạn còn dựa vào tầm (hướng tâm nhìn vào cái vô ngôn trong tâm), còn tứ (dán tâm vào cái vô ngôn trong tâm), từ từ sẽ tới chỗ sơ thiền (tâm ly dục, có hỷ, có lạc, có tầm và tứ) và sau một thời gian sẽ tới nhị thiền khi thanh tịnh nhất tâm, có hỷ và lạc, trong khi tầm và tứ vắng bặt (còn gọi là im lặng bậc thánh, hay vô niệm)… Bạn sẽ thấy thân tâm mình chỉ là cái bình rỗng, cái bình tỉnh thức nhưng vô niệm, cái bình của danh sắc, cái bình của sắc thọ tưởng hình thức nhưng không chứa gì hết.

Trong Kinh nói, từ sơ thiền (hay từ nhị thiền), nếu quán vô thường, vô ngã… sẽ lìa lậu hoặc, chứng Niết bàn. Đó là Vô Ngôn Thông, là thấy mình như người gỗ, thấy mình như trâu bùn qua sông, là thường trực thấy trong tâm trống không và tịch lặng, trong tâm không có gì lưu giữ, trong tâm lìa tất cả lời nói, hình ảnh, ký hiệu, biểu tượng… Ai cũng có thể làm được như thế. Đó là hạnh phúc vô cùng tận.

GHI CHÚ:

(1) Thanissaro. Wings to Awakening.
https://www.dhammatalks.org/books/Wings/Section0021.html
(2) Trí Hải. Thanh Tịnh Đạo:
https://thuvienhoasen.org/a2859/thanh-tinh-dao-thich-nu-tri-hai
(3) Thiện Siêu. Trung Luận:

https://thuvienhoasen.org/a15695/trung-luan-madhyamaka-sastra

Trí Hải. Thiền pháp Người Gỗ:
https://thuvienhoasen.org/a36855/ni-truong-tri-hai-thien-phap-nguoi-go

(4) Gunaratana. The Jhanas in Theravada Buddhist Meditation.
https://www.accesstoinsight.org/lib/authors/gunaratana/wheel351.html

(5) Kinh Thân hành niệm MN 119:
https://suttacentral.net/mn119/vi/minh_chau

(6) Kinh AN 1.576-615: https://suttacentral.net/an1.575-615/vi/minh_chau

(7) Kinh AN 5.121:
https://suttacentral.net/an5.121/vi/minh_chau

(8) Thig 5.4, bản dịch Indacanda:
https://suttacentral.net/thig5.4/vi/indacanda

(9) Kinh SN 42.8: https://suttacentral.net/sn42.8/vi/minh_chau

(10) Kinh MN 52: https://suttacentral.net/mn52/vi/minh_chau

(11) Kinh Susima: https://suttacentral.net/sn12.70/vi/minh_chau

(12) Kinh SN 22.80:
https://suttacentral.net/sn22.80/vi/minh_chau

(13) Thanissaro. Kinh MN 10:
https://www.dhammatalks.org/suttas/MN/MN10.html

(14) Thảo luận. https://discourse.suttacentral.net/t/suttasangaha-the-lost-book-of-khuddaka-nikaya/16500

(15) Kinh Nhật Tụng Sơ Thời.
https://thuvienhoasen.org/a30590/kinh-nhat-tung-so-thoi

(16) Kinh DN 25: https://suttacentral.net/dn25/vi/minh_chau

15

CHUYỆN CÔ MÈO LÊN CÕI TRỜI

Quý Mão, con mèo... Chúng ta đang tới gần Tết Nguyên Đán 2023. Nếu có ai hỏi rằng thế giới có sáng tác văn học nào thơ mộng về mèo hay không. Không, chúng ta không có ý nói gì về những chuyện đời thường lãng mạn hay tiểu tam hay tiểu tứ gì hết. Chúng ta chỉ muốn nói về một cõi thơ mộng y hệt như thời của Cha Rồng và Mẹ Tiên. Có đấy chứ, có một truyện về một cô mèo tam thể của một chàng họa sĩ Nhật Bản trong một thời nào xa xưa lắm, khi người ta chưa xài Tây lịch. Và truyện do một nhà văn Hoa Kỳ kể lại. Truyện này có nhan đề *"The Cat Who Went to Heaven"* – nghĩa là *"Cô Mèo Lên Cõi Trời"* và kể về một con mèo được chàng họa sĩ vẽ vào một bức tranh có chủ đề Đức Phật Nhập Niết Bàn, và rồi một phép lạ xảy ra. Dĩ nhiên là truyện hư cấu, vì nếu bạn có mua vé phi cơ để bay sang Nhật, thì có tìm cả chục năm cũng không dò ra nơi sinh của chàng họa sĩ trong truyện, và cũng không hề thấy ngôi chùa nào đang treo bức tranh Phật trước khi nhập Niết Bàn đã từ bi thò tay ra ban phước cho một con mèo nhỏ tội nghiệp.

Trong Kinh Phật cũng từng nói về chuyện mèo, nhưng là một biểu tượng khác. Như trong Kinh Na Tiên Tỳ Kheo, trong bản dịch nhan đề Milinda Vấn Đạo của Đại sư Bhikkhu Indacanda, nơi Phẩm IV, Phần 2 có câu hỏi về tính chất của loài mèo. Nơi phẩm này, nhà sư Nāgasena trả lời một vị vua, trích như sau:

"Thưa ngài Nāgasena, điều mà ngài nói là: 'Hai tính chất của loài mèo nên được hành trì,' hai tính chất nên được hành trì ấy là các điều nào?"

"Tâu đại vương, giống như loài mèo đi đến hang, đi đến hốc, đi đến ở bên trong tòa nhà dài, và tìm kiếm chỉ mỗi loài chuột. Tâu đại vương, tương tợ y như thế vị hành giả thiết tha tu tập đi đến làng, đi đến khu rừng, đi đến gốc cây, đi đến ngôi nhà trống, nên thường xuyên, liên tục, không xao lãng, tìm kiếm chỉ mỗi loại vật thực là niệm đặt ở thân. Tâu đại vương, điều này là tính chất thứ nhất của loài mèo nên được hành trì.

Tâu đại vương, còn có điều khác nữa, loài mèo tìm kiếm thức ăn chỉ ở khu vực lân cận. Tâu đại vương, tương tợ y như thế vị hành giả thiết tha tu tập nên sống có sự quan sát trạng thái sanh và diệt ở chính năm thủ uẩn này: 'Thế này là sắc, thế này là sự sanh lên của sắc, thế này là sự biến mất của sắc. Thế này là thọ, thế này là sự sanh lên của thọ, thế này là sự biến mất của thọ. Thế này là tưởng, thế này là sự sanh lên của tưởng, thế này là sự biến mất của tưởng. Thế này là các hành, thế này là sự sanh lên của các hành, thế này là sự biến mất của các hành. Thế này là thức, thế này là sự sanh lên của thức, thế này là sự biến mất của thức.' Tâu đại vương, điều này là tính chất thứ nhì của loài mèo nên được hành trì." (ngưng trích)

Nghĩa là khuyến tấn Niệm thân liên tục. Nhưng chuyện cô mèo của chàng họa sĩ nghèo Nhật Bản khác hơn. Không cao siêu như Kinh vừa dẫn. Tiểu thuyết trung thiên *"The Cat Who Went to*

Heaven" ấn hành năm 1930, dày 88 trang, viết bằng tiếng Anh, do nhà xuất bản Macmillan. Truyện này được giải thưởng Newbery Medal năm 1931 trao cho bởi American Library Association (Hiệp hội Thư viện Hoa Kỳ) với lời ca ngợi rằng đây là "đóng góp xuất sắc nhất cho văn học Hoa Kỳ dành cho trẻ em" của năm 1930. Nhưng tác giả Elizabeth Coatsworth là ai? Và tại sao viết truyện về một cô mèo nài nỉ chàng họa sĩ xin vẽ cô vào một góc trong bức tranh Đức Phật Nhập Niết Bàn?

Tiểu sử chính thức cho biết nhà văn Elizabeth Coatsworth (1893–1986) là con của Ida Reid và William T. Coatsworth, một nhà buôn ngũ cốc phát đạt ở Buffalo, New York. Cô theo học Chủng viện Buffalo Seminary, một trường tư thục dành cho nữ sinh. Cô có cơ duyên đi du lịch từ khi còn thơ ấu, đến thăm dãy núi Alps và Ai Cập khi mới 5 tuổi. Coatsworth tốt nghiệp Đại học Vassar College năm 1915 với tư cách Á khoa (Salutatorian). Năm 1916, cô nhận bằng Thạc sĩ (Cao Học) tại Đại học Columbia University.

Sau đó, cô đi du lịch đến Đông Á, cưỡi ngựa qua Philippines, khám phá Indonesia và Trung Quốc, và ngủ trong một tu viện Phật giáo. Tiểu sử không kể chi tiết về tu viện Phật giáo Trung Hoa đó, và hiển nhiên là trong các tu viện thường không nuôi mèo để rồi sau này có những gợi ý nào để tác giả hình thành truyện Cô Mèo Lên Cõi Trời..

Tiểu sử kể rằng, vào năm 1929, nhà văn Coatsworth kết hôn với nhà văn Henry Beston, người mà bà có hai con gái, Margaret và Catherine. Họ sống ở Hingham, Massachusetts, và Chimney Farm ở Nobleboro, Maine. Con gái của bà, Kate Barnes (1932–2013), sẽ tiếp tục thành công trong lĩnh vực văn chương theo cách riêng của mình, được tấn phong làm Poet Laureate (Nhà thơ được chính quyền bổ nhiệm để sáng tác trong các sự kiện đặc biệt) đầu tiên của tiểu bang Maine. Nhà văn Elizabeth Coatsworth qua đời tại nhà riêng ở Nobleboro, vào ngày 31/8/1986. Bà để lại nhiều tác phẩm, nhưng nổi bật nhất là cuốn tiểu thuyết trung thiên "*The Cat Who Went to Heaven*" và cuốn này được tái bản nhiều lần, được soạn thành nhạc kịch, và cốt truyện được chuyển thành phim hoạt họa.

Tác phẩm "*The Cat Who Went to Heaven*" lấy bối cảnh ở Nhật Bản vào thời rất là xa xưa, kể về một họa sĩ nghèo tới mức nhiều lúc không một xu dính túi, và về một cô mèo tam thể mà cô quản gia của họa sĩ mang về nhà. Dĩ nhiên là truyện hư cấu, nhưng cũng dựa trên một số nguồn văn học cổ. Cốt truyện được cho là dựa trên một câu chuyện dân gian Phật giáo cũ, và bao gồm, bên cạnh đó, một đoạn kể ngắn về cuộc đời của Đức Phật và những câu chuyện ngắn gọn về một số kiếp trước của Đức Phật là động vật, như trong các câu chuyện Jataka (Bản Sanh). Tác phẩm có tám chương, ở cuối mỗi chương trong số tám chương là một trong những bài hát của nàng quản gia, tức là một bài thơ ngắn, mang lời bình luận sâu sắc của cô quản gia về những gì đang xảy ra.

Một hôm, chàng họa sĩ nghèo Nhật Bản gửi cho cô quản gia vài đồng xu nhỏ để mua thức ăn. Thay vào đó, cô mang về nhà một con mèo từ ngôi làng, giải thích lý do mang mèo về vì ngôi nhà của chàng họa sĩ đang "cô đơn." Chàng họa sĩ không hài lòng với việc đưa cô mèo vào nhà, vì chàng đang đói. Họa sĩ nói rằng anh bây giờ không thể nhớ bánh gạo có hương vị như thế nào, và nói rằng mèo là thứ quỷ quyệt. Tuy nhiên, họa sĩ cũng được an ủi phần nào khi nhận thấy rằng bộ lông trắng của con mèo thực sự có một vùng ba màu, và ba màu như thế được coi là màu may mắn. Việt Nam mình gọi là mèo tam thể.

Thế rồi dần dà, cô mèo làm họa sĩ thân thiện hơn, thương cảm hơn, và chàng đặt tên cho mèo này là "May mắn" hay "Điềm lành" ("Good Fortune"). Vào bữa sáng, chàng họa sĩ nhận thấy rằng con mèo dường như đang bày tỏ lòng kính trọng đối với hình ảnh của Đức Phật, và chàng mới nhớ rằng chàng đã thiếu cầu nguyện vì những khoảng thời gian khó khăn mà chàng đã trải qua. Tội nghiệp, chủ đói, thế nên mèo cũng đói. Thế rồi, chàng nhìn thấy cô mèo đói ăn của chàng chộp lấy một con chim nhỏ, và điều làm chàng kinh ngạc là, cô mèo sau đó nhẹ nhàng thả con chim nhỏ ra bay về thiên nhiên. Hóa ra, nàng mèo rất mực thiện lành. Chàng họa sĩ không ngờ cô mèo nhỏ ăn chay. Và cư xử cũng rất mực quý phái. Mèo tự rời khỏi phòng khi thấy chàng họa sĩ có vẻ cần trầm tư một mình, và trước khi rời phòng là sắp xếp ngay ngắn những thứ chung quanh có thể được.

Nghề vẽ tranh dĩ nhiên là đói thê thảm. Thế nhưng, một cơ may đã tới với chàng: các nhà sư tại một ngôi chùa địa phương tới thuê chàng vẽ một bức tranh. Các sư thuê chàng chỉ vì một lựa chọn huyền bí: họ đã đặt những mẩu giấy có ghi tên của nhiều họa sĩ khác nhau ngoài sân, và tờ giấy ghi tên chàng là tờ còn lại sau khi gió thổi bay đi những tờ khác. Các nhà sư muốn chàng họa sĩ phải vẽ một bức tranh về Đức Phật đang nằm trước khoảnh khắc nhập Niết Bàn, và xung quanh Đức Phật là nhiều con vật đến để tỏ lòng tôn kính với ngài. Chàng họa sĩ được trả một số tiền lớn như một khoản thanh toán đầu tiên, để chàng "an tâm" – nghĩa là, sẽ có gì làm ấm bụng để ngồi vẽ.

Trong thời gian vẽ tranh, chàng họa sĩ đã tư duy, đã cân nhắc bố cục tranh, đã suy tính về màu sắc, đã thiền định về cuộc đời của Đức Phật và những kiếp trước của Đức Phật, để có thể vẽ chân thực từng phần của khung cảnh.

Vào cuối quá trình vẽ tranh, sau khi vẽ nhiều loài động vật khác nhau vào tranh, chàng họa sĩ nhận ra rằng con mèo của mình, nàng mèo mà bây giờ chàng coi là một sinh vật thực sự cao quý, không thể được phép xuất hiện trong bức tranh. Câu chuyện kể rằng niềm tin truyền thống vào thời đó của xã hội Nhật Bản cho rằng mèo là thứ quỷ quyệt, bị cho là vì lòng kiêu căng và tự cao đã xui khiến mèo từ chối cúi đầu trước Đức Phật khi ngài còn sinh tiền, và điều này có nghĩa là mèo không thể tới gần khi Đức Phật nhập Niết Bàn. Do đó, suy nghĩ phổ biến là không con mèo nào có thể lên được cõi trời, nơi phải có thiện hạnh mới đủ phước đức mà lên. Dĩ nhiên, thời Đức Phật cũng có nhiều Fake News như thời chúng ta bây giờ, và loài mèo đã xui xẻo bị các dư luận viên cuồng nhiệt chụp mũ. Vì thực tế không có Kinh Phật nào nói như thế, trong khi chúng ta nơi đầu bài này đã dẫn ra một phẩm trong Kinh Milinda Vấn Đạo nói về phẩm tính tốt của mèo.

Khi bức tranh sắp hoàn thành, cô mèo "May mắn" dường như nhìn thấy và cô lộ vẻ buồn bã phản đối việc không có con mèo nào trong bức tranh. Vô cùng xúc động trước nỗi đau của cô mèo, cuối cùng chàng họa sĩ đã vẽ một con mèo nhỏ màu trắng, tuy nhiên, biết rằng điều này có thể khiến các nhà sư không hài lòng. Khi thấy nét vẽ của chàng họa sĩ đã cho mèo vào tranh, cô mèo "May mắn" chết vì sung sướng. Bên mộ nàng mèo là cây đào, với một cành đào treo chuông; người quản gia hát rằng cô mèo có thể nghe thấy tiếng chuông đang hát "Hãy vui lên!"

Bức tranh được chuyển đến ngôi chùa, được vị sư Trú trì khen ngợi hết lời cho đến khi nhà sư nhìn thấy một con mèo trong mép họa phẩm. Lúc đó, vị sư từ chối tranh hoàn toàn và nói ý định đốt tranh, rồi sẽ thuê họa sĩ khác vẽ. Thế rồi, một phép lạ xảy ra. Và đúng là một phép lạ.

Vị sư trú trì tới than phiền chàng họa sĩ, nói rõ với chàng rằng danh tiếng của chàng sẽ bị hủy hoại vì bức tranh này, vì nhà sư sẽ đốt bức tranh, sau đó sẽ tìm một họa sĩ khác để vẽ một bức tranh khác. Nói xong, nhà sư bước ra. Chàng họa sĩ lặng người. Thế rồi đột nhiên có nhiều tiếng náo động từ hướng ngôi chùa. Có vẻ như dân làng đang rủ nhau tới chùa để xem gì đó. Cô hầu gái nói với chàng họa sĩ rằng hãy cùng đến chùa nhanh lên, xem chuyện gì náo động lớn như thế.

Chàng họa sĩ theo đám đông đến ngôi chùa. Câu chuyện kỳ diệu là, ở nơi bức tranh của chàng. Các nhà sư kể rằng, họ đốt bức tranh của chàng, vì không chấp nhận hiện tượng phạm thánh là trong tranh vẽ Đức Phật lại có một con mèo. Các nhà sư kể lại, khi đốt tranh, lửa cháy phừng phựt, tro bụi bay lên trời cao và rồi tro bụi lại kết hợp với nhau và lại trở thành một bức tranh nguyên vẹn, chỉ khác một chút.

Chàng họa sĩ nhìn vào bức tranh của anh, nhìn vào vị trí nơi chàng vẽ con chó và đã thấy con chó ở đúng chỗ, nhưng con mèo ở mép tranh biến mất rồi. Chàng họa sĩ nhìn vào Đức Phật đang nằm giữa tranh, thấy Đức Phật thò dài tay ra, nơi lòng bàn tay của Đức Phật là con mèo. Trong tranh, cô mèo "May mắn" nằm trong lòng bàn tay của Đức Phật và đang nhìn về hướng khuôn mặt Đức Phật một cách thành kính. Như thế bây giờ, mèo là con vật trong tranh ở vị trí gần Đức Thế Tôn nhất.

Nhưng, có thật là nền văn hóa cổ của Nhật Bản có thành kiến với loài mèo? Có lẽ không. Thêm nữa, một nhà sư luôn luôn nuôi dưỡng lòng từ bi, sẽ không kỳ thị sân si với bất kỳ một sinh vật nào, nói chi tới loài mèo được nhiều gia đình Nhật Bản nuôi trong nhà như thú cưng. Có thể là tác giả đã hư cấu chi tiết này để hiển lộ lòng từ bi của Đức Phật đối với cả các sinh vật từng tai tiếng quỷ quyệt gây rối như mèo?

Có một đồ chơi nổi tiếng của Nhật Bản có tên là Maneki-neko, dịch sang tiếng Việt là "con mèo vẫy tay" có hình tượng một chú mèo màu vàng hay trắng đưa tay lên vẫy. Các pho tượng mèo nhỏ này có một bàn chân mèo giơ lên, đôi tai nhọn màu đỏ, được dân gian tin tưởng từ nhiều thế kỷ là chú mèo Maneki-neko mang lại may mắn và thịnh vượng.

Có một truyền thuyết khởi đầu với một con mèo được sinh ra tại ngôi chùa Gōtoku-ji (Hào Đức Tự) ở quận Setagaya, Tokyo trong thời kỳ Edo (1603–1868). Theo các nhà sử học của ngôi đền, trong khi đi săn bằng chim ưng, lãnh chúa Ii Naotaka đã được cứu khỏi một loạt tia sấm sét khi con mèo cưng Tama của sư trụ trì tới, ra hiệu cho nhóm quan chức chạy vào chùa Gōtoku-ji.

Biết ơn con mèo vì đã cứu mạng mình, lãnh chúa đã phong nó làm người bảo trợ cho ngôi đền, nơi nó được tôn kính trong chính ngôi đền của mình kể từ đó. Ngày nay, khu đất yên tĩnh của Gōtoku-ji được điểm xuyết bằng hàng nghìn bức tượng mèo vẫy gọi với nhiều kích cỡ khác nhau. Du khách đến để xem hàng đàn mèo trắng—thường có hình dạng giống mèo đuôi ngắn Nhật Bản, một giống mèo thường xuyên xuất hiện trong văn hóa dân gian địa phương—và để cầu may mắn. Các bức tượng có thể được mua tại chùa và thường được để lại như một món quà, mặc dù nhiều người mang chúng về nhà làm kỷ niệm.

Chưa hết, lại có thêm truyền thuyết khác, cho thấy dân tộc Nhật Bản thực sự ưa thích mèo, chứ không kỳ thị. Nơi gần Asakusa, Tokyo, truyền thuyết kể về chú "mèo may mắn" của Đền Imado, một biến thể của mèo vẫy tay ngồi nghiêng và đầu hướng về phía trước. Năm 1852, một bà lão sống ở Imado nghèo đến nỗi không thể nuôi con mèo cưng của mình được nữa và buộc phải thả nó đi. Đêm đó, con mèo xuất hiện trong giấc mơ của bà cụ và nói: "Nếu cụ bà làm búp bê theo hình ảnh của tôi, tôi sẽ mang lại may mắn cho cụ bà."

Theo chỉ dẫn của con mèo, bà lão làm những bức tượng nhỏ từ đồ gốm Imado-yaki và đến đền thờ để bán chúng ở cổng. Chú mèo đã giữ lời hứa và những bức tượng nhỏ bằng gốm nhanh chóng trở nên nổi tiếng, giúp bà lão thoát khỏi cảnh nghèo khó. Cùng năm đó, nhà in nổi tiếng Hiroshige Utagawa đã minh họa những con mèo được bán ở chợ trong bản in khắc gỗ nổi tiếng của ông – và các bản in gỗ từ đây là hình ảnh mèo may mắn lâu đời nhất được biết đến.

Bất kể huyền thoại của các bức tượng mèo là gì, có một điều chắc chắn là: Những con mèo mang lại may mắn. Lý do cho sự phổ biến của chúng dường như được liên kết với lịch sử: năm 1602, một sắc lệnh của nhà cầm quyền đã thả tự do cho tất cả mèo ở Nhật Bản, nhằm tận dụng khả năng tự nhiên của mèo để kiểm soát dịch hại, đặc biệt là trong cộng đồng trồng dâu nuôi tằm.

Nơi đây, chúng ta nhìn thấy sức mạnh của nghệ thuật chỉ nằm trong tình yêu thương. Từ nét vẽ của chàng họa sĩ nghèo, cho tới tiểu thuyết hư cấu của nhà văn Elizabeth Coatsworth, cho tới những huyền thoại truyện cổ tích về loài mèo... Tất cả đều ngợi ca lòng từ bi với chúng sinh, đều trân trọng với những cảm xúc dù là mong manh tới đâu. Niềm vui khi thấy được vẽ vào tranh Phật đã làm cô mèo của chàng họa sĩ chết vì tràn ngập hạnh phúc. Thế giới này tương liên và tương tác với nhau. Trong niềm vui và nỗi buồn, tất cả chúng sinh đều không dị biệt nhau.

16

THẦY KUSHO VÀ
HỌC TRÌNH PHẬT GIÁO TÂY TẠNG

Bài này là cuộc phỏng vấn qua email trong tháng 1/2023 với nhà sư Kunchok Woser (Don Phạm), người xuất gia theo truyền thừa Phật Giáo Tây Tạng, sau nhiều năm tu học ở Ấn Độ đã tốt nghiệp văn bằng Lharampa, học vị cao nhất của dòng mũ vàng Gelug, và bây giờ chuẩn bị học trình Mật tông. Tôi có cơ duyên quen với nhà sư từ hơn hai thập niên trước, khi Thầy còn là một thiếu niên ở Quận Cam, và sau này nhiều người thường gọi tắt là "Thầy Don" hay "Thầy Kusho." Bài viết không có ý tôn vinh một nhà sư tuy kể ra những gian nan, khi theo đuổi học vị Lharampa, vì thực tướng vẫn là không có "cái tôi" và không có "cái của tôi" – bài viết chỉ để trình bày về hệ thống tu học của Phật giáo Tây tạng và là một nỗ lực ngợi ca Chánh pháp trên con đường thanh tịnh hóa thân tâm. Trước tiên, xin cảm ơn Lê Sớm Mai đã chuyển email.

Thầy Kusho sinh vào tháng 3/1986, có cơ duyên từ thơ ấu được ba mẹ đưa tới Chùa TD Ling, nơi theo truyền thống mũ vàng của Phật Giáo Tây Tạng tại thành phố Long Beach tại quận Los Angeles; Long Beach nằm giáp biên thành phố Westminster, thủ phủ Little Saigon của Quận Cam. Trong một cuộc phỏng vấn hơn mười năm trước, khi từ Ấn Độ về thăm Quận Cam, trả lời các câu hỏi của phóng viên, Thầy Kusho nói bằng tiếng Việt, cho biết từ cơ duyên tới chùa từ thời thơ ấu, là khoảng năm 1990, và từ đó cả gia đình Thầy theo học giáo pháp hàng tuần ở ngôi chùa Long Beach. Vị trụ trì chùa này và là thầy dạy pháp là Đại sư Geshe Tsultim Gyeltsen, tác giả nhiều sách về Phật học về Trung luận và Tánh Không, trong đó có 3 cuốn viết bằng tiếng Anh. Do cơ duyên này, Thầy Kusho thông thạo tiếng Việt, tiếng Anh và tiếng Tây Tạng.

Thầy Kusho đã sang Dharamsala ở phía Bắc Ấn Độ, thủ phủ của người Tây Tạng lưu vong, nhập chúng tu học từ năm 2002, được một năm rưỡi ở tu viện Gaden Shartse Monastery rồi vào thẳng tu viện Institute of Buddhist Dialectics (IBD). Năm 2004, Thầy Kusho thọ Sa Di (10 giới), năm 2008, Thầy Kusho thọ đại giới Tỳ Kheo với Đức Đạt Lai Lạt Ma, trở thành vị sư của dòng Gelug, mà người cao cấp nhất của dòng này là Đức Đạt Lai Lạt Ma. Thỉnh thoảng Thầy Kusho về Quận Cam, California, để làm lại giấy tờ chiếu khán.

Hiện nay, Thầy Kusho, tức là Thầy Kunchok Woser (Donald D Pham), là người Mỹ gốc Việt đầu tiên được truyền thừa và đỗ văn bằng cao quý nhất trong lịch sử ngàn năm của Phật Giáo Tây Tạng. Để có thể có được học vị Lharampa cần phải có từ 23 đến 30 năm. Các tu sĩ cần phải học và thông suốt năm ngành học là Bát Nhã Ba La Mật (Prajnaparamita), Trung quán luận (Madhyamika), Giới luật (Vinaya), A Tỳ Đạt Ma luận (Abhidharma), và Lý luận căn bản (Pramana Vartika), 5 bộ Đại luận của Ngài Maitreya (Ngài Di Lặc), và 18 bộ Đại luận của

Đức Tsongkhapa, sau khi đã đỗ Thạc sĩ, các tu sĩ sẽ phải học thêm sáu năm, mỗi năm đều có những kỳ thi viết, thi tranh luận, thi vấn đáp, và các học viên không thể rớt bất kỳ một môn thi nào trong những lần thi đó, bởi họ không có cơ hội thứ hai để thi lại. Ngay cả khi các học viên đã qua được các kỳ thi của 5 năm đầu, chỉ cần rớt bất kỳ một môn nào trong năm cuối, học viên đó đều không có cơ hội để thi lại và vĩnh viễn không thể lấy được học vị Lharampa.

Thầy Kunchok Woser, tên Việt là Phạm Dương Đôn (Mặt Trời Đôn Hậu, tên do ông nội đặt), có duyên lành được sinh ra trong một gia đình Phật giáo, mà cha mẹ là những Phật tử thuần thành, có lòng kính tin Tam Bảo, và giữ gìn truyền thống đi chùa, nghe Pháp hàng tuần, chính truyền thống từ nhỏ đó đã ảnh hưởng đến cuộc đời tu hành của thầy. Từ thơ ấu, Thầy Kusho đã có cơ duyên quen với nhiều vị Lạt ma tái sanh. Trong đó có nhà sư trẻ Zong Rinpoche -- người được tin tưởng là tái sanh của vị lạt ma nổi tiếng Zong Rinpoche (1905-1984) -- đã biết thầy Kusho từ khoảng năm 10 tuổi, hồi năm 1997 Zong Rinpoche sang Mỹ và gặp thầy Kusho. Khi thầy Kusho sang Ấn độ tu học, thì ngoài Lati Rinpoche (1922–2010) là thầy, thầy Kusho còn được Zong Rinpoche [hậu thân] dìu dắt như một người thầy và một người anh lớn.

Ngoài việc thầy Kusho đỗ học vị với số điểm cao, điều làm nổi bật đây chính là sự chiến đấu của thầy từ một cậu bé đang sống đầy đủ tại Mỹ phải đối diện với hoàn cảnh thiếu thốn, khó khăn ở Ấn độ cho thấy ý chí can cường, nguyện ước sâu dày của một người dấn thân trên con đường Bồ Tát đạo. Tuy nhiên, trong tất cả những cuộc nói chuyện từ hơn hai thập niên qua với phóng viên Việt Báo và với nhiều báo khác – trong đó có báo O.C. Register và báo Los Angeles Times – Thầy Kusho luôn luôn khiêm tốn, bày tỏ ưa thích lặng lẽ và hiển lộ sự tôn trọng đối với quý tôn đức Phật Giáo Việt Nam và với bất kỳ chúng sinh nào. Tuy rằng, Thầy Kusho bây giờ được gọi bằng danh hiệu Geshe Lharampa, trong đó chữ "Geshe" hiểu là học vị Tiến sĩ và "Lharampa" là học vị cao nhất của dòng Gelug.

Khi Thầy Kusho hoàn tất văn bằng Geshe Lharampa, nhà sư Zong Rinpoche đã gửi email bằng tiếng Anh tới một số Phật tử Việt Nam quen biết, nơi đây xin dịch là: *Tôi rất vui để chúc mừng lễ tốt nghiệp Geshe Lharampa của Geshe Kunchok Woser. Bên cạnh sự kiện tốt nghiệp của Thầy là một cột mốc lịch sử trong cả hai truyền thống Phật giáo Tây Tạng và Việt Nam, riêng cá nhân tôi đã biết Geshe Kunchok Woser trong nhiều năm, tôi tin tưởng rằng Thầy sẽ đóng góp to lớn cho Phật pháp trên toàn thế giới và đặc biệt là trong cộng đồng Phật tử Việt Nam.*

Cũng nên nhắc tới nhận định hơn một thập niên trước, vào tháng 4/2009, cựu Tăng sĩ Phật giáo Tây Tạng Tenzin Dorjee, giáo sư tại Đại học CSU Fullerton, thì Thầy Don, lúc đó được 23 tuổi, vừa tốt nghiệp Học Viện IBD, hoàn tất các khóa học 7 năm của Bộ Bát Nhã Ba La Mật Đa, và thầy lúc đó cũng là tăng sinh trẻ nhất của Học Viện. Thầy Don đã thi 5 kỳ thi viết và thi 2 kỳ thi tranh luận. Thầy Don đã tốt nghiệp ở hạng trong nhóm điểm cao nhất so với các vị sư đồng học. Giáo sư Tenzin Dorjee, người đã nhiều năm hỗ trợ cho Thầy Don, từ cả trước khi Thầy Don xuất gia, nói rằng thành quả học xuất sắc của Thầy Don đã làm mọi người tại ngôi chùa Tây Tạng TD Ling đều vui mừng và tự hào. GS Tenzin nói các kỳ thi viết Tạng Ngữ và thi tranh luận bằng tiếng Tây Tạng không dễ dàng chút nào, đặc biệt khi chủ đề thi là các khóa học 7 năm về Bát Nhã.

Quý Thầy ở IBD đã nghĩ gì về Thầy Kusho? Hiệu Trưởng Học Viện IBD là ngài Pema Dorjee tin rằng Thầy Don được tiền định để qua Ấn Độ tu học, *"Đây phải là có duyên lành từ kiếp trước. Tôi tin rằng Kusho có nghiệp rất lành, nghiệp này đẩy Kusho qua Ấn Độ để làm nhà sư, rồi lại học triết học Phật Giáo tới chỗ thâm sâu. Kusho quá trẻ, có một gia đình rất tốt, và có nhiều thân nhân ngoài đời, nhưng Kusho thực sự muốn tu học Phật Học. Đúng vậy, Kusho thực sự muốn. Chính Kusho đã tự quyết định vào đường tu."*

Cuộc phỏng vấn qua email bằng tiếng Anh sau khi được tin Thầy Kusho tốt nghiệp văn bằng Lharampa. Nơi đây sẽ dịch 14 câu vấn đáp như sau.

Câu #1:

-- Chúng tôi nên xưng hô thế nào với Thầy? Lạt ma? Đại sư? Rinpoche? Geshe? Hay chỉ nên gọi là Thầy?

-- Cá nhân tôi không cảm thấy rằng bất kỳ ai nên gọi tôi bằng bất kỳ chức danh hay tên gọi đặc biệt nào. Vì sự nghiệp cao cả mà quý tăng ni đã dấn thân, chúng ta xưng hô với các tu sĩ bằng chữ "Venerable" (Bậc tôn kính), và trường hợp của tôi không có gì khác biệt. Tôi nghĩ rằng thuật ngữ tương đương, mặc dù không nhất thiết phải theo sát nghĩa đen, của chữ "Venerable" là "Thầy" trong tiếng Việt, vì vậy nó cũng là cách gọi phù hợp. Gia đình và những người thân thiết đã gọi tôi bằng từ ngữ [Thầy] đó.

(Chỗ này nên ghi chú: chữ "Venerable" dịch sát nghĩa là "Bậc tôn kính" trong tiếng Việt dịch nhiều cách theo chức danh là Đại Đức, Thượng Tọa, Hòa Thượng. Nói gọn là "Thầy" là hay nhất.)

Câu #2:

-- Ý nghĩa của cách xưng hô "Geshe" là gì?

-- Từ góc độ vừa hoàn thành chương trình học thuật thông thường của tu viện, được gọi là "Chương trình Geshe", và thay mặt cho các bạn cùng lớp và đồng sự của tôi đã hoàn thành nó, danh hiệu hoặc tên chính thức được sử dụng để chỉ một người đã trải qua đầy đủ hệ thống học thuật tu viện là "Geshe." Một cách dịch thô sơ của chữ "Geshe" sẽ là "người bạn tâm linh/đức hạnh."

Câu #3:

-- Chúng tôi biết Thầy vừa được cấp bằng Lharampa. Xin cho biết Thầy đã mất bao lâu để có được bằng cấp đó.

-- Cá nhân tôi đã mất 22 năm để hoàn thành khóa học Geshe Lharampa. Về mặt kỹ thuật, tôi đã gia nhập tu viện cách đây 23 năm, nhưng năm đầu tiên tôi dành phần lớn thời gian để học ngôn ngữ, đọc và viết cũng như học thuộc lòng. Các nghiên cứu về chương trình Geshe thực tế đã không bắt đầu cho đến năm sau đó.

Câu #4:

-- Thầy đã học được gì từ văn bằng Lharampa? Chỉ có Phật giáo Tây Tạng? Thầy có học các bộ phái Phật giáo khác hay không, Nam Tông, Bắc Tông, Thiền tông và bộ phái khác không?

-- Thời gian của tôi trong chương trình xoay quanh triết học Phật giáo Tây Tạng. Tôi không có kinh nghiệm với các truyền thống khác. Nghiên cứu về các truyền thống khác là trên cơ sở cá nhân nhiều hơn, và cho đến nay tôi chưa thực hiện cuộc khảo sát của riêng mình về các lĩnh vực như vậy.

Câu #5:

-- Thầy có thể mô tả một ngày bình thường trong đời sống tu sĩ trong tu viện của thầy không?

-- Mặc dù thời khóa biểu và lịch trình có thể dao động tùy theo thời gian trong năm, một ngày "điển hình" tại tu viện bao gồm các buổi cầu nguyện buổi sáng lúc 6-8 giờ sáng, một phiên tranh luận buổi sáng từ 8:30-10 giờ sáng, lớp triết học hoặc tự học (chương trình tự học bao gồm việc học thuộc lòng, đọc và phân tích) từ 10-11 giờ sáng, ăn trưa lúc 11-11:30 sáng, nghỉ ngơi và tự học từ 12-2 giờ trưa, lớp triết học hoặc tự học từ 2-5 giờ chiều, ăn tối lúc 5 giờ chiều, tự học lúc 5:30-6:30 chiều, buổi cầu nguyện buổi tối/hay buổi tranh luận buổi tối lúc 6:30/7:30-10 giờ tối, và ôn tập thuộc lòng và đọc từ 10-11 giờ tối. Đây chỉ là để đưa ra một cái nhìn tổng quát vì các nhà sư có các công việc thường lệ khác nhau và như đã đề cập trước đó, lịch trình thay đổi tùy thuộc vào thời gian và các phần của năm học.

Câu #6:

-- Thầy có thời gian rảnh vào Thứ Bảy hoặc Chủ Nhật không?

-- Cuối tuần ở khu vực phía nam Ấn Độ này là những ngày Thứ Hai.

Câu #7:

-- Thầy có chơi bóng đá trong tu viện không?

-- Tôi không chơi bóng đá ở tu viện, đó cũng không phải là một phần của ngày bình thường ở đây, nhưng theo thời gian, hoạt động cơ thể và tập thể dục đã được chú trọng hơn và dần dần được khuyến khích, đặc biệt là vào cuối tuần.

Câu #8:

-- Thầy có thể cho chúng tôi biết về kiếp trước của Thầy, và làm thế nào Thầy có thể biết được điều đó? Thầy có muốn chúng tôi công bố thông tin này không?

-- Tôi không biết chút nào về, cũng không có bất kỳ ký ức nào về kiếp trước hoặc các kiếp sống trước kia của mình. Sẽ thật tuyệt nếu ai đó có thể cho tôi biết về những kiếp đó.

Câu #9:

-- Thầy có thần thông nào không? Thầy có muốn chúng tôi công bố thông tin này không?

-- Tôi không có bất kỳ sức mạnh huyền thuật nào. Điều gần nhất mà tôi có thể đến với sức mạnh huyền thuật là mơ mộng về chúng.

Câu #10:

-- Có độc giả muốn tập thiền 5 phút mỗi ngày. Xin vui lòng cho chúng tôi một chỉ dẫn về thiền định có hướng dẫn (guided-meditation instruction).

-- Tôi không có nhiều kinh nghiệm trong việc ngồi thiền hay thiền định nhất tâm (single-pointed meditation). Thực tế, đó là điều mà bây giờ tôi muốn làm nhiều hơn và hình thành thói quen ổn định. Tuy nhiên, tôi tin rằng khi nói đến việc ngồi thiền, hầu hết sẽ bắt đầu với việc tập trung vào hơi thở của họ ở một nơi yên tĩnh, tĩnh lặng. Giữ cho tâm tĩnh lặng là một thách thức rất lớn, do đó, yếu tố trên thân là hít vào, thở ra và nhận ra mối liên hệ giữa thân và tâm có thể giúp ổn định các niệm của người tập thiền và sẽ chú tâm vào cái bây giờ hiện tiền.

Câu #11:

-- Có độc giả muốn thực hành một thiền quán từ bi (Metta Meditation). Xin vui lòng cho chúng tôi một chỉ dẫn ngắn.

-- Tôi nghĩ rằng từ bi, lòng trắc ẩn là ước muốn cho chính mình và/hoặc những người khác thoát khỏi đau khổ và cả những nguyên nhân của nó. Do đó, suy ngẫm và nhận ra đau khổ sẽ cho cảm giác như bước đầu tiên cho bất kỳ suy nghĩ nào về từ bi, về lòng trắc ẩn. Bạn có thể khởi đầu với việc phân tích nỗi đau và nỗi buồn của chính mình. Sau đó, khi bạn nhìn ra bên ngoài, bạn có thể chấp nhận rằng chính sự đau khổ này có thể và thậm chí người khác cũng thường trải qua. Thấy những kinh nghiệm như vậy về đau đớn, một cách tự nhiên bạn tìm cách chấm dứt chúng và tương tự cảm thọ như vậy đối với những người khác. Bạn không cần phải tìm kiếm đâu xa khi nghĩ về sự đau khổ của người khác; hãy nghĩ về gia đình, bạn bè và những người thân thiết của bạn trước rồi từ từ mở rộng ra từ đó.

Khi nuôi dưỡng từ bi và trắc ẩn đối với người khác, đôi khi có thể thấy khó đồng cảm với nỗi đau khổ của người khác và trong những khoảnh khắc đó, tôi tin rằng điều chủ yếu là bạn phải tự đặt mình vào vị trí của họ và nhớ rằng đau khổ biểu hiện dưới vô số hình dạng và hình thức. Dù lớn hay nhỏ, nỗi đau và nỗi thống khổ đều phổ biến, lan tỏa. Suy nghĩ này giữ vai trò như là một nền tảng của cảm thọ đồng nhất giữa bản thân mình và người khác, và là duyên mạnh mẽ để khởi sinh ra tình yêu thương và lòng từ bi.

Câu #12:

-- Trong hoàn cảnh nguy nan, chúng ta nên cầu nguyện với ai? Cầu nguyện Đức Quán Thế Âm, vị Bồ tát gọi theo tiếng Việt này còn tên trong Phật giáo Tây tạng là Chenrezig?

-- Trong một tình huống nguy hiểm, trước tiên người ta nên dựa vào nhận thức đời thường của mình và xem giải pháp nào có thể được đưa ra từ phía mình. Nếu cầu nguyện là lựa chọn duy nhất còn lại, thì cầu nguyện với vị nào hay với bất cứ những gì mà họ tin tưởng nhất sẽ là điều tốt nhất.

Câu #13:

-- Sau văn bằng Lharampa, Thầy sẽ học thêm ngành gì? Bao nhiêu năm nữa?

-- Tiếp theo là một năm để nghiên cứu, học về mật tông. Tôi đã hoàn thành chương trình Lharampa, nhưng đối với cá nhân tôi, đó mới chỉ là bước khởi đầu. Còn có rất nhiều kỹ năng để phát triển, còn có rất nhiều điều để học, và quan trọng nhất là thực hành. Tôi trọn đời sẽ luôn luôn học hỏi và sẽ vẫn luôn luôn là một sinh viên.

Câu #14:

-- Nhiều người trong chúng tôi nghĩ rằng Thầy sẽ trở thành một bậc thầy vĩ đại - một kiểu như Milarepa hoặc Nagarjuna. Hãy cho chúng tôi một chút hy vọng (làm ơn).

-- Thật không may, tôi không phải là bất kỳ loại bậc thầy vĩ đại nào, cũng không có thể hy vọng được ở bất kỳ đâu mấp mé gần với Milarepa hoặc Arya Nagarjuna trong kiếp này. Nhưng có thể với đủ nỗ lực, tu tập, tích lũy thiện nghiệp và công đức, và nhân duyên chín muồi, thì hẳn có thể là cần nhiều kiếp nữa, kể từ bây giờ.

Nơi đây cũng nên ghi chú thêm, rằng một số Phật tử Quận Cam tin rằng Thầy Kusho là hậu thân của một nhà sư có nhân duyên với cả Phật giáo Việt Nam và PG Tây Tạng. Chỗ này dĩ nhiên không ai có thể biết chính xác. Nhưng đây là suy đoán từ một số Phật tử khi, trong một vài năm, Thầy Kusho được chọn vào nhóm học trò đặc biệt của Lati Rinpoche, người đã giữ chức Viện Trưởng Gaden Shartse trong 8 năm, rồi sau đó nhận lệnh của Đức Đạt Lai Lạt Ma để nhận nhiệm vụ dạy kèm cho các vị tái sinh.

Dự kiến, Thầy Kusho sẽ đến Gyuto, chính thức đi từ Hiển giáo vào Mật giáo, một thời gian sau Tết Tây Tạng (21 tháng 2/2023), ước chừng khoảng tháng 3/2023. Như thế Thầy Kusho đã là người ngoại quốc đầu tiên (không phải Tây Tạng) lấy văn bằng Lharampa, bây giờ cũng là vị Geshe Lharampa ngoại quốc đầu tiên đi vào Mật viện Gyuto. Đó là những cơ duyên kỳ lạ.

Trong cương vị của nhà báo phỏng vấn, xin phép có vài ý riêng như sau. Rằng phân biệt bộ phái chỉ vì hoàn cảnh lịch sử, vì phát triển địa phương, không nên xem như là những gì dị biệt lớn lao, vì chỉ nên chú tâm vào các điểm độc đáo của Phật Giáo: các pháp ấn khổ, vô thường, vô ngã; con đường vượt khổ duy nhất là Bát Chánh Đạo, gọi tắt là Giới Định Tuệ để lìa tham sân si. Đó là các điểm chung của các bộ phái. Những điểm dị biệt khác nên xem là kinh nghiệm riêng bộ phái – thí dụ, tranh luận về thân trung ấm, về mật chú, về đi tìm thân tái sinh, về nghi vấn A Tỳ Đàm, về Tịnh Độ A Di Đà… -- vẫn giữ chung các giáo lý về các pháp ấn và con đường Bát Chánh Đạo. Hy vọng bài phỏng vấn này đã trả lời được nhiều thắc mắc của độc giả về học trình Lharampa, và về nhà sư rất mực khiêm tốn mà Việt Báo có cơ duyên quen biết và được gọi thân mật là Thầy Kushok.

California, tháng 1/202

17

THẦY TUỆ SỸ:
NHƯ VOI GIỮA TRẬN TIỀN

Nam Mô Bổn sư Thích Ca Mâu Ni Phật

Kính đảnh lễ Giác Linh Hòa Thượng Thích Tuệ Sỹ

Kính bạch chư tôn đức.

Con xin phép thay mặt các cư sĩ trong GHPGVNTN/HK và nhiều cư sĩ khác để nói lên tấm lòng chúng con.

Bản thân chúng con rất cảm động có được cơ duyên nói chuyện trong buổi Lễ Tưởng Niệm Trưởng Lão Hòa Thượng Thích Tuệ Sỹ. Chủ đề chúng con nói chuyện hôm nay sẽ là "Thầy Tuệ Sỹ: Như Voi Giữa Trận Tiền."

Hình ảnh trận tiền nơi đây là trận chiến đối nghịch với tham sân si, để kết thúc vô lượng chu kỳ sanh và tử mà chúng ta đã trải qua. Hình ảnh voi nơi đây là nói rằng Thầy đã xuất hiện trước mắt chúng con như một tấm gương khổng lồ, nơi đó vô lượng mũi tên, vô lượng gươm giáo của các bất thiện pháp không làm Thầy suy suyển. Giữa rừng già vô minh, Thầy Tuệ Sỹ đã hiện ra trước mắt chúng con như một con voi đầu đàn, với trí tuệ và định lực cực kỳ hy hữu, đã làm sáng thêm ngọn đèn Chánh Pháp cho mọi người cùng nhìn rõ lối đi, và Thầy đã băng băng bước tới, đã dọn lối vượt qua cánh rừng vô minh cho các thế hệ Phật tử đi sau.

Một hình ảnh trong Kinh Phật có thể cho một hình dung về Thầy Tuệ Sỹ: bậc long tượng, tức là con voi kiệt xuất nhất trong loài voi. Phẩm Bất tư nghị trong kinh Duy ma quyển trung nói: Ví như bước đi của long tượng, con lừa không thể kham được. Kinh Hoa nghiêm quyển 7 nói rằng, long tượng là dụ cho uy nghi của vị Bồ tát mạnh mẽ tốt đẹp không gì sánh bằng.

Chúng con không có đủ chữ để nói về công hạnh của Thầy Tuệ Sỹ. Bởi vì ngôn ngữ vốn đã bất toàn, vì không thể dùng lời nói về một thiện pháp vốn đã hoàn hảo từ chặng đầu, tới chặng cuối. Trong khi dân tộc mình và đa số trong tứ chúng đang ngập chìm trong giận dữ, hoang mang và lo sợ, Thầy Tuệ Sỹ đã hiện ra như con voi chúa để chúng con học theo Tâm Vô Úy và Tâm Từ Bi, và để học bước đi kiên định trong Chánh Pháp. Tất cả những chữ của thế gian đều vô nghĩa, không nói lên được một kiếp sống tượng vương của Thầy, mà chúng con có cơ duyên chứng kiến nhiều thập niên qua. Thầy không bận tâm với những chữ được chúng con đã dùng để ca ngợi thầy, như – thiên tài hy hữu, Tam tạng pháp sư, bậc đại thiền sư, nhà thơ vĩ đại, và tất cả những chữ khác mà chúng con có thể tìm được.

Thầy Tuệ Sỹ đã từng nhiều lần lui vào ẩn dật, sống lặng lẽ như voi trở về hang, ngồi dịch những ngàn trang lời Phật dạy, nhưng rồi lại bước ra trước mắt chúng con để làm sáng tỏ Chánh Pháp, để lấy hành hoạt thân giáo hiển lộ cho chúng con học và sống theo Chánh Pháp. Lời dạy xưa nói rằng, hãy y pháp, bất y nhân, và trước mắt chúng con, chính Thầy đã trở thành pháp: Thầy Tuệ Sỹ đã trở thành một tượng hình Chánh Pháp sinh động. Khi đã nhìn thấy hình ảnh Thầy ngồi Thiền trên giường bệnh nửa đêm, làm sao chúng con có thể làm biếng được nữa. Khi đã nhìn thấy Thầy nằm trên giường bệnh, và đưa tay ra gõ lên chiếc iPad để chú giải bản văn về Thành Duy Thức Luận của một môn đệ gửi tới, làm sao chúng con có thể tiếp tục nằm ngủ sớm và thức dậy trễ.

Hãy hình dung như thế này: sau khi Đức Phật tuyên thuyết Chánh Pháp, khắp các cõi đều chấn động. Và rồi hơn hai ngàn năm sau, âm vang lời Đức Phật đã hội tụ về lại nơi mảnh đất Việt Nam đầy đau khổ, để trở thành một nhà sư có tên là Tuệ Sỹ. Một nhà sư đúng nghĩa trong Kinh Phật, một tỷ kheo sống với giới định huệ, và đó là hình ảnh đẹp nhất trong các cõi trời người. Tất cả các chữ khác của thế gian không nói được phần nào của cái đẹp này: một nhà sư, sống như một con voi chúa để dìu dắt đàn voi lội qua dòng sông sinh tử.

Những gì Thầy Tuệ Sỹ đã viết, đã làm đều đã trở thành một phần di sản văn hóa dân tộc. Thầy dịch các bộ A Hàm. Thầy là một học giả và là một luận sư thông cả nhiều truyền thống Phật học, từ Phật giáo sơ kỳ, cho tới Phật giáo bộ phái, và rồi Phật giáo thời hiện đại. Có những câu thơ của Thầy khi viết xuống đã trở thành một phần của văn học sử, như bốn câu thơ ngũ ngôn:

CÚNG DƯỜNG

Phụng từ ngục tù phạn
Cúng dường Tối Thắng Tôn
Thế gian trường huyết hận
Bình bát lệ vô ngôn

Bản dịch của Tâm Huy Huỳnh Kim Quang kèm chú giải như sau:

"Hai tay dâng bát cơm từ
Cúng dường Tối Thắng Đại Từ Thế Tôn
Cõi trần máu hận trào tuôn
Tay bưng bình bát lặng thầm lệ rơi.

Tâm đại từ, đại bi của Thầy như vậy, nên khi thấy chúng sinh đau khổ, Thầy chịu nhận sự khổ đau thay cho chúng sinh mà không một lời oán hận."

Có một điểm nổi bật nơi Thầy Tuệ Sỹ: Thầy là người đánh thức chúng con ra khỏi tháp ngà. Bởi vì nhiều người trong chúng con nghĩ rằng mỗi ngày có hai thời công phu là đủ, Thầy cho thấy là chưa đủ, vì từng khoảnh khắc trên giường bệnh, Thầy vẫn giữ tâm trong Thiền định, vẫn gõ chữ chú giải kinh luận cho hậu học không nhầm lẫn. Bởi vì nhiều người trong cư sĩ chúng con nghĩ rằng phải xây chùa, đắp tượng, dâng hương hoa cúng Phật là đủ cho phước đức nhiều đời, Thầy Tuệ Sỹ đánh thức chúng con bằng cách viết về Cư sĩ Úc già. Như trong Chương 1, sách Du Già Bồ Tát Giới, Thầy Tuệ Sỹ viết: "Bản kinh Úc-già Trưởng giả của Đại thừa, để xác nhận chí nguyện của ông Trưởng giả, đã gắn cho ông những lời thỉnh vấn Phật: "Những thiện nam tử, thiện nữ nhân, vì ích lợi của hết thảy chúng sinh, muốn đưa tất cả vào Niết-bàn an lạc cứu cánh, muốn duy trì Tam bảo tồn tại thế gian không gián đoạn… những vị ấy cần phải làm gì? Giới đức hành xử của Bồ-tát tại gia là thế nào? Làm thế nào mà tuy vẫn sống đời tại gia những vẫn tùy thuận tu hành những điều Như Lai giáo huấn mà không tổn hoại các bồ-đề phần?"

Thầy không muốn chúng con ngồi yên nơi tháp ngà. Thầy Tuệ

Sỹ là một con voi dữ. Trong sách "Triết Học về Tánh Không," Thầy Tuệ Sỹ đã viết về ngài Long Thọ, và có vẻ như đây là vận mệnh của chính Thầy: *"Nàgàrjuna xuất hiện như một con voi dữ trong truyền thống Phật học và tư tưởng triết học Ấn Độ. Đương thời, đối với các nhà hiền triết Ấn Độ, Nàgàrjuna được xếp vào hàng những tư tưởng gia Phật học lỗi lạc bậc nhất. Nhưng ngay trong hàng ngũ này, Nàgàrjuna lại được kính trọng như một tên phá hoại đáng sợ."*

Điều khó cho tất cả những người đi sau Thầy Tuệ Sỹ là làm sao có thể đi cho vừa bước chân voi của Thầy. Không chỉ là vết chân voi quá lớn vì những hành hoạt của Thầy, mà những dịch phẩm và tác phẩm Thầy để lại đã làm cho chúng con đỡ mất thì giờ. Thầy Tuệ Sỹ đã đi đôi giày ngàn dặm, rút ngắn thì giờ cho công trình Đại Tạng Kinh, và nhiều lĩnh vực nghiên cứu khác.

Rất nhiều trăm năm về sau, Phật Giáo VN sẽ vẫn còn mang ơn Thầy Tuệ Sỹ. Những người học Phật khi mở sách ra đọc, sẽ vẫn còn thấy hình bóng Thầy Tuệ Sỹ trên những dòng chữ. Có thể hình dung rằng, những người học Phật vẫn đang thọ dụng các công trình của Thầy, khi mở ra các trang Kinh A Hàm, khi đọc bản dịch Thiền Luận, khi đọc chú giải Kinh Duy Ma Cật Sở Thuyết và nhiều kinh luận khác. Và tương tự, sẽ có rất nhiều người sáng tác văn học, thí dụ, chính chúng con, vẫn còn chịu ảnh hưởng của Thầy Tuệ Sỹ khi làm thơ Thiền hay câu đối Thiền. Thầy Tuệ Sỹ đã bao phủ cả một bầu trời Phật học lớn như thế. Chúng con sẽ thấy những gì đời sau học, cũng có một phần xương tủy, máu thịt, tim óc của Thầy.

Trong truyện bản sanh Jataka số 30, kể về một con voi chúa, một tiền kiếp của Đức Phật Thích Ca, vì lòng từ bi, voi đã tự quyên sinh để lấy thân xác làm thức ăn cứu đói cho 700 người đi lạc trong rừng sắp chết đói. Thầy Tuệ Sỹ đã là một con voi chúa như thế.

Từ thập niên 1980s tới giờ, đã nhiều lần, khi đọc tin hay dịch tin về Thầy Tuệ Sỹ, tự nhiên nước mắt của chúng con rơi xuống, không cầm được. Nói ra thì có vẻ con nít, nhưng sự thật là như thế, chúng con đã từng khóc như con nít. Và bây giờ, khi viết những dòng chữ này, nước mắt cũng rưng rưng. Mất mát này quá lớn.

Nơi đây, để kết luận, chúng con xin đọc 2 câu đối kính dâng Thầy Tuệ Sỹ:

Hiện trăng đáy nước, ngồi giữa sắc không, dịch Tam Tạng.
Mưa pháp lưng trời, bước qua thực huyễn, luận Nhất Thừa.

Nam Mô Bổn Sư Thích Ca Mâu Ni Phật.

Cư sĩ Nguyên Giác

(Thay mặt các cư sĩ trong GHPGVNTN/HK và nhiều cư sĩ khác)

THƠ

18

MỘT MAI TÔI NGƯNG DÒNG CHỮ

Có một thời tôi bất chợt hóa thân
từ chút bụi trên núi tuyết bay theo làn gió nhỏ
vào một thân năm uẩn dịu dàng hơi thở
cũng bắt chước nhân gian đi đứng nói cười
cũng tập làm thơ, tay còn hơi lạnh mây trời

Có một thời tôi cũng hóa thân
làm cậu bé ngủ gục giữa những buổi trưa
mơ thấy mình là dòng sông tìm biển đang chờ
trong giờ mẹ dạy ê a tập đọc, tập vần
từ trang kinh mẹ dặn phải học ân cần

Có một thời hơi thở tôi là những dòng chữ
rơi từ trận mưa của mười ngàn câu Pháp cú
để trọn đời dịu dàng với từng chữ viết
khi tay dừng là thơ sẽ hóa thành lửa
thiêu trang giấy chuyện của ngàn năm tiền kiếp

Có một thời tôi thấy mình là rừng cây lá

vọng thì thầm lời Thế Tôn năm xưa tuyên thuyết
rồi lá rơi theo sông, để hòa tan mục rã
nghe dòng Kinh Tây Tạng bỗng hóa thành chữ viết
rưng rưng nước mắt khi gặp lại cõi người rất lạ

Rồi dòng mực viết lên những câu hỏi tiền kiếp
chở gian nan cõi người giữa tiếng khóc thì thầm
nửa khuya chợt tỉnh, nhớ câu hỏi của nàng Long nữ
có ai thấy những bước chân về một lối bình an
xâu chuỗi ngọc từng trang giấy tôi tặng nhân gian

với một kiếp tôi là tiếng chuông đồi Yên tử
với một kiếp tôi là tiếng Kinh tụng trên đồi Tây Tạng
với một kiếp tôi là tượng gỗ trầm tư về Kinh vô tự
với một kiếp tôi là giọt nước mắt trên dòng Kinh Phạn

Một mai tôi ngưng dòng chữ
mỉm cười chào nắng tà huy
lắng nghe trận mưa bến cũ
không nơi để tới, để đi.

19

MẸ DẠY CON NGỒI NHƯ NÚI

1

Mưa bụi lướt về trong mơ
ướt sũng một thời trí nhớ
thì thầm cổ tích như thơ
bay vào trong con giấc ngủ

mẹ ru con lời dịu dàng
nguyện cho mưa về tốt lúa
nguyện cho khắp cõi bình an
nguyện người người xa nhà lửa

2

mưa xa bay khắp bạt ngàn
nhớ thương về theo muôn lối
mẹ tập cho con đánh vần
dạy con thành sông, thành núi

mẹ nói con phải thương người
ba cõi kiếp xa vô lượng
đếm sao kể hết ơn đời
sống từng khoảnh khắc trân trọng

3

mưa đêm chở ngát rừng hương
về ôm từ bi phố nhỏ
nghe mẹ dạy con yêu thương
sợi nắng, cái bông, ngọn cỏ

mẹ dạy tỉnh thức dịu dàng
thương cả gà con, gà mẹ
coi chừng giẫm kiến bên đàng
con nhớ bước đi rất nhẹ

4

mưa khuya chở lạnh vào đêm
nghe mẹ đọc con trang sách
chen tiếng mưa sa bên thềm
ngủ ngoan giữa lời tí tách

mẹ hát ca dao ạ ơi
nguyện con vuông tròn học chữ
nguyện con thiện pháp không rời
nguyện con lời lời pháp ngữ

5

mưa đêm tiền kiếp chưa qua
mẹ dạy con ngồi như núi
nghe thở hơi gần, hơi xa
nghe vắng muôn sông nghìn suối

mẹ dạy không ta, không người
bước đi giữa rừng công đức
mắt từ nhìn khắp nơi nơi

rỗng lặng đêm ngày tỉnh thức

6

mưa đêm buồn khắp Sài Gòn
ướt sũng một thời mới lớn
mẹ hát rằng có là không
khổ đế mười phương đau đớn

rằng con là biển, là rừng
rằng con là mây, là nắng
rằng thân chảy xiết không ngừng
rằng tâm ba thời vắng lặng

7

Sông Hằng tiền kiếp mưa đêm
dịu dàng lưu chảy trong con
sáng trưa chiều tối hiện tiền
bờ này, bờ kia cạn dòng

lời mẹ con ghi vào thơ
chữ bay lưng trời cánh nhạn
cõi này con sống như mơ
đi đứng nằm ngồi rỗng lặng.

----- Tết Nguyên Đán Quý Mão 2023

NGUYÊN GIÁC

Sinh ngày 22-2-1952 tại Sài Gòn. Tên khai sinh là Phan Tấn Hải. Quê cha Hà Tĩnh, quê mẹ Nha Trang, hiện định cư tại quận Cam, Hoa Kỳ. Từng học ở Chu Văn An, Đại Học Văn Khoa SG. Sống bằng nghề báo, nhưng đam mê là sáng tác văn học — thường ký tên Phan Tấn Hải, Phan Khế, Trần Khải. Khi viết về Phật giáo, thường ký tên Nguyên Giác, Nguyễn Thường Tâm.

Học Phật Pháp với cố Hòa Thượng bổn sư Thích Tịch Chiếu, Chùa Tây Tạng, Bình Dương; các Hòa thượng Thích Thường Chiếu (sự đệ của HT Tịch Chiếu); HT Thích Thiền Tâm, Đại Ninh, Lâm Đồng; HT Thích Tài Quang, Phú Nhuận, Sài Gòn.

Từng cộng tác với nhiều báo và trang mạng, như Tập san nghiên cứu Triết Học, Tự Thức, Văn, Văn Học, Hợp Lưu, Tạp chí Thơ, Việt Báo, Tạp chí Giao Điểm, Giác Ngộ, Đạo Phật Ngày Nay, Suối Nguồn, Thư Viện Hoa Sen và nhiều báo khác.

Tác giả, dịch giả một số sách Việt ngữ:
– Cậu Bé và Hoa Mai (tập truyện, Nhân Văn 1986; Ananda Viet Foundation tái bản 2017).

- Thiếu Nữ Trong Ngôi Nhà Bệnh (tập truyện, AVF, 2017).
- Một Nơi Gọi Là Việt Nam (thơ, 1987) .
- Ba Thiền Sư – Tác giả: John Stevens, Nguyên Giác dịch Việt.
- Chú Giải Về Phowa – Tác giả: Chagdud Khadro, Nguyên Giác dịch Việt.
– Lời Dạy Tâm Yếu Về Đại Thủ Ấn.
- Vài Chú Giải Về Thiền Đốn Ngộ.
- Thiền Tập – biên dịch.
- Tuyển tập thơ nhạc Hoa Bay Khắp Trời (nhạc sĩ Trần Chí Phúc phổ nhạc). 2015.
- Thiền Tập Trong Đời Thường. 2017.
- Thiền Tông Qua Bờ Kia. 2017.
- Thiền Tông Bất Lập Văn Tự. 2017.
- Kinh Nhật Tụng Sơ Thời. 2018.
- Kinh Pháp Cú Tây Tạng. 2019.
- Viết từ phương xa. Truyện, bút ký. 2019.
- Khoảnh khắc chiêm bao. Truyện, bút ký. 2019.
- Để Ngộ Tông Chỉ Phật. 2020.
- Từ Huyền Thoại Tới Tâm Kinh. 2021.
- Từ Mặc Chiếu Tới Như Huyễn, 2023

Sách song ngữ Việt-Anh:
- Teachings From Ancient Vietnamese Zen Masters.
- Teachings and Poetry of the Vietnamese Zen Master Tue Trung Thuong Si (1230-1291)
- Tran Nhan Tong (1258 – 1308): The King Who Founded A Zen School
- The Zen Teachings of Master Duy Luc (unpublished)
- The Way of Zen in Vietnam. 2020.

NGUYÊN GIÁC